പൊരുൾ
തേടിയുള്ള മനുഷ്യപ്രയാണം

പൊരുൾ

തേടിയുള്ള മനുഷ്യപ്രയാണം

ചുടലപ്പറമ്പിൽ നിന്നും പ്രത്യാശയിലേയ്ക്കുള്ള ശ്രേഷ്ഠകീർത്തനം

വിക്ടർ ഇ. ഫ്രാങ്ക്ൾ

പരിഭാഷ: ഫ്രാൻസിസ് സി. എബ്രഹാം

MANJUL
മഞ്ജുൾ പബ്ലിഷിങ് ഹൗസ്

First published in India by

Manjul Publishing House
Corporate and Editorial Office
•2 Floor, Usha Preet Complex, 42 Malviya Nagar, Bhopal 462 003 - India
Sales and Marketing Office
• C-16, Sector 3, Noida, Uttar Pradesh 201301, India
Website: www.manjulindia.com

Distribution Centres
Ahmedabad, Bengaluru, Bhopal, Kolkata, Chennai,
Hyderabad, Mumbai, New Delhi, Pune

Malayalam translation of *Man's Search For Meaning* by Viktor E. Frankl

© 1959,1962,1984,1992,2006 by Viktor E Frankl

Foreword © 2006 by Harold S Kushner
Afterword © 2006 by William J Winslade

This Malayalam edition published by arrangement with Beacon Press.

All rights reserved.

This edition first published in 2022

ISBN 978-93-5543-098-4

Translation by Francis C. Abraham

Cover design by Two Associates

Printed and bound in India by Repro India Ltd.

All rights reserved. No part of this publication may be reproduced, stored in or introduced into a retrieval system, or transmitted, in any form, or by any means (electronic, mechanical, photocopying, recording or otherwise) without the prior written permission of the publisher. Any person who does any unauthorized act in relation to this publication may be liable to criminal prosecution and civil claims for damages.

എന്റെ
അമ്മയുടെ
ഓർമ്മയ്ക്കായി

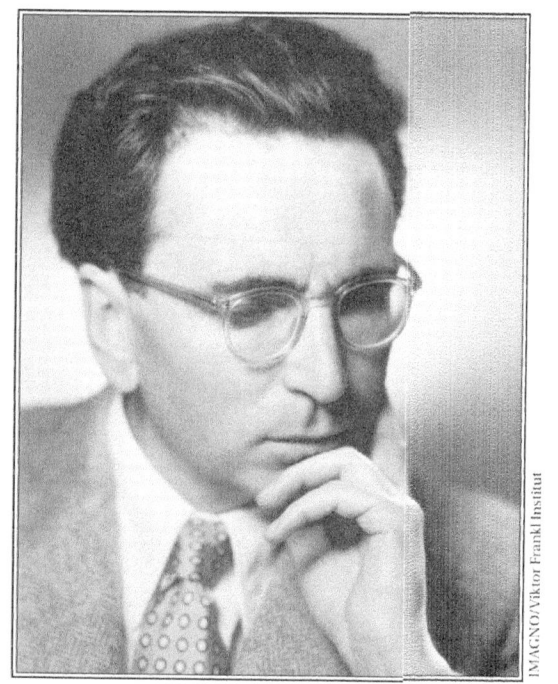

IMAGNO/Viktor Frankl Institut

വിക്ടർ ഇ. ഫ്രാങ്ക്ൾ, 1949

ഉള്ളടക്കം

ആമുഖം - ഹരോൾഡ് എസ്. കുഷ്ണർ | 9

1992-ലെ പതിപ്പിനുള്ള മുഖവുര | 15

ഭാഗം ഒന്ന്

നാത്സി കോൺസെൻട്രേഷൻ ക്യാംപിലെ
അനുഭവങ്ങൾ | 23

ഭാഗം രണ്ട്

ലോഗോതെറാപ്പിയുടെ രത്നച്ചുരുക്കം | 125

1984-ലെ പിൻകുറിപ്പ്

ദുരന്തസംബന്ധിയായ പ്രസാദാത്മകത | 167

ഉപസംഹാരം - വില്യം ജെ. വിൻസ്ലേഡ്| 187

ആമുഖം

നമ്മുടെയീ കാലത്ത് രചിക്കപ്പെട്ടിട്ടുള്ള ചുരുക്കം ചില മഹദ്ഗ്രന്ഥങ്ങളിലൊന്നാണ് വിക്ടർ ഇ. ഫ്രാങ്ക്ൾന്റെ *Man's Search for Meaning* (*പൊരുൾ തേടിയുള്ള മനുഷ്യപ്രയാണം*). ഒരു പുസ്തകത്തിൽ ഒരാളുടെ ജീവിതം മാറ്റിമറിക്കുവാൻ പ്രാപ്തമായ ഒരു ഖണ്ഡികയോ ആശയമോ ഉണ്ടായാൽ മതി, അതു വായിക്കുന്നതും പുനർവായിക്കുന്നതും പുസ്തകഷെൽഫിൽ അതിനൊരു സ്ഥാനം കണ്ടെത്തുന്നതും നീതീകരിക്കപ്പെടും. ഈ പുസ്തകത്തിൽ അത്തരം നിരവധി ഖണ്ഡികകളുണ്ട്.

ആത്യന്തികമായി ഇതൊരു അതിജീവനത്തിന്റെ പുസ്തകമാണ്. 1930-കളിൽ, തങ്ങൾ സുരക്ഷിതരാണെന്നു കരുതിയ അനവധി ജർമ്മൻ - കിഴക്കൻ യൂറോപ്പ്യൻ ജൂതന്മാരെപ്പോലെ ഫ്രാങ്ക്ളും നാത്സി കോൺസെൻട്രേഷൻ ക്യാംപിലേക്കും ഉന്മൂലന കൂടാരത്തിലേക്കും വലിച്ചെറിയപ്പെട്ടു. എന്നാൽ, 'തീയിൽ നിന്ന് വലിച്ചെടുത്ത വിറകുകൊള്ളി പോലെ' എന്ന ബൈബിൾ പ്രയോഗം ഓർമ്മപ്പെടുത്തും വിധം ഫ്രാങ്ക്ൾ അത്ഭുതകരമായി അതിജീവിച്ചു. അദ്ദേഹത്തിന് സഹിക്കേണ്ടിവന്ന പീഡനങ്ങളെക്കാളും നഷ്ടങ്ങളെക്കാളുമുപരിയായി അവ തരണം ചെയ്യുവാൻ തനിക്കു ലഭിച്ച കരുത്തിന്റെ സ്രോതസ്സിനെക്കുറിച്ചാണ് ഈ പുസ്തകത്തിൽ അദ്ദേഹം കൂടുതലായും പ്രതിപാദിച്ചിരിക്കുന്നത്. നീച്ചേയുടെ വാക്കുകൾ ഈ പുസ്തകത്തിൽ നിരവധി തവണ ഫ്രാങ്ക്ൾ ഉദ്ധരിക്കുന്നുണ്ട്: "എന്തുകൊണ്ടു ജീവിക്കണം എന്നതിനുത്തരമുള്ള ഒരുവന് ഏതാണ്ടെല്ലാ 'എങ്ങനെ?'കളെയും സഹിക്കുവാൻ കഴിയും." ജീവിതത്തിൽ എല്ലാ ആശകളും കൈവിട്ട, ഭാവിയെക്കുറിച്ചുള്ള പ്രതീക്ഷകളെല്ലാം ഉപേക്ഷിച്ച തടവുകാർ ആയിരുന്നു ഏറ്റവും ആദ്യം മരിച്ചതെന്ന് നീറുന്ന ഹൃദയത്തോടെ അദ്ദേഹം വിവരിക്കുന്നു. ആഹാരമോ മരുന്നോ ലഭിക്കാതെ എന്നതിനേക്കാൾ, പ്രത്യാശ ഇല്ലാതിരുന്നതിനാൽ,

ജീവിക്കുവാൻ ഒരു കാരണം പോലുമില്ലാതിരുന്നതിനാൽ ആയിരുന്നു അവർ മരിച്ചത്.

എന്നാൽ ഇവയ്ക്കെല്ലാം വിരുദ്ധമായി, തന്റെ ഭാര്യയെക്കുറിച്ചുള്ള ഓർമ്മകൾ അയവിറക്കിക്കൊണ്ടും പുനഃസമാഗമവേള സങ്കൽപ്പിച്ചു കൊണ്ടും, ഇടയ്ക്കൊക്കെ ഔഷ്വിറ്റ്സ് ക്യാംപിലെ അനുഭവങ്ങളിൽ നിന്നു ഗ്രഹിച്ച മനഃശാസ്ത്ര പാഠങ്ങളെക്കുറിച്ച് പ്രഭാഷണം ചെയ്യുന്നതു സ്വപ്നം കണ്ടും ഫ്രാങ്ക്ൾ തന്റെ പ്രത്യാശകളും ജീവനും നിലനിർത്തി. ഏതു വിധേനയും ജീവിക്കുവാൻ കൊതിച്ച തടവുകാരിൽ ചിലർ രോഗത്താലോ, ചിലർ നാത്സി ചുടലക്കളത്തിൽ വച്ചോ മരിച്ചു പോയി എന്നത് വാസ്തവമാണ്. പക്ഷെ എന്തുകൊണ്ട് കൂടുതൽ പേരും മരിക്കുന്നു എന്ന ആശങ്കയെക്കാൾ, എന്തുകൊണ്ട് ഒരാളും അതിജീവിക്കുന്നില്ല എന്നതായിരുന്നു ഫ്രാങ്ക്ളിനെ ആകുലചിത്ത നാക്കിയതും ചിന്തിപ്പിച്ചതും.

ഔഷ്വിറ്റ്സിലെ ഭയാനകമായ അനുഭവങ്ങൾ അതിനകം തന്നെ അദ്ദേഹത്തിന്റെ മനസ്സിലുണ്ടായിരുന്ന കേന്ദ്ര ആശയങ്ങ ളിൽ ഒന്നിനെ ദൃഢീകരിച്ചു. ഫ്രായ്ഡ് വിശ്വസിച്ചിരുന്നതു പോലെ സുഖങ്ങൾക്കായുള്ള തിരച്ചിലോ ആൽഫ്രഡ് അഡ്ലർ ഉദ്ബോധിപ്പി ച്ചിരുന്നതു പോലെ അധികാരത്തിനായുള്ള ദാഹമോ അല്ല ജീവിതം, അത് പൊരുൾ തേടലാണ്. അവന്റെയോ അവളുടെയോ ജീവിത ത്തിന്റെ പൊരുൾ കണ്ടെത്തുകയത്രേ ഒരു വ്യക്തിയുടെ ആയുസ്സിലെ ഏറ്റവും കഠിനമായ കർത്തവ്യം. ഈ ജീവിതപ്പൊരുളിന് ഫ്രാങ്ക്ൾ മൂന്നു സ്രോതസ്സുകൾ കണ്ടെത്തി. തൊഴിലിൽ അല്ലെങ്കിൽ അർത്ഥ പൂർണ്ണമായ ഒരു പ്രവൃത്തിയിൽ മുഴുകിക്കൊണ്ട്, സ്നേഹം കൊണ്ട് (ഒരു വ്യക്തിക്കുമേൽ കരുതൽ സൂക്ഷിച്ചു കൊണ്ട്) അല്ലെങ്കിൽ വിഷമസന്ധികളിൽ ധൈര്യം സംഭരിച്ചുകൊണ്ട്. വൃഥാ യാതനകൾ സഹിച്ചുകൊണ്ടിരിക്കുകയെന്നത് അർത്ഥശൂന്യമായ പ്രവൃത്തി യാണ്. യാതനകളോട് നമ്മൾ എങ്ങനെയാണോ പ്രതികരിക്കുന്നത്, അതു പ്രകാരമാണ് നമ്മുടെ സഹനത്തിന് അർത്ഥം കൈവരുന്നത്. ഒരിടത്ത് ഫ്രാങ്ക്ൾ ഇങ്ങനെയെഴുതുന്നു, "ഒരു വ്യക്തി ധീരതയോ ടെയും അന്തസ്സോടെയും നിസ്വാർത്ഥതയോടെയും നിലകൊള്ളുമാ യിരിക്കും അല്ലെങ്കിൽ ആത്മരക്ഷയ്ക്കായുള്ള കടുത്ത പോരാട്ടത്തിൽ മനുഷ്യനെന്ന നിലയിലെ തന്റെ അന്തസ്സ വെടിഞ്ഞുകൊണ്ട് ഒരു മൃഗ ത്തേക്കാൾ ഒട്ടും മേലെയല്ലാത്ത വിധം പെരുമാറിയേക്കാം." നാത്സി

ക്യാംപ് തടവുകാരിൽ വളരെ ചുരുക്കം പേർക്കു മാത്രമേ ആദ്യ ഗണത്തെപ്പോലെ പെരുമാറുവാൻ കഴിഞ്ഞിരുന്നുള്ളൂ എന്നദ്ദേഹം സമ്മതിക്കുന്നു. എന്നാൽ, ഒരു മനുഷ്യന് അവന്റെ ബാഹ്യമായ വിധിവിഹിതത്തിനു മുകളിലേക്കുയരുവാൻ ആന്തരിക ശക്തി സഹായകമാണെന്നതിനു തെളിവായി ഇത്തരം ഒരേയൊരു ഉദാഹരണം മതിയാകും.

അവസാനമായി, ഫ്രാങ്ക്ളിന്റെ ശാശ്വതമായ ഉൾകാഴ്ചകളിൽ ഞാൻ ഏറ്റവുമധികം അവസരങ്ങളിൽ ആശ്രയിച്ചിട്ടുള്ള ഒന്നിതാണ്, “നിങ്ങൾ സ്വന്തമാക്കിയതെന്തും നിങ്ങൾക്കതീതമായ ഒരു ശക്തിക്കു കവർന്നെടുക്കുവാൻ കഴിയും. പക്ഷെ ഒരു സാഹചര്യത്തിൽ എങ്ങനെ പ്രതികരിക്കണമെന്ന നിങ്ങളുടെ സ്വാതന്ത്ര്യം മാത്രം എന്നും നിങ്ങൾക്കു സ്വന്തമായിരിക്കും. നിങ്ങളുടെ ജീവിതത്തിൽ സംഭവിക്കുന്ന യാതൊന്നിനെയും നിങ്ങൾക്കു നിയന്ത്രിക്കുവാൻ കഴിയില്ല. എന്നാൽ, നിങ്ങളുടെ വികാരങ്ങളെ നിയന്ത്രിക്കുവാനും നിങ്ങൾക്കെന്തു സംഭവിക്കണമെന്നു തീരുമാനിക്കുവാനും കഴിയും.”

ആർതർ മില്ലറുടെ *Incident at Vichy* എന്ന നാടകത്തിൽ ഒരു രംഗമുണ്ട് - ഉന്നത-മദ്ധ്യ വർഗ്ഗ പ്രഫഷണലായ ഒരു ജൂതൻ തന്റെ പട്ടണം പിടിച്ചെടുത്ത നാത്സി മേധാവികൾക്കു മുന്നിൽ ഹാജരായിക്കൊണ്ട് താൻ സമ്പാദിച്ചിട്ടുള്ള ബിരുദങ്ങളും പ്രമുഖ പൗരന്മാരിൽ നിന്നു തനിക്കു ലഭിച്ചിട്ടുള്ള ശുപാർശകളും മറ്റും എടുത്തു പ്രദർശിപ്പിക്കുന്നു. “ഇത്രയേ ഉള്ളോ?” എന്നു ചോദിച്ചു കൊണ്ട് നാത്സി മേധാവി അവയെല്ലാം ചവറു കുട്ടയിലേക്കെറിയുന്നു. “ഇപ്പോൾ നിന്റെ കൈയ്യിൽ ഒന്നുമില്ല”, അയാൾ കൂട്ടിച്ചേർത്തു. മറ്റുള്ളവരെ മാത്രം ആശ്രയിച്ചു നിലനിൽക്കുന്ന ആ മനുഷ്യന്റെ ആത്മാഭിമാനം വൈകാരികമായി തകർക്കപ്പെട്ടു. ഓരോ സന്ദർഭത്തിലും നമ്മൾ എങ്ങനെ പ്രതികരിക്കണമെന്നു തീരുമാനിക്കുവാനുള്ള സ്വാതന്ത്ര്യം കൈമോശം വരാതിരിക്കുന്ന കാലത്തോളം നമുക്ക് സ്വന്തമായി ഒന്നുമില്ലാതാവുന്ന സന്ദർഭങ്ങൾ ഉണ്ടാവുന്നില്ല എന്ന് ഫ്രാങ്ക്ൾ ഇത്തരം അവസരങ്ങളിൽ വാദിക്കുമായിരുന്നു.

പുരോഹിതൻ എന്ന നിലയിലെ എന്റെ സ്വന്തം അനുഭവങ്ങളുടെ ആകെത്തുകയും ഫ്രാങ്ക്ളിന്റെ ഉൾകാഴ്ചകളുടെ സത്യത്തിലേക്കാണ് എന്നെ എത്തിക്കുന്നത്. വിജയം വരിച്ചു വിരമിച്ച വ്യവസായികൾ ജീവിത സായാഹ്നങ്ങളിൽ എല്ലാ താല്പര്യങ്ങളും

നഷ്ടപ്പെട്ടവരായി മാറിയതു ഞാൻ കണ്ടിട്ടുണ്ട്. അവരുടെ തൊഴിൽ അവരുടെ ജീവിതത്തിന് അർത്ഥം നൽകിയിട്ടുണ്ട്. ഇതു മാത്രമായിരിക്കണം അവരുടെ ജീവിതത്തിന് അർത്ഥമേകിയ ഒരേയൊരു കാര്യം. ഇതില്ലായിരുന്നെങ്കിൽ അവർ ഓരോ ദിവസവും ഒന്നും ചെയ്യാനില്ലാതെ വിഷാദരോഗികളായി വീടുകളിൽ ഒതുങ്ങിപ്പോകുമായിരുന്നു. സഹനങ്ങൾക്ക് പ്രത്യേക കാരണമുണ്ടെന്നു വിശ്വസിച്ചിരുന്നതിനാൽ അവയുടെ വെല്ലുവിളികളിലേക്കുയർന്ന് കൊടിയ പീഡനങ്ങളും ക്ലേശങ്ങളും ഏറ്റു വാങ്ങിയ മനുഷ്യരെ എനിക്കറിയാം. ദീർഘായുസ്സോടെയിരുന്ന് കുടുംബത്തിലെ ഒരു പ്രധാന ദിവസം ആഘോഷിക്കുവാനോ അല്ലെങ്കിൽ അവരുടെ രോഗം ഭേദമാക്കുന്നതിനായി രോഗത്തെക്കുറിച്ച് പഠിക്കുന്ന ഡോക്ടർമാരുടെ ഭാവിക്കുവേണ്ടിയോ, എന്തുകൊണ്ട് ജീവിക്കണം എന്നത് എങ്ങനെയോ സഹിക്കുവാൻ അവരെ പ്രാപ്തരാക്കി.

മറ്റൊരു വിധത്തിലാണെങ്കിലും ഫ്രാങ്ക്ൾന്റെ അനുഭവം എന്റെ തന്നെ അനുഭവങ്ങളിലും മുഴങ്ങുന്നുണ്ട്. ഞങ്ങളുടെ മകന്റെ രോഗാവസ്ഥയും മരണകാരണവും ഗ്രഹിക്കുവാനുള്ള ജീവിതയത്നത്തിന്റെ പശ്ചാത്തലത്തിൽ രചിച്ചതിനാൽ *When Bad Things Happen to Good People* എന്ന എന്റെ പുസ്തകത്തിലെ ആശയങ്ങൾക്ക് ശക്തിയും വിശ്വാസ്യതയും കൈവന്നു. ഇതിനു സമാനമായി, ഔഷ്വിറ്റ്സിലെ ഫ്രാങ്ക്ൾന്റെ കഠിന യാതനകളുടെ പശ്ചാത്തലത്തിൽ രൂപം നല്കപ്പെട്ട ലോഗോ തെറാപ്പി അഥവാ ജീവിതപ്പൊരുൾ തേടുന്നതു വഴി ആത്മാവിനെ സ്വാസ്ഥ്യപ്പെടുത്തുന്ന തത്വവും വിശ്വാസ്യത കൈവരിക്കുന്നു. ഈ പുസ്തകത്തിലെ ആദ്യ പകുതിയില്ലാതെ, അവസാന പകുതിയുടെ ശക്തി അപൂർണ്ണമായിരിക്കും.

Man's Search for Meaning എന്ന ഗ്രന്ഥത്തിന്റെ 1962-ലെ പതിപ്പിന് ആമുഖം രചിച്ചത് പ്രശസ്ത മനഃശാസ്ത്രജ്ഞനായ ഡോ. ഗോർഡൻ ആൾപോർട്ട് ആണെന്നത് പ്രസക്തമാണെന്നു ഞാൻ വിശ്വസിക്കുന്നു. ഈ പുതിയ പതിപ്പിന് ആമുഖം എഴുതിയതാവട്ടെ ഒരു പുരോഹിതനും. അഗാധതകളിൽ മതപരമായ ഒരു ഗ്രന്ഥമായാണ് ഞങ്ങൾ ഇതിനെ പരിഗണിക്കുന്നത്. ജീവിതം അർത്ഥപൂർണ്ണമാണെന്നും, നമ്മുടെ സാഹചര്യങ്ങൾക്കതീതമായി ജീവിതത്തിന്റെ പൊരുൾ തിരിച്ചറിയുവാൻ നമ്മൾ പഠിക്കേണ്ടതുണ്ടെന്നും ഈ ഗ്രന്ഥം ഊന്നിപ്പറയുന്നു. ജീവിതത്തിന് നിയതമായ

ഒരു ഉദ്ദേശ്യമുണ്ടെന്നും ഇതിൽ അടിവരയിട്ടു പറയുന്നുണ്ട്. പിൻകുറിപ്പ് ചേർക്കുന്നതിനു മുൻപുള്ള പുസ്തകം അവസാനിച്ചിരിക്കുന്നത് ഇരുപതാം നൂറ്റാണ്ടിൽ എഴുതപ്പെട്ട ഏറ്റവും മതപരമായ ഈ വചനങ്ങളോടെയാണ്:

> മനുഷ്യൻ യഥാർത്ഥത്തിൽ എന്താണെന്നു നാം തിരിച്ചറിഞ്ഞിരിക്കുന്നു. എന്തു തന്നെയായാലും ഔഷ്വിറ്റ്സിലെ ഗ്യാസ് ചേംബറുകൾ കണ്ടുപിടിച്ച ഒരു ജീവിയാണ് മനുഷ്യൻ. എന്നാൽ, അതേ മനുഷ്യജീവികൾ തന്നെയാണ് ചുണ്ടുകളിൽ *ഷെമാ ഇസ്രായേൽ* എന്ന പ്രാർത്ഥനയുമായി ആ ഗ്യാസ് ചേംബറുകൾക്കുള്ളിലേയ്ക്ക് നേരെ നടന്നു കയറേണ്ടതായി വന്നതും.
>
> ഹരോൾഡ് എസ്. കുഷ്നർ

മസ്സാച്ചുസെറ്റ്സിലെ നാടിക്ൽ മുൻ റാബിയും When Bad Things Happen to Good People, Living a Life that Matters, When All You've Ever Wanted Isn't Enough എന്നീ ഗ്രന്ഥങ്ങളുടെ രചയിതാവുമാണ് ഹരോൾഡ് കുഷ്നർ.

1992-ലെ പതിപ്പിനുള്ള മുഖവുര

ഇംഗ്ലീഷിൽ മാത്രമായി നൂറു പതിപ്പുകളോളമെത്തിയിരിക്കുന്നു ഈ പുസ്തകം. കൂടാതെ ഇരുപത്തിയൊന്ന് ഇതര ഭാഷകളിലും പ്രസിദ്ധീകരിക്കപ്പെട്ടു കഴിഞ്ഞു. മാത്രമല്ല, ഇംഗ്ലീഷ് പതിപ്പുകൾ മാത്രം മുപ്പത് ലക്ഷം കോപ്പികൾ ഇതിനകം വിറ്റു പോയി.

ഇതൊരു വസ്തുതയാണ്. ഇതുകൊണ്ടായിരിക്കണം അമേരിക്കൻ മാധ്യമങ്ങൾ, പ്രത്യേകിച്ച് ടിവി ചാനലുകൾ, അവരുടെ ഇന്റർവ്യൂ തുടങ്ങുന്നതിനു മുൻപേ ഈ കണക്കുകൾ നിരത്തിക്കൊണ്ട് "ഡോ. ഫ്രാങ്ക്ൾ, താങ്കളുടെ പുസ്തകം ഒരു യഥാർത്ഥ ബെസ്റ്റ് സെല്ലർ ആയിരിക്കുന്നു. ഈ വിജയത്തെക്കുറിച്ച് താങ്കളെന്തു പറയുന്നു?" എന്ന് ആശ്ചര്യത്തോടെ ചോദിക്കുന്നത്. "എന്റെയീ പുസ്തകത്തിന്റെ ബെസ്റ്റ് സെല്ലർ സ്ഥാനം ഒരു വിജയമോ ആഗ്രഹ സാഫല്യമോ ആയി ഞാൻ പരിഗണിക്കുന്നില്ല. അതിലുപരി, നമ്മുടെയീ കാലത്തെ യാതനകളുടെയും സഹനത്തിന്റെയും ഒരു സൂചകമായിട്ടാണ് മുഖ്യമായും ഞാനിതിനെ മനസ്സിലാക്കുന്നത്." ഇതാണ് അവരോടെനിക്കു പറയാനുള്ളത്, ജീവിതത്തിന്റെ പൊരുൾ എന്ന ചോദ്യത്തിനുത്തരം തേടുന്നതായി വെളിപ്പെടുത്തുന്ന ഒരു പുസ്തകത്തിന്റെ ശീർഷകം കണ്ട് ലക്ഷക്കണക്കിനു മനുഷ്യർ ആ പുസ്തകം അന്വേഷിച്ചിറങ്ങുന്നുണ്ടെങ്കിൽ എന്നെപ്പോലെ അവരുടെ ഉള്ളിലും നീറുന്ന പ്രശ്നം ഈ പൊരുൾ തന്നെയായിരിക്കണം.

ഈ പുസ്തകം ഇത്രയേറെ സ്വാധീനം ചെലുത്തിയതിന് ഉറപ്പോടെ പറയാവുന്ന മറ്റൊരു കാരണമുണ്ടായിരിക്കാം. *ലോഗോതെറാപ്പിയുടെ രത്നച്ചുരുക്കം* എന്ന സൈദ്ധാന്തികമായ രണ്ടാം ഭാഗം, ആത്മകഥാപരമായ ഒന്നാം ഭാഗത്തിൽ (നാത്സി കോൺസെൻട്രേ

ഷൻ ക്യാംപിലെ അനുഭവങ്ങൾ) നിന്ന് ബാഷ്പീകരിച്ചുണ്ടായതാണ്. അതേസമയം, എന്റെ സിദ്ധാന്തങ്ങളുടെ അസ്തിത്വപരമായ ദൃഢീകരണമാണ് ഒന്നാമദ്ധ്യായം. ആയതിനാൽ ഈ പുസ്തകത്തിലെ രണ്ടു ഭാഗങ്ങളും അതിന്റെ വിശ്വാസ്യതയെ പരസ്പരം പിന്താങ്ങുന്നുണ്ട്.

1945-ൽ ഈ പുസ്തകം എഴുതുമ്പോൾ ഇവയൊന്നും തന്നെ എന്റെ മനസ്സിലില്ലായിരുന്നു. തുടർച്ചയായി ഒൻപതു ദിവസം കൊണ്ട് ഈ പുസ്തകം എഴുതിത്തീർക്കുമ്പോൾ പേരു വെളിപ്പെടുത്താതെ പ്രസിദ്ധീകരിക്കണമെന്ന് ഞാൻ ഉറച്ച തീരുമാനമെടുത്തിരുന്നു. ജർമ്മൻ ഭാഷയിലെ ആദ്യ പതിപ്പിന്റെ പുറംചട്ടയിൽ എന്റെ പേരുണ്ടായിരുന്നില്ല എന്നതാണ് വാസ്തവം. അങ്ങനെയെങ്കിൽ അതിന്റെ രചയിതാവിന് ഒരിക്കലും അതിലൂടെ സാഹിത്യ രംഗത്ത് പ്രവേശനം ലഭിക്കുകയുമില്ല. ഒടുവിൽ എന്റെ സുഹൃത്തുക്കളുടെ നിരന്തര പ്രേരണയ്ക്കു വഴങ്ങിക്കൊണ്ട് പ്രസിദ്ധീകരണത്തിന്റെ അവസാന ഘട്ടത്തിലാണ് പേരു ചേർക്കുവാൻ ഞാൻ തീരുമാനിച്ചത്. എന്റെ പേര് വെളിപ്പെടുത്താതെ ഈ പുസ്തകം പ്രസിദ്ധീകരിക്കണമെന്ന ഉറച്ച തീരുമാനമെടുത്തിരുന്നപ്പോൾ ഏറ്റവും കൊടും യാതനകൾ അനുഭവിക്കുന്ന മനുഷ്യന്റെ ജീവിതത്തിനു പോലും, ഏതവസ്ഥയിലും, നിയതമായ ഉദ്ദേശ്യമുണ്ടെന്ന് പ്രത്യക്ഷ ഉദാഹരണത്തോടെ വായനക്കാരെ അറിയിക്കണം എന്നു മാത്രമേ ഞാൻ ആഗ്രഹിച്ചിരുന്നുള്ളൂ. മാത്രമല്ല, അങ്ങേയറ്റം ഭയാനകമായ കോൺസെൻട്രേഷൻ ക്യാംപിലെ അനുഭവങ്ങളുടെ പശ്ചാത്തലത്തിൽ എന്റെ ആശയങ്ങൾ വിവരിച്ചാൽ അവയ്ക്കു വായനക്കാരുണ്ടാകുമെന്ന് ഞാൻ പ്രതീക്ഷിച്ചു. അങ്ങനെ, ഞാൻ അനുഭവിച്ച യാതനകൾ എഴുതിവയ്ക്കണമെന്നും നിരാശയിലും വിഷാദത്തിലും വീണു പോയവർക്ക് ഈ ആശയങ്ങൾ സഹായകമായേക്കാമെന്നും ഞാൻ ചിന്തിച്ചു.

ഞാനെഴുതിയ നിരവധി പുസ്തകങ്ങളിൽ നിന്നും എന്റെ പേരു ചേർക്കാതെ പ്രസിദ്ധീകരിക്കുവാൻ ആഗ്രഹിച്ച ഈയൊരു പുസ്തകത്തിലൂടെ പ്രശസ്തിയും വിജയവും നേടുവാനായത് വിചിത്രവും ശ്രദ്ധേയവുമായ ഒരു സംഭവമാണ്. അതിനാൽ യൂറോപ്പിലും അമേരിക്കയിലുമുള്ള എന്റെ എല്ലാ വിദ്യാർത്ഥികളോടും ഞാൻ വീണ്ടും വീണ്ടും പറയുന്നു, “ഒരിക്കൽ പോലും വിജയം നിങ്ങളുടെ ലക്ഷ്യമാക്കരുത്. എത്രത്തോളം നിങ്ങൾ വിജയം ലക്ഷ്യമാക്കുന്നുവോ അത്രത്തോളം അതു നിങ്ങൾക്കു നഷ്ടമാകും. എന്തെന്നാൽ, സന്തോഷം പോലെ തന്നെ വിജയവും പിന്നാലെ ചെന്നു നേടുക സാധ്യമല്ല.

അർപ്പണബോധത്തോടെ പ്രവർത്തിക്കുകയും അവനവനെക്കാൾ പ്രാധാന്യത്തോടെ വലിയൊരു വിഷയത്തെ പിന്തുടരുകയും ചെയ്യുമ്പോൾ സ്വാഭാവികമായി സംഭവിക്കുന്ന ഒന്നു മാത്രമാണ് വിജയം. സന്തോഷമെന്നത് സ്വാഭാവികതയോടെ സംഭവിക്കേണ്ടതാണ്. നിങ്ങൾ അതിനെ ഗൗനിക്കാതിരിക്കുക. നിങ്ങൾ നിങ്ങളുടെ മനസ്സാക്ഷിയുടെ ഉത്തരവുകളെ ശ്രവിക്കണമെന്നും നിങ്ങളുടെ അറിവിന്റെ അങ്ങേയറ്റം വരെ അവയെ അനുഗമിക്കണമെന്നും ഞാൻ നിങ്ങളോട് പറയുന്നു. അതോടെ നിങ്ങൾക്കതിനെ ദീർഘകാലം കാണുവാൻ കഴിയും. വിജയം സംഭവിക്കുന്നുവെങ്കിൽ നിങ്ങളതിനെ *മറന്നു കഴിഞ്ഞു* എന്നതാണ് അതിന്റെ സ്പഷ്ടമായ കാരണം."

ഹിറ്റ്ലർ ഓസ്ട്രിയ പിടിച്ചെടുത്തപ്പോൾ എനിക്കു നേരിടേണ്ടി വരുമായിരുന്ന ദുരന്തങ്ങൾ അറിഞ്ഞിട്ടും ഞാൻ എന്തുകൊണ്ട് രക്ഷപ്പെടാൻ ശ്രമിച്ചില്ല എന്നു വായനക്കാർ ചോദിച്ചേക്കാം. പിന്നീട് നടന്ന ഒരു സംഭവം ഓർത്തെടുത്തു വിവരിച്ചു കൊണ്ട് ഞാനിതിനു മറുപടി പറയാം. അമേരിക്ക രണ്ടാം ലോകമഹായുദ്ധത്തിൽ പങ്കുചേരുന്നതിനു തൊട്ടു മുൻപ്, എന്റെ ഇമ്മിഗ്രേഷൻ വിസ കൈപ്പറ്റുവാൻ ആവശ്യപ്പെട്ടു കൊണ്ട് വിയന്നയിലെ അമേരിക്കൻ കോൺസുലേറ്റിൽ നിന്ന് ഒരു ക്ഷണക്കത്ത് ലഭിച്ചിരുന്നു. ഉടനെ എനിക്ക് ഓസ്ട്രിയ വിടുവാൻ അനുമതി ലഭിക്കുമെന്ന് പ്രതീക്ഷിച്ച് വൃദ്ധരായ എന്റെ മാതാപിതാക്കൾ അതിയായി സന്തോഷിച്ചു. എന്നാൽ, ഞാൻ ഓസ്ട്രിയ വിട്ടു പോകാൻ മടിച്ചു. എന്റെ മാതാപിതാക്കളെ അവരുടെ വിധിവിഹിതത്തിന്, ഇന്നല്ലെങ്കിൽ നാളെ കോൺസെൻട്രേഷൻ ക്യാംപിലേക്കോ അതല്ലെങ്കിൽ നാത്സി ചുടലക്കളത്തിലേയ്ക്കു തന്നെയോ വിട്ടുകൊടുക്കുവാൻ എനിക്കു കഴിയുമോ എന്ന ചോദ്യം എന്നെ അസ്വസ്ഥനാക്കി. എവിടെയാണ് എന്റെ യഥാർത്ഥ ഉത്തരവാദിത്വം? എന്റെ സ്വന്തം ആശയങ്ങളായ ലോഗോ തെറാപ്പിയെ പരിപോഷിപ്പിക്കുവാനും പുസ്തകങ്ങൾ എഴുതിത്തീർക്കുവാനും വളക്കൂറുള്ള മണ്ണിലേയ്ക്ക് സ്വയം പറിച്ചു നടുകയോ? അല്ലെങ്കിൽ എന്തു ചെയ്തും മാതാപിതാക്കളെ സംരക്ഷിച്ചു കടമ നിർവ്വഹിക്കുവാൻ ഒരുങ്ങിയിരിക്കേണ്ട യഥാർത്ഥ മകനാവണമോ? ഇരു ഭാഗത്തും മാറി മാറി നിന്നുകൊണ്ട് ഒരു തീരുമാനത്തിലെത്തുവാൻ കഴിയാതെ മനസ്സ് കനം വച്ചു. *"A hint from Heaven"* എന്ന പ്രയോഗം സത്യമായെങ്കിലെന്ന് ആഗ്രഹിക്കുന്ന ഒരു സന്ദർഭമാണിത്.

അങ്ങനെയിരിക്കെ വീട്ടിലെ മേശയ്ക്ക് മേലെയിരുന്ന ഒരു മാർബിൾ കഷണം എന്റെ കണ്ണിൽപ്പെട്ടു. നാഷണൽ സോഷ്യലിസ്റ്റ് പാർട്ടി വിയന്നയിലെ ഏറ്റവും വലിയ സിനഗോഗ് ബോംബ് വച്ച് തകർത്തുവെന്ന് പിതാവ് എന്റെ ചോദ്യത്തിന് ഉത്തരമായി അറിയിച്ചു. പത്തു കല്പനകൾ കൊത്തിവച്ചിരുന്ന ഫലകത്തിന്റെ ഒരു ഭാഗമായിരുന്നതുകൊണ്ടാണ് പിതാവ് അതെടുത്തത്. തിളങ്ങുന്ന ഒരു ഹീബ്രൂ അക്ഷരം അതിൽ കൊത്തിവച്ചിരുന്നു. ഈ അക്ഷരം പത്തു കല്പനകളിൽ ഒന്നിനെ സൂചിപ്പിക്കുന്നുവെന്ന് എന്റെ പിതാവ് വിവരിച്ചു. ഏതു കല്പനയാണത്? “നീ നിന്റെ പിതാവിനെയും മാതാവിനെയും ആദരിക്കുക, സ്വന്തം മണ്ണിലെ നിന്റെ ദിനങ്ങൾ ദൈർഘ്യമേറിയതായിത്തീരും”, പിതാവ് പറഞ്ഞു. ആ നിമിഷം തന്നെ സ്വന്തം മണ്ണിൽ മാതാപിതാക്കളോടൊപ്പം നിൽക്കുവാൻ ഞാൻ തീരുമാനിച്ചു, അമേരിക്കൻ വിസ പാഴായിക്കൊള്ളട്ടെ!

വിക്ടർ ഇ. ഫ്രാങ്ക്ൾ

വിയന്ന, 1992

പൊരുൾ തേടിയുള്ള മനുഷ്യപ്രയാണം

ഭാഗം ഒന്ന്

നാത്സി കോൺസെൻട്രേഷൻ ക്യാംപിലെ അനുഭവങ്ങൾ

വസ്തുതകളുടെയും സംഭവങ്ങളുടെയും ഒരു വിവരണമാണ് ഈ പുസ്തകത്തിന്റെ ഉള്ളടക്കം എന്ന അവകാശവാദങ്ങളില്ല. എന്നാലിവ വ്യക്തിപരമായ അനുഭവങ്ങളാണ്. ലക്ഷക്കണക്കിന് തടവുകാർ തുടർച്ചയായി അനുഭവിച്ച യാതനകൾ! ഇത് ഹിറ്റ്ലറുടെ നാത്സി കോൺസെൻട്രേഷൻ ക്യാംപിനെ അതിജീവിച്ച ഒരാളുടെ അനുഭവ സാക്ഷ്യമാണ്. ഈ കഥയ്ക്ക് വേണ്ടുവോളം പറഞ്ഞുപഴകിയ (ഏറ്റവും കുറഞ്ഞ വിശ്വാസ്യതയുള്ള) ഭീകരതകളുമായി ബന്ധമില്ല. എന്നാലിത് എണ്ണമറ്റ ചെറു പീഡനങ്ങളുടെ വിവരണമാണ്. മറ്റൊരു വിധത്തിൽ പറഞ്ഞാൽ, കോൺസെൻട്രേഷൻ ക്യാംപിലെ ദൈനംദിന ജീവിതം ഒരു ശരാശരി തടവുകാരന്റെ മനസ്സിൽ എങ്ങനെയായിരുന്നു പതിഞ്ഞിരുന്നത് എന്ന ചോദ്യത്തിന് ഉത്തരം കണ്ടെത്തുവാൻ നടത്തിയ ശ്രമമാണിത്.

ഇതിൽ വിവരിക്കുന്ന സംഭവങ്ങളിലേറെയും നടന്നത് അറിയപ്പെടുന്ന വലിയ തടങ്കൽപ്പാളയങ്ങളിൽ ആയിരുന്നില്ല. യഥാർത്ഥ ഉന്മൂലനങ്ങൾ അധികവും നടത്തിയിരുന്ന ചെറിയ തമ്പുകളിലാണ്. ഇത് ധീര നായകന്മാരുടെയോ രക്തസാക്ഷികളുടെയോ സഹനത്തിന്റെയോ മരണത്തിന്റെയോ കഥയല്ല. ഇത് പ്രത്യേക അവകാശങ്ങളുള്ളവരായി നടിച്ചിരുന്ന പ്രമാണിമാരുടെയോ പ്രശസ്തരായിരുന്നവരുടെയോ കഥയുമല്ല. അതിശക്തരുടെ സഹനവുമായി ഇതിന് ബന്ധമില്ല, എന്നാൽ അറിയപ്പെടാതെയും രേഖകളിൽ എഴുതപ്പെടാതെയും പോയ മഹാസൈന്യത്തിന്റെ ത്യാഗങ്ങളുടെയും കഠിന പരീക്ഷകളുടെയും മരണങ്ങളുടെയും കഥയാണ്. ഈ സാധാരണ തടവുകാരെയാണ് പ്രമാണിമാരായി നടിച്ചിരുന്നവർ

യഥാർത്ഥത്തിൽ വെറുക്കുകയും നിന്ദിക്കുകയും ചെയ്തിരുന്നത്. ഈ സാധുക്കൾക്ക് നാമമാത്രമായി ആഹാരം കിട്ടുകയോ ഒന്നും തന്നെ കിട്ടാതിരിക്കുകയോ ചെയ്തപ്പോൾ പ്രമാണികൾ ഒരിക്കലും വിശ പ്പറിഞ്ഞതേയില്ല. വാസ്തവത്തിൽ ഈ പ്രമാണിമാർക്ക് തങ്ങളുടെ ജീവിതത്തിൽ ഒരിക്കലും ലഭിക്കാതിരുന്ന സൗകര്യങ്ങൾ ലഭി ച്ചിരുന്നു. പലപ്പോഴും അവർ ഗാർഡുകളെക്കാൾ മോശമായാണ് തടവുകാരോട് പെരുമാറിയിരുന്നത്. അവർ ക്യാംപിലെ എസ്. എസ്. ഗാർഡുകളെക്കാൾ ക്രൂരമായി തടവുകാരെ മർദ്ദിച്ചിരുന്നു. സംശയം വേണ്ട, ഇത്തരം പ്രവൃത്തികൾക്ക് ചേർന്ന പ്രമാണിമാരെ തടവുകാർക്കിടയിൽ നിന്നു തന്നെയാണ് മേധാവികൾ തിരഞ്ഞെടു ത്തിരുന്നത്. ഇവർ പ്രതീക്ഷയ്ക്കൊത്ത് പ്രവർത്തിച്ചില്ലെങ്കിൽ ഉടനടി തരം താഴ്ത്തപ്പെടുകയും ചെയ്തിരുന്നു. അവർ വൈകാതെ തന്നെ എസ്. എസ്. ഗാർഡുകളുടെയും ക്യാംപ് വാർഡൻമാരുടെയും മനോനിലയ്ക്കു സമാനമായ തലത്തിലെത്തുകയും ചെയ്തു പോന്നു.

പുറമേ നിന്നു വിലയിരുത്തുന്നവർക്ക് ക്യാംപ് ജീവിതത്തെ ക്കുറിച്ച് ദയയും സഹതാപവും കലർന്നൊരു തെറ്റായ ചിത്രം ലഭി ച്ചേക്കാം. തടവുകാർക്കിടയിൽ നിലനിൽപ്പിനായി നടക്കുന്ന കടുത്ത പോരിനെക്കുറിച്ച് അവർ ഒന്നും തന്നെ അറിയുന്നില്ല. അന്നന്നത്തെ അപ്പത്തിനോ സ്വന്തം ജീവനു വേണ്ടിയോ, ചിലപ്പോൾ നല്ലൊരു സുഹൃത്തിന്റെ തന്നെയോ ജീവനു വേണ്ടിയുള്ള തികച്ചും ദയാരഹിത പോരാട്ടങ്ങളായിരുന്നു ഇവ.

ഔദ്യോഗികമായി പ്രഖ്യാപിച്ച ശേഷം കുറച്ചു തടവുകാരെ ക്യാംപ് മാറ്റുമ്പോഴുണ്ടായ ഒരു യാത്ര ഉദാഹരണമായെടുക്കാം. ഈ യാത്രയുടെ ലക്ഷ്യസ്ഥാനം ഗ്യാസ് ചേംബറുകൾ ആണെന്ന് ഊഹിക്കുവാൻ നമുക്ക് പ്രായസമില്ല. രോഗികളും തൊഴിലെടുക്കുവാൻ ത്രാണിയി ല്ലാത്തവരുമായ തടവുകാരെ തിരഞ്ഞെടുത്തു ഗ്യാസ്ചേംബറുകളും ചുടലപ്പറമ്പുകളും ഒരുക്കിയ വിശാലമായ പ്രധാന ക്യാംപിലേയ്ക്കു യക്കും. ഈ തിരഞ്ഞെടുപ്പ് പ്രക്രിയ തടവുകാരെ തമ്മിലോ ഗ്രൂപ്പുകളെ തമ്മിലോ ഏറ്റുമുട്ടിക്കുവാനുള്ള അടയാളമാണ്. ഒരാൾക്ക് രക്ഷപ്പെ ടുവാൻ ഒരു ഇരയെ അയാൾ തന്നെ നിർദ്ദേശിക്കേണ്ടതുണ്ടെന്ന് എല്ലാവർക്കും അറിയാമെങ്കിലും ഒരാളുടെ പേരിനൊപ്പം അയാളുടെ സുഹൃത്തിന്റെ പേരും വെട്ടിയിട്ടുണ്ടാകുമെന്നതാണ് പ്രശ്നം ഗുരുത രമാക്കുന്നത്.

ഓരോ വാഹനത്തിലും നിശ്ചിത എണ്ണം തടവുകാരെ കൊണ്ടു പോകും. ആ നിമിഷം മുതൽ ആരെന്നു തിരിച്ചറിയുവാൻ കഴിയാത്ത വിധം ഓരോരുത്തരും ഓരോ നമ്പർ മാത്രമായിരിക്കും. അവരെ പ്രവേശിപ്പിക്കുന്ന സമയത്ത് (കുറഞ്ഞ പക്ഷം ഔഷ്വിറ്റ്സിലെങ്കിലും) കൈവശമുള്ള സാധനങ്ങളോടൊപ്പം എല്ലാ രേഖകളും എടുത്തു മാറ്റി യിരിക്കും. അതിനാൽ ഓരോ തടവുകാരനും അവൻ ആഗ്രഹിക്കുന്ന പേരും ഇഷ്ടമുള്ള ഏതു തൊഴിലും സ്വന്തമാക്കാൻ അവസരമുണ്ടാ യിരിക്കും. പല കാരണങ്ങളാലും വളരെയധികം തടവുകാർ ഇതു ചെയ്തിരുന്നു. അധികാരികൾ തടവുകാരുടെ നമ്പറുകൾ മാത്രമേ ശ്രദ്ധിച്ചിരുന്നുള്ളൂ. ഈ നമ്പർ പലപ്പോഴും ഓരോരുത്തരുടെയും ദേഹത്തു പച്ച കുത്തിയതാകാം. ചിലർക്ക് പാന്റ്സിലോ കോട്ടിലോ ജാക്കറ്റിലോ ഒരു ഭാഗത്ത് തുന്നിച്ചേർത്തതുമാകാം. ഒരു തടവുകാര നെതിരെ ഗാർഡിന് ഒരു കുറ്റം ചുമത്തണമെങ്കിൽ ഈ നമ്പറിൽ നോക്കും. അതൊരു ഭയപ്പെടുത്തുന്ന നോട്ടമായിരിക്കും. അയാൾ ഒരിക്കലും തടവുകാരന്റെ പേരു ചോദിക്കുകയില്ല.

പുറപ്പെടുന്ന അകമ്പടി വാഹനത്തിലേയ്ക്ക് കയറുമ്പോൾ ധാർമ്മി കതയോ നീതിബോധമോ പരിഗണിക്കുവാൻ സമയമോ ആഗ്രഹം പോലുമോ ഉണ്ടായിരുന്നില്ല. ഓരോ മനുഷ്യജീവിയെയും ഒരൊറ്റ ചിന്തയാണ് നിയന്ത്രിച്ചിരുന്നത്. അയാളെ കാത്തിരിക്കുന്ന കുടുംബ ത്തിനു വേണ്ടി ജീവൻ നിലനിർത്തുക, സുഹൃത്തുക്കളെ രക്ഷിക്കുക. അതിനാൽ വാഹനത്തിലെ സ്വന്തം ഇരിപ്പിടത്തിലേയ്ക്ക് അയാൾ മറ്റൊരു തടവുകാരനെ അല്ലെങ്കിൽ മറ്റൊരു നമ്പറിനെ അല്പം പോലും മടി കൂടാതെ ഏർപ്പാടു ചെയ്യും.

ഞാൻ നേരത്തേ സൂചിപ്പിച്ചതു പോലെ പ്രമാണിമാരെ തിര ഞ്ഞെടുത്തിരുന്ന രീതി ഭയാനകമായിരുന്നു. അപൂർവ്വമായി ചില അപവാദങ്ങൾ ഉണ്ടായിരുന്നെങ്കിലും ഏറ്റവും ക്രൂരന്മാരെയാണ് ഈ ജോലിക്കായി തിരഞ്ഞെടുത്തിരുന്നത്. എസ്.എസ്. ഗാർഡുകളുടെ തിരഞ്ഞെടുപ്പ് കൂടാതെ മുഴുവൻ സമയം നീളുന്ന ഒരു സ്വയം തിര ഞ്ഞെടുപ്പ് രീതിയും നടപ്പിലുണ്ടായിരുന്നു. ഒരു ക്യാംപിൽ നിന്നും മറ്റൊരു ക്യാംപിലേയ്ക്ക് തുടർച്ചയായി നീങ്ങിക്കൊണ്ടിരിക്കെ ജീവൻ നിലനിർത്തുവാനുള്ള നിരന്തര പോരാട്ടത്തിനിടയിൽ മനസ്സാക്ഷി പോലും നഷ്ടപ്പെട്ട ഈ തടവുകാർക്കു മാത്രമേ മരണത്തിൽ നിന്നു രക്ഷ നേടുവാൻ കഴിഞ്ഞിരുന്നുള്ളൂ. സത്യസന്ധതയോ കളവോ

മോഷണമോ ഏതു തരം ക്രൂരതയോ, എന്നുവേണ്ട ആത്മസുഹൃത്തിനെ ഒറ്റിക്കൊടുത്തു കൊണ്ടു പോലും അവർ സ്വജീവൻ സംരക്ഷിച്ചു. ഭാഗ്യമെന്നോ മഹാത്ഭുതമെന്നോ—നിങ്ങളതിനെ എന്തു പേരിട്ടു വിളിച്ചാലും, ഒരു കാര്യം മാത്രം ഞങ്ങൾക്കറിയാം : ഞങ്ങളിൽ അധികം പേരും മടങ്ങിവന്നില്ല.

കോൺസെൻട്രേഷൻ ക്യാംപുകളെക്കുറിച്ചുള്ള ധാരാളം വസ്തുതകൾ ഇതിനകം രേഖകളാക്കിയിട്ടുണ്ട്. എന്നാലിവിടെ വസ്തുതകൾക്ക് പ്രാധാന്യമുണ്ടാകണമെങ്കിൽ അവയൊരു മനുഷ്യന്റെ അനുഭവങ്ങളായിരിക്കണം. ഇത്തരം അനുഭവങ്ങളുടെ കൃത്യതയാണ് തുടർന്നു വരുന്ന ഈ ലേഖനത്തിൽ വിശദീകരിക്കുവാൻ ശ്രമിക്കുന്നത്. ക്യാംപിൽ ഒപ്പമുണ്ടായിരുന്നവരുടെ അനുഭവങ്ങളും വർത്തമാനകാലത്തെ അറിവിന്റെ വെളിച്ചത്തിൽ വിവരിക്കുവാൻ ശ്രമിക്കുന്നുണ്ട്. ഒരിക്കലും അകത്തു കയറിയിട്ടില്ലാത്തവർക്ക് കോൺസെൻട്രേഷൻ ക്യാംപുകളിൽ നിന്ന് പുറത്തു വന്നവരുടെ അനുഭവങ്ങൾ മനസ്സിലാക്കുവാനും തിരിച്ചറിയുവാനും ഈ വിവരണം സഹായകമായേക്കും. വളരെ ചെറിയ ശതമാനം തടവുകാർ ഇപ്പോഴുമെങ്ങനെ ജീവിക്കുവാൻ പാടുപെടുന്നുവെന്നും തിരിച്ചറിയുവാൻ ഇതിലൂടെ കഴിയും. ഈ മുൻതടവുകാർ പലപ്പോഴും ഇങ്ങനെ പ്രതികരിക്കും, "അന്നത്തെ അനുഭവങ്ങളെക്കുറിച്ചു പറയുവാൻ ഞങ്ങൾക്കു താൽപ്പര്യമില്ല. അകത്തുണ്ടായിരുന്നവർക്ക് ഒരു വിവരണം ആവശ്യമില്ല, പീഡന കാലത്ത് ഞങ്ങൾക്ക് എന്തു തോന്നിയെന്നോ ഇപ്പോൾ എന്തു തോന്നുന്നുവെന്നോ മറ്റുള്ളവർക്ക് ഒരിക്കലും മനസ്സിലാവുകയുമില്ല."

ഒരു രീതിശാസ്ത്രത്തിലൂടെ ഈ വിഷയം അവതരിപ്പിക്കുക ശ്രമകരമാണ്. കാരണം, മനഃശാസ്ത്രം അവതരിപ്പിക്കുവാൻ ശാസ്ത്രീയമായ ഒരുതരം വിട്ടുതൽ അനിവാര്യമാണ്. ഒരു തടവുകാരൻ തന്നെയാണ് ഇവിടെ നിരീക്ഷകനെങ്കിൽ, അനിവാര്യമായ ഈ വിട്ടുതൽ അയാളിൽ പ്രതീക്ഷിക്കാമോ? ഈ വൈരാഗ്യം അന്യനായ ഒരാൾക്ക് അനുവദിക്കാം. പക്ഷെ, അയാൾ യഥാർത്ഥ മൂല്യമുള്ള പ്രസ്താവന നടത്തുവാൻ കഴിയാത്ത വിധം അകലെയാണ്. അതിനുള്ളിൽ കഴിഞ്ഞയാൾക്കു മാത്രമേ ഇതു നന്നായറിയൂ. അയാളുടെ വിധിപ്രസ്താവനകൾ വസ്തുനിഷ്ഠമായിരിക്കില്ല. അയാളുടെ വിലയി

രുത്തലുകൾ കൃത്യമായ അനുപാതങ്ങളിൽ ആയിരിക്കില്ല. ഇത് അത്യന്താപേക്ഷിതമാണ്. വ്യക്തിപരമായ പക്ഷപാതം ഒഴിവാക്കുവാൻ ഒരു ശ്രമം അനിവാര്യമാണ്. അതിലാണ് ഇത്തരമൊരു പുസ്തകത്തിന്റെ യഥാർത്ഥ വിഷമസന്ധി. ചില സന്ദർഭങ്ങളിൽ തീർത്തും ദൃഢബദ്ധമായ അനുഭവങ്ങൾ തുറന്നു പറയേണ്ടുന്നത് അനിവാര്യമായിത്തീരും. പേരു വെളിപ്പെടുത്താതെ, എന്റെ തടവിലെ നമ്പർ മാത്രം വച്ച് ഈ പുസ്തകം പ്രസിദ്ധീകരിക്കുവാനാണ് ഞാൻ ഉദ്ദേശിച്ചത്. പക്ഷെ, കൈയ്യെഴുത്ത് പ്രതി പൂർത്തിയാക്കിയപ്പോൾ ഒരു കാര്യം എനിക്കു ബോധ്യമായി, രചയിതാവിന്റെ പേരില്ലെങ്കിൽ പുസ്തകത്തിന്റെ മൂല്യം പകുതിയാവും. ആയതിനാൽ എന്റെ ബോധ്യങ്ങൾ തുറന്നു പറയുവാനുള്ള ധൈര്യം ഞാൻ പ്രകടിപ്പിക്കേണ്ടതുണ്ട്. ഇതു നിമിത്തം തീവ്രമായ പ്രകടനപരതയിൽ അശ്ലേഷം താല്പര്യമില്ലെങ്കിലും ചില ഖണ്ഡികകൾ നീക്കം ചെയ്യുന്നതിൽ നിന്നു ഞാൻ പിന്മാറി.

ഈ പുസ്തകത്തിലെ ഉള്ളടക്കം കാച്ചിക്കുറുക്കി സിദ്ധാന്തമാക്കിയെടുക്കുന്ന ജോലി ഞാൻ മറ്റുള്ളവർക്കു വിട്ടു കൊടുക്കുന്നു. അത് തടവറയിലെ ജീവിതത്തിന്റെ മനഃശാസ്ത്രത്തിന് ഒരു വലിയ സംഭാവനയായിരിക്കും. ഒന്നാം ലോക മഹായുദ്ധത്തിനു ശേഷം ഈ വിഷയത്തെക്കുറിച്ച് അന്വേഷണം നടന്നിട്ടുണ്ട്. ഇതിലൂടെ 'ബാർബ്ഡ് വയർ സിക്ക്നെസ്സ്' എന്ന രോഗലക്ഷണം ഞങ്ങൾക്ക് പരിചയമായി. "ഒരു വലിയ കൂട്ടം ആളുകളുടെ 'മനോരോഗ ലക്ഷണ ശാസ്ത്രം' സംബന്ധിച്ച ഞങ്ങളുടെ അറിവിന്റെ മേഖല വിപുലപ്പെടുത്തിയതിന് രണ്ടാം ലോകമഹായുദ്ധത്തോട് ഞങ്ങൾ കടപ്പെട്ടിരിക്കുന്നു." പ്രശസ്തമായ ഒരു പ്രയോഗത്തിന്റെ പരിവർത്തിത രൂപവും ലേബോണിന്റെ പുസ്തകത്തിന്റെ പേരും ഇവിടെ ഞാൻ ഉദ്ധരിക്കാം. "എന്തെന്നാൽ യുദ്ധം ഞങ്ങൾക്ക് നാഡീഞരമ്പുകളുടെ യുദ്ധവും തടങ്കൽപ്പാളയങ്ങളും സമ്മാനിച്ചു."

ഈ കഥ, ഒരു സാധാരണ തടവുകാരൻ എന്ന നിലയിലെ എന്റെ സ്വന്തം അനുഭവം ആയതിനാൽ, അഹന്തയോ അഹങ്കാരമോ കൂടാതെ ഒരു കാര്യം ഞാൻ പറയാം. അവിടെ ഞാൻ ഒരു മനഃശാസ്ത്രജ്ഞന്റെ തൊഴിൽ ചെയ്യുകയായിരുന്നില്ല. അവസാനത്തെ ഏതാനും ആഴ്ചകൾ ഒഴികെ ഞാനവിടെ ഒരു ഡോക്ടർ പോലുമായിരുന്നില്ല. എന്നാൽ, എന്റെ ചില സഹപ്രവർത്തകർക്ക്

വേണ്ടത്ര നെരിപ്പോട് സൗകര്യങ്ങളില്ലാത്ത ഫസ്റ്റ് എയ്ഡ് പോസ്റ്റുകളിൽ പാഴ്ക്കടലാസുപയോഗിച്ച് ബാന്റേജുകളുണ്ടാക്കുന്ന തൊഴിൽ ചെയ്യുവാൻ ഭാഗ്യമുണ്ടായി. ഞാനാവട്ടെ വെറും 119-104 എന്ന നമ്പർ മാത്രമായിരുന്നു. കൂടുതൽ സമയവും ഞാൻ റെയിൽവേ പാളങ്ങൾ കുഴി വെട്ടി ഉറപ്പിക്കുകയായിരുന്നു. പിന്നീടൊരിക്കൽ സഹായികളൊന്നുമില്ലാതെ റോഡിനടിയിൽ ഒരു ടണൽ കുഴിക്കുന്ന പണിയായിരുന്നു എനിക്കു കിട്ടിയത്. ഈ വീരകൃത്യങ്ങൾക്ക് പ്രതിഫലമില്ലാതിരുന്നില്ല. 1944-ലെ ക്രിസ്തുമസ്സിനു തൊട്ടുമുൻപ് എനിക്ക് കുറച്ചു സമ്മാനക്കൂപ്പണുകൾ ലഭിച്ചു. ഒരു നിർമ്മാണ കംപനിക്ക് ഞങ്ങളെ അടിമകളായി വിറ്റിരുന്നു. അവരാണ് ഈ സമ്മാനങ്ങൾ നൽകിയത്. ഈ കംപനി ഓരോ തടവുകാർക്കും ഒരു ദിവസത്തേയ്ക്ക് നിശ്ചിത തുക വാടകയായി ക്യാംപ് അധികൃതർക്ക് കൊടുത്തിരുന്നു. ഈ കൂപ്പണുകൾക്കായി കംപനി അൻപതു ഫെനിഗ്സ് ചെലവാക്കേണ്ടിയിരുന്നു. ഇതിലോരോന്നും ആറു സിഗരറ്റുകൾക്ക് തികയുമായിരുന്നുവെങ്കിലും പലപ്പോഴും ആഴ്ചകൾക്കുള്ളിൽ ഇവയുടെ കാലാവധി കഴിഞ്ഞു പോകുമായിരുന്നു. ഒരിക്കൽ ഞാൻ പന്ത്രണ്ടു സിഗരറ്റിനുള്ള കൂപ്പണുകളുടെ വരെ ഉടമയായിട്ടുണ്ട്. ഈ സിഗരറ്റുകൾ പന്ത്രണ്ട് സൂപ്പുമായി കൈമാറുവാൻ കഴിഞ്ഞിരുന്നുവെന്നതാണ് അതിനേക്കാൾ പ്രാധാന്യമുണ്ടായിരുന്ന ഒരു കാര്യം. പന്ത്രണ്ട് സൂപ്പ് എന്നാൽ വിശപ്പിൽ നിന്ന് വലിയ ആശ്വാസമായിരുന്നു.

സിഗരറ്റു വലിക്കുന്നത് പ്രമാണികൾക്ക് മാത്രം നീക്കി വച്ചിരുന്ന ഒരു വിശേഷ അവകാശമായിരുന്നു. പ്രമാണിമാർക്ക് അവരുടെ കൂപ്പണുകളുടെ ആഴ്ച വിഹിതമുണ്ടായിരുന്നു. അതുമല്ലെങ്കിൽ, വെയർ ഹൗസിലോ വർക്ക്ഷോപ്പിലോ ഫോർമാനായി ജോലി ചെയ്തിരുന്ന തടവുകാർക്ക് അപകടകരമായ ഏതെങ്കിലും ജോലികൾ ചെയ്തതിനു പകരമായി ലഭിക്കുന്ന സിഗരറ്റുകൾ. ഇവയെല്ലാം അപവാദമായി ആകെയുണ്ടായിരുന്നത് ജീവിക്കാനുള്ള ഇച്ഛാശക്തി നഷ്ടപ്പെട്ട തടവുകാരാണ്. അവർ തങ്ങളുടെ അവസാന ദിവസങ്ങൾ ആസ്വദിക്കാൻ ശ്രമിക്കുന്നവരായിരുന്നു. അങ്ങനെയൊരു സഹതടവുകാരൻ സ്വന്തം വിഹിതമായ സിഗരറ്റ് വലിക്കുന്നതു കണ്ടാൽ ഉറപ്പിക്കാം, മുന്നോട്ടു പോകുവാൻ തനിക്കുള്ള കരുത്തിലെ വിശ്വാസം അയാൾ ഉപേക്ഷിച്ചിരിക്കുന്നു. ഒരിക്കൽ അത് നഷ്ടപ്പെടുത്തിയാൽ തുടർന്നു ജീവിക്കുവാനുള്ള ഇച്ഛാശക്തി തിരിച്ചു പിടിക്കുക എളുപ്പമായിരുന്നില്ല.

നിരവധി തടവുകാരെ നിരീക്ഷിച്ചപ്പോൾ ലഭിച്ച വിവരങ്ങളുടെ വൻ ശേഖരം പരിശോധിക്കുമ്പോൾ, സഹതടവുകാർക്ക് ക്യാംപ് ജീവിതത്തോടുള്ള അവരുടെ മാനസിക പ്രതിഫലനങ്ങളിൽ മൂന്നു ഘട്ടങ്ങൾ സ്ഫുടതയോടെ തെളിഞ്ഞു വന്നു :

1) അവരെ ക്യാംപിലേയ്ക്കെത്തിച്ചതിനെ തുടർന്നുള്ള ഘട്ടം,
2) ക്യാംപിലെ പതിവു ചിട്ടകളിലേയ്ക്ക് അവർ പൂർണ്ണമായും സ്വയം കീഴടങ്ങിയ ഘട്ടം,
3) അവർ സ്വതന്ത്രരായി മോചിപ്പിക്കപ്പെട്ടതിനെ തുടർന്നുള്ള ഘട്ടം.

ആദ്യഘട്ടത്തിലെ ലക്ഷണം നടുക്കമായിരുന്നു. ചില തടവുകാരിൽ ഈ നടുക്കം ഔദ്യോഗിക നടപടികളിൽത്തന്നെ മുൻകൂറായി പ്രകടമായിരുന്നു. ഇതിൽ കൂടുതൽ വ്യക്തതയ്ക്കായി എന്റെ തന്നെ പ്രവേശന ഘട്ടം ഉദാഹരിക്കാം.

ആയിരത്തി അഞ്ഞൂറോളം തടവുകാർ അനേകം രാത്രികളും പകലുകളും ഒരു തീവണ്ടിയിൽ യാത്ര ചെയ്തിരുന്നു. ഓരോ കോച്ചിലും എൺപതു പേർ വീതമുണ്ടായിരുന്നു. എല്ലാവർക്കും സ്വന്തമായുള്ള ഏതാനും ശേഷിപ്പുകൾ നിറച്ച അവരുടെ ബാഗുകളുടെയും പെട്ടികളുടെയും മുകളിൽ കിടക്കേണ്ടിയിരുന്നു. കംപാർട്ട്മെന്റുകൾ മനുഷ്യരെക്കൊണ്ട് കുത്തിനിറച്ചിരുന്നതിനാൽ സൂര്യോദയത്തിന്റെ നരച്ച വെളിച്ചത്തിനു കടന്നു വരാൻ ജനലുകൾക്ക് മുകളിൽ ഇത്തിരി സ്ഥലം മാത്രമേ അവശേഷിച്ചിരുന്നുള്ളൂ. എവിടെയോ ഉള്ള വെടിക്കോപ്പ് നിർമ്മാണ ഫാക്ടറിയിൽ നിർബന്ധിത തൊഴിലിനു കൊണ്ടുപോവുകയാണെന്ന് ഞങ്ങളിൽ ഓരോരുത്തരും പ്രതീക്ഷിച്ചു. ഞങ്ങൾ അപ്പോഴും സൈലീസിയയിൽത്തന്നെ ആയിരുന്നോ അഥവാ അതിനകം പോളണ്ടിൽ എത്തിയോ എന്നുപോലും ഞങ്ങൾക്കറിയില്ലായിരുന്നു. നിത്യനരകത്തിലേക്കുള്ള യാത്രയിൽ ഇത്തിരി ദയയ്ക്കായി യാചിച്ചുകൊണ്ടുള്ള ആർത്തനാദം പോലെ എഞ്ചിന്റെ ചൂളം വിളി തോന്നിച്ചു.

താമസിയാതെ ഒരു പ്രധാന സ്റ്റേഷനിൽ വണ്ടി നിന്നു. ഉടൻ തന്നെ ദുർബ്ബലചിത്തരായ യാത്രക്കാരുടെ തൊണ്ടകളിൽ നിന്ന് ഒരുമിച്ചൊരു നിലവിളി ഉയർന്നു. "അതാ ഔഷ്വിറ്റ്സിന്റെ ഒരു ബോർഡ്". അപ്പോൾ ഏതാനും സെക്കന്റുകളിൽ ഓരോരുത്തരുടെയും ഹൃദ

യമിടിപ്പ് നിന്നു പോയി. ഗ്യാസ് ചേംബറുകൾ, ചുടലപ്പറമ്പുകൾ, കൂട്ടക്കുരുതികൾ എന്നീ ഭീകരതകൾക്കെല്ലാം സൂചകമായി ഔഷ്വിറ്റ്സ് എന്ന ഒരേയൊരു വാക്ക് മാത്രം മതിയായിരുന്നു. തികഞ്ഞ മടിയോടെ, നിരങ്ങിക്കൊണ്ട്, ആ ബീഭത്സത ഒരു യാഥാർത്ഥ്യമാണെന്ന് പരമാവധി സമയമെടുത്ത് ബോധ്യപ്പെടുത്തുവാനെന്നോണം വണ്ടി ചെറുതായി ഇളകി നീങ്ങി. ഔഷ്വിറ്റ്സ്!

പകൽ തെളിഞ്ഞു വരുമ്പോൾ തടവുകാരാൽ തിങ്ങി നിറഞ്ഞ ഒരു ക്യാംപിന്റെ രൂപം അധികം അകലെയല്ലാതെ തെളിഞ്ഞു വന്നു. പല വരികളുള്ള നെടുനീളൻ മുള്ളുകമ്പിവേലികളും നിരീക്ഷണ ടവറുകളും സെർച്ച്-ലൈറ്റുകളും അരികിലായി പ്രത്യക്ഷപ്പെട്ടു. ജീർണ്ണ വസ്ത്രങ്ങളണിഞ്ഞ തൂണുകൾ പോലെ നീണ്ട മനുഷ്യരൂപങ്ങൾ, നരച്ച സൂര്യോദയത്തിന്റെ അതിലും നരച്ച പ്രഭാതം, ശൂന്യത നിറഞ്ഞ, ലക്ഷ്യം നിശ്ചയമില്ലാതെ നീണ്ട പെരുവഴിയിലൂടെയുള്ള നടത്തം. അകലെ നിന്ന് ഒറ്റപ്പെട്ട വിസിൽ ശബ്ദങ്ങളും പട്ടാളമേധാവികളുടെ അലർച്ചകളും കേൾക്കുന്നുണ്ട്. അവയുടെ അർത്ഥമെന്തെന്ന് ഞങ്ങൾക്ക് വ്യക്തമായിരുന്നില്ല. തൂക്കുമരങ്ങളും അതിൽ തൂങ്ങിയാടുന്ന മനുഷ്യ ശരീരങ്ങളും സങ്കല്പിച്ച് ഞാൻ ഭയത്താൽ വിറച്ചു. വാക്കുകളിൽ ഒതുങ്ങാത്ത ഭീകരതയും ഭയവും നിറഞ്ഞ ഈ യാഥാർത്ഥ്യവുമായി ഞങ്ങൾക്ക് പരിചയിക്കേണ്ടിയിരുന്നു.

അങ്ങനെ ഞങ്ങൾ സ്റ്റേഷനിലേയ്ക്കു നീങ്ങി. ആദ്യത്തെ നിശ്ശബ്ദത ഭേദിച്ചുകൊണ്ട് മേധാവികളുടെ ആജ്ഞകളും അലർച്ചകളും അപ്പോൾ തെളിഞ്ഞു കേൾക്കാമായിരുന്നു. പിന്നീട് എല്ലാ ക്യാംപുകളിൽ നിന്നും പരുഷവും ചിലമ്പിച്ചതുമായ ശബ്ദങ്ങൾ ആവർത്തിച്ചു ഞങ്ങൾ കേട്ടു തുടങ്ങി. അത് ഇരകളുടെ അവസാന നിലവിളി പോലെയായിരുന്നു. കൊല ചെയ്യപ്പെടുന്ന മനുഷ്യന്റെ തൊണ്ടയിൽ നിന്നു വരുന്നതു പോലെ, എന്തോ രാകുന്ന തരം ഇരമ്പലായിരുന്നു ആ രോദനങ്ങൾക്ക്. എന്നിരുന്നാലും ഓരോ നിലവിളിയും വ്യത്യസ്തമായിരുന്നു. വണ്ടിയുടെ വാതിലുകൾ മലർക്കെ തുറക്കപ്പെട്ടു. തടവുകാരുടെ ഒരു ചെറിയ സംഘം അകത്തേയ്ക്കിരച്ചു കയറി. അവർ വരയുള്ള യൂണിഫോം ആയിരുന്നു ധരിച്ചിരുന്നത്. അവരുടെ തല പൂർണ്ണമായും മുണ്ഡനം ചെയ്തതായിരുന്നു. പക്ഷെ, നന്നായി ഭക്ഷണം ലഭിച്ചതിന്റെ തെളിവുകൾ അവരുടെ ശരീരത്തിൽ പ്രകടമായിരുന്നു. അവരെല്ലാം യൂറോപ്യൻ ഭാഷകളാണ് സംസാരിച്ചിരുന്നത്. അതിൽ

സാഹചര്യത്തിന് അനുചിതവും വികലവും എന്നു തോന്നും വിധം കുറെയൊക്കെ നർമ്മവുമുണ്ടായിരുന്നു. മുങ്ങിച്ചാവുന്ന മനുഷ്യൻ ഒരു വൈക്കോൽത്തുണ്ടിനെ ആശ്രയിക്കുന്നതു പോലെ എന്റെ ജന്മനാലുള്ള പ്രത്യാശ പ്രവർത്തിച്ചു. എന്റെ ചിന്തകൾ അതിൽ തൂങ്ങി നിന്നു (ഏറ്റവും നിരാശാജനകമായ സാഹചര്യങ്ങളിൽപ്പോലും എന്റെ വികാരങ്ങളെ ഇത്തരം ചിന്തകൾ നിയന്ത്രിച്ചിരുന്നു). ഈ തടവുകാർ സന്തോഷവാന്മാരാണല്ലോ. അവർ എത്ര ഉത്സാഹത്തോടെയാണ് നീങ്ങുന്നത്. അവർ തമാശകൾ പറഞ്ഞു പൊട്ടിച്ചിരിക്കുന്നുമുണ്ട്. ഒരു പക്ഷെ എനിക്കും ഇവരുടെ സന്തോഷത്തിന്റെ പങ്ക് ലഭിച്ചേക്കാം.

'മതിഭ്രമത്തിൽ വിശ്രാന്തി കണ്ടെത്തുക' എന്നറിയപ്പെടുന്ന രോഗാവസ്ഥയെക്കുറിച്ച് മനശാസ്ത്രം പ്രതിപാദിക്കുന്നുണ്ട്. വധശിക്ഷയ്ക്കു വിധിക്കപ്പെട്ട ഒരാൾ ശിക്ഷ നടപ്പാക്കുന്നതിനു തൊട്ടുമുൻപുള്ള നിമിഷം തന്റെ ശിക്ഷ റദ്ദാക്കുമെന്ന മതിഭ്രമത്തിലാകാറുണ്ട്. എല്ലാ പ്രതിസന്ധി ഘട്ടങ്ങളിലും അവസാനം കാര്യങ്ങൾ കലങ്ങിത്തെളിയുമെന്ന നുറുങ്ങു പ്രത്യാശ നമ്മളും കൈവിടാറില്ലല്ലോ. അവരുടെ തുടുത്തു ചുവന്ന കവിളുകളും പ്രസന്നമായ മുഖങ്ങളും എനിക്ക് വലിയ തോതിൽ ധൈര്യം പകർന്നു. എന്നാൽ, പുതുതായെത്തുന്ന തടവുകാരെ സ്വീകരിക്കുവാൻ ഒരു പ്രത്യേക പ്രമാണി വർഗ്ഗത്തെ ഒരുക്കിയിരുന്ന വിവരം ഞങ്ങൾ അറിഞ്ഞിരുന്നില്ല. അവർ ദിവസേന ആഗമന കേന്ദ്രങ്ങളിലെത്തിയിരുന്നു. പുതുതായി എത്തിയിരുന്ന തടവുകാരെ കൂടാതെ അവരുടെ സാധന സാമഗ്രികളും അപൂർവ്വ വസ്തുക്കളും അതോടൊപ്പം ഒളിച്ചു കടത്തിയിരുന്ന ആഭരണങ്ങളും ഇവരാണ് ഏറ്റെടുത്തിരുന്നത്. യുദ്ധത്തിന്റെ അവസാന വർഷങ്ങളിൽ യൂറോപ്പിലെ ഒരു വിചിത്ര സ്ഥലമായിരുന്നിരിക്കണം ഈ ഔഷ്വിറ്റ്സ്. ക്യാംപുകളിലെ വൻ സ്റ്റോറുകളിൽ മാത്രമല്ല, എസ്. എസ്. ഗാർഡുകളുടെ കൈവശവും സ്വർണ്ണം, വെള്ളി, പ്ലാറ്റിനം, ഡയമണ്ട് എന്നിവയുടെ ഒരു നിധി തന്നെയുണ്ടായിരുന്നിരിക്കണം.

ഒരുപക്ഷെ, പരമാവധി ഇരുന്നൂറ് പേരെ ഉൾക്കൊള്ളിക്കാവുന്ന ഒരു ഷെഡ്ഡിൽ ആയിരത്തി അഞ്ഞൂറ് പേർ കഴിഞ്ഞു കൂടിയിരുന്നു. ഞങ്ങൾ തണുത്തു വിറച്ചും വിശന്നും അവശരായിക്കഴിഞ്ഞിരുന്നു. വെറുതെ കിടക്കുന്നതിനോ ഒന്നു കുത്തിയിരിക്കുന്നതിനോ പോലും അതിനുള്ളിൽ സ്ഥലം തികഞ്ഞിരുന്നില്ല. അഞ്ച് ഔൺസിന്റെ ഒരു കഷണം റൊട്ടി മാത്രമായിരുന്നു നാല് ദിവസത്തേയ്ക്കുള്ള ഞങ്ങളുടെ ആഹാരം.

എന്നിരുന്നാലും, പ്ലാറ്റിനവും വൈരക്കല്ലും കൊണ്ടു നിർമ്മിച്ച ഒരു ഹെയർപ്പിന്നിനു വേണ്ടി ക്യാംപിലെ മുതിർന്ന മേധാവിയും തടവുകാരെ സ്വീകരിക്കുന്ന പ്രമാണിക്കൂട്ടത്തിലെ ഒരംഗവും തമ്മിൽ വിലപേശുന്നത് ഞാൻ കേട്ടിരുന്നു. ഇങ്ങനെ ലഭിച്ചിരുന്ന ലാഭത്തി ലധികവും ഷ്നാപ്സ് എന്ന മദ്യത്തിനു വേണ്ടി അവർ കൈമാറിയിരുന്നു. 'സുഖാസക്തമായ' ഒരു രാത്രി ആഘോഷിക്കുവാൻ ആവശ്യമായ അളവിൽ 'ഷ്നാപ്സ്' വാങ്ങുവാൻ എത്രയായിരം മാർക്ക് ചെലവഴി ച്ചിട്ടുണ്ടാകുമെന്ന് എനിക്കിപ്പോൾ ഓർത്തെടുക്കുവാൻ കഴിയുന്നില്ല. പക്ഷെ ഒന്നെനിക്കറിയാം, ദീർഘകാല തടവുകാരായിരുന്ന അവർക്ക്'ഷ്നാപ്സ്' ആവശ്യമായിരുന്നു. ആ അവസ്ഥകളിൽ അവർ മദ്യത്തിൽ മയങ്ങിക്കിടക്കുന്നതിനെ ആർക്കാണ് കുറ്റപ്പെടുത്തുവാൻ കഴിയുക? എസ്.എസ്. ഗാർഡുകൾ അളവു നോക്കാതെ മദ്യം നൽ കിയിരുന്ന മറ്റൊരു കൂട്ടം തടവുകാരുണ്ടായിരുന്നു. ഗ്യാസ് ചേംബ റുകളിലും ചുടലപ്പറമ്പുകളിലും ജോലി ചെയ്തിരുന്നവരായിരുന്നു ഇവർ. പുതിയ ഷിഫ്റ്റുകാരെ കൊണ്ടു വരുമ്പോൾ ഈ ജോലിയിൽ നിന്നു തങ്ങൾക്കൊരു ദിവസം വിടുതൽ ലഭിക്കുമെന്ന് ഇവർക്കറിയാമാ യിരുന്നു. അന്ന് നിർബന്ധിത ആരാച്ചാർമാർ എന്ന ഈ ജോലി ഉപേക്ഷിച്ച് സ്വയം ഇരകളാകേണ്ടവരാണ് തങ്ങൾ എന്നും അവർ ക്കറിയാമായിരുന്നു.

ഞങ്ങളുടെ വണ്ടിയിലുണ്ടായിരുന്നവരിൽ ഏതാണ്ടെല്ലാവരും തന്നെ ഒരു ദിവസം മോചിപ്പിക്കപ്പെടുമെന്നും എല്ലാ പ്രശ്നങ്ങളും നന്നായി അവസാനിക്കുമെന്നും പ്രത്യാശിച്ചിരുന്നു. കാത്തിരിക്കു ന്നതെന്തെല്ലാമാണെന്നു മാത്രം ആദ്യ ദിവസങ്ങളിൽ ഞങ്ങൾ അറിഞ്ഞിരുന്നില്ല. പെട്ടികളും ബാഗുകളും തീവണ്ടിയിൽത്തന്നെ വച്ചശേഷം, സ്ത്രീകളോടും പുരുഷന്മാരോടും രണ്ടു വ്യത്യസ്ത വരികളായി ഒരു മുതിർന്ന എസ്.എസ്. ഗാർഡിനു മുന്നിൽ നിൽക്കുവാൻ ആവശ്യ പ്പെട്ടു. അപ്രതീക്ഷിതമായി തോന്നിയ ധൈര്യത്തിന്റെ ബലത്തിൽ എന്റെ ബാഗ് ആരും കാണാത്ത വിധം ഞാൻ കോട്ടിനുള്ളിലേയ്ക്ക് തിരുകി വച്ചു. ഞാൻ നിന്നിരുന്ന വരി ഓഫീസറുടെ മുന്നിലൂടെ നീങ്ങിക്കൊണ്ടിരുന്നു. എന്റെ കോട്ടിനുള്ളിലെ ബാഗ് അയാളുടെ കണ്ണിൽപ്പെടുന്നത് അപകടമാണെന്ന് എനിക്കറിയാമായിരുന്നു. ഏറ്റവും കുറഞ്ഞ ശിക്ഷയായി അയാളെന്നെ ഇടിച്ചു താഴെയിടുമെന്ന് ഉറപ്പായിരുന്നു. ഇത് മുൻ അനുഭവത്തിൽ നിന്ന് ഞാൻ മനസ്സിലാക്കി

യതാണ്. കോട്ടിനുള്ളിലെ ഭാരം അറിയാതിരിക്കുവാൻ അയാളുടെ അടുത്തെത്തും മുൻപ് ഞാൻ നിവർന്നു നിന്നു. ഒടുവിൽ ഞങ്ങൾ മുഖാമുഖമെത്തി. നല്ല ഉയരവും മെലിഞ്ഞ ശരീരവുമുള്ള അയാൾക്ക് പുള്ളികളില്ലാത്ത യൂണിഫോം നന്നായി ഇണങ്ങുന്നുണ്ടായിരുന്നു.

നീണ്ട യാത്രയ്ക്കു ശേഷം അഴുക്കും മെഴുക്കും നിറഞ്ഞ വേഷവുമായി നിൽക്കുന്ന ഞാനും അയാളും – എന്തൊരു വൈരുദ്ധ്യം! ഇടതു കൈകൊണ്ട് വലതു മുട്ടിനെ താങ്ങി നിന്നിരുന്ന അയാളുടെ മുഖത്ത് ഗൗരവം തളം കെട്ടി നിന്നു. അയാൾ വലതു കൈ ഉയർത്തി ചൂണ്ടുവിരൽ അലസമായി ഇടതും വലതുമായി നീട്ടിക്കൊണ്ടിരുന്നു. ആ വിരൽ നീങ്ങുന്നതിന്റെ അർത്ഥമെന്തെന്ന് ഞങ്ങളിൽ ഒരാൾക്കു പോലും ഊഹിക്കുവാൻ കഴിഞ്ഞിരുന്നില്ല. പക്ഷെ അത് കൂടുതലായും ഇടതു വശത്തേയ്ക്കായിരുന്നു ചൂണ്ടിയിരുന്നത്.

ഒടുവിൽ എന്റെ ഊഴമെത്തി. വലതു വശത്തേയ്ക്കെന്നാൽ പണിയെടുക്കുകയെന്നും, ഇടതു വശത്തേയ്ക്കെന്നാൽ രോഗിയും പണിയെടുക്കുവാൻ ത്രാണിയില്ലാത്തവർ എന്നുമാണ് സൂചിപ്പിക്കുന്നതെന്ന് ആരോ മന്ത്രിച്ചു. അവരെ ഒരു പ്രത്യേക ക്യാംപിലേക്കായിരിക്കും അയക്കുക. എന്റെ ബാഗിന്റെ ഭാരം എന്നെ ഒരൽപ്പം ഇടത്തോട്ട് ചായ്ച്ചു. എങ്കിലും, നേരെ നിൽക്കാൻ ഞാൻ പരിശ്രമിച്ചുകൊണ്ടിരുന്നു. കാര്യങ്ങൾ അതിന്റെ സമയത്ത് നടക്കട്ടെ എന്നു ചിന്തിച്ചുകൊണ്ട്, സംഭവിക്കുവാനുള്ള പലതിന്റെയും ആരംഭത്തിനായി കാത്തു നിന്നു. എസ്.എസ്. എന്റെ നേരെ നോക്കിയിട്ട് ഒരു നിമിഷം മടിച്ചു നിന്നു. പിന്നീട് ഇരുകൈകളും എന്റെ ഇരുതോളിലുമായി വച്ചു. ഞാൻ ക്ലേശരഹിതനായി നിൽക്കാൻ പാടുപെട്ടു. ഞാൻ വലതു വശത്തേയ്ക്ക് തിരിയുന്നതു വരെ അയാൾ എന്റെ തോളുകൾ സാവധാനം തിരിച്ചു. ഞാൻ വലതു വശത്തേയ്ക്ക് നടന്നു.

വിരൽ ചൂണ്ടിയുള്ള ഈ കളി മരണത്തിനും ജീവിതത്തിനും ഇടയിലുള്ള നിമിഷങ്ങളായിരുന്നു. ഞങ്ങളുടെ വണ്ടിയിലുണ്ടായിരുന്ന ഭൂരിപക്ഷം പേർക്കും, ഏതാണ്ട് തൊണ്ണൂറ് ശതമാനത്തിനും മരണമെന്നായിരുന്നു ഇതിനർത്ഥം. അടുത്ത ഏതാനും മണിക്കൂറുകൾക്കകം അവരുടെ വിധി പ്രസ്താവിക്കപ്പെട്ടും. ഇടതു വശത്തേയ്ക്ക് വരിയായി നീങ്ങിയവരെ സ്റ്റേഷനിൽ നിന്ന് ചുടലപ്പറമ്പിലേയ്ക്കായിരുന്നു കൊണ്ടുപോയത്. ഈ കെട്ടിടത്തിൽ പണിയെടുത്തിരുന്ന ഒരാൾ എന്നോട് പറഞ്ഞതു പ്രകാരം അവിടെ നിരവധി യൂറോപ്യൻ

ഭാഷകളിൽ 'കുളിമുറി' എന്നെഴുതിവച്ചിട്ടുണ്ട്. എല്ലാ തടവുകാരും അവിടെ പ്രവേശിക്കുന്ന സമയത്ത് ഒരു കഷണം സോപ്പ് കൈമാറിയിരുന്നു. തുടർന്നുള്ള സംഭവങ്ങളുടെ ഭീകരത മുൻപ് തന്നെ വിവരിച്ചിട്ടുള്ളവർ എന്നോട് കരുണ ചെയ്തവരാണെന്ന് ഞാൻ നന്ദിപൂർവ്വം ഓർക്കുന്നു.

ഞങ്ങളുടെ വണ്ടിയിൽ വന്നവരിൽ രക്ഷപ്പെട്ട ഒരു ന്യൂനപക്ഷം വൈകുന്നേരത്തോടെ സത്യം കണ്ടെത്തി. എന്റെ സുഹൃത്തും സഹപ്രവർത്തകനുമായിരുന്ന പി................ യെ എങ്ങോട്ടാണ് അയച്ചതെന്നു ഞാൻ ചോദിച്ചു.

"അയാളെ ഇടതുവശത്തേയ്ക്കാണോ അയച്ചത്?"

"അതേ" ഞാൻ പറഞ്ഞു.

"എങ്കിൽ നിങ്ങൾക്കയാളെ അവിടെ കാണാം." അയാൾ എന്നോട് പറഞ്ഞു.

"എവിടെ?"

അയാൾ ഒരു കൈ നൂറു വാരം അപ്പുറത്തുള്ള പുകക്കുഴൽ നിൽക്കുന്ന ഭാഗത്തേയ്ക്ക് ചൂണ്ടിക്കാണിച്ചു. അതിൽ നിന്നുയർന്നു പടർന്ന കറുത്ത പുക ഭാഗ്യഹീനയായ പോളണ്ടിന്റെ നരച്ച മേഘങ്ങളിൽ ലയിക്കുന്നുണ്ടായിരുന്നു.

"അവിടെയാണ് നിങ്ങളുടെ സുഹൃത്തുള്ളത്. സ്വർഗ്ഗത്തിലേയ്ക്ക് നീന്തിക്കയറുന്നു", ഇതായിരുന്നു മറുപടി. അയാൾ ലളിതമായ ഭാഷയിൽ പറയുന്നതു വരെ എനിക്കതു മനസ്സിലായിരുന്നില്ല. ഞാനിവിടെ ഓരോന്നും വിവരിക്കുന്നത് സംഭവക്രമങ്ങളുടെ വകതിരിവോടെയല്ല. മനഃശാസ്ത്രപരമായ കോണിൽ നിന്ന് പറയുകയാണെങ്കിൽ നേരം പുലർന്നപ്പോൾ സ്റ്റേഷനിലെത്തിയ സമയം മുതൽ ക്യാംപിലെ ആദ്യത്തെ രാത്രിയിലെ വിശ്രമം വരെ ഞങ്ങൾക്ക് ഒരുപാടൊരുപാട് ദൂരം സഞ്ചരിക്കേണ്ടതുണ്ടായിരുന്നു.

എസ്.എസ്. ഗാർഡുകളുടെ നിറതോക്കുകൾക്ക് മുന്നിലൂടെ, സ്റ്റേഷൻ മുതൽ വൈദ്യുതീകരിച്ച മുള്ളുവേലികൾക്കരികിലൂടെ, ക്യാംപ് കടന്ന് ശുചീകരണ കേന്ദ്രം വരെ ഞങ്ങളെ ഓടിക്കുകയായിരുന്നു. ആദ്യത്തെ തിരഞ്ഞെടുപ്പ് കടന്നവർക്ക് ഇതൊരു യഥാർത്ഥ കുളി തന്നെയായിരുന്നു. വീണ്ടും ഞങ്ങൾക്ക് "മതിഭ്രമത്തിൽ വിശ്രാന്തി" എന്ന അവസ്ഥ വന്നു ചേർന്നു. എസ്.എസ്. ഗാർഡുകൾ വളരെയധികം ആകർഷകത്വമുള്ളവരായിരുന്നു.

പെട്ടെന്ന് തന്നെ ഞങ്ങൾ ഒരു കാര്യം തിരിച്ചറിഞ്ഞു. ഞങ്ങളുടെ കൈയ്യിൽ വാച്ച് ഉള്ള കാലത്തോളം അവർ ഞങ്ങളോട് മാന്യമായി പെരുമാറും. എന്നിട്ട് മാന്യമായ സ്വരത്തിൽത്തന്നെ അതവർക്ക് കൈമാറുവാൻ പ്രേരിപ്പിക്കും. എന്തായാലും ഞങ്ങളുടെ എല്ലാ വസ്തുവകകളും അവർക്ക് കൈമാറേണ്ടവയല്ലേ? എന്തുകൊണ്ട് താരതമ്യേന മാന്യനായ അയാൾക്ക് ഒരു വാച്ച് കൂടി കൊടുത്തുകൂടാ? ഒരുപക്ഷെ, എന്നെങ്കിലും അയാളൊരു മനുഷ്യന് നന്മ ചെയ്തേക്കാം!

ഞങ്ങൾ അണുനശീകരണ മുറിയിലേയ്ക്കുള്ള മുന്നറ പോലെ തോന്നിക്കുന്ന ഒരു ഷെഡ്ഡിൽ കാത്തു നിന്നു. എസ്.എസ്. ഗാർഡുകൾ വന്ന് ഞങ്ങളുടെ എല്ലാ വസ്തുവകകളും വാച്ചുകളും ആഭരണങ്ങളും എറിഞ്ഞു കൊടുക്കേണ്ടതിനുള്ള കമ്പിളി വിരിച്ചിട്ടു. വിവാഹ മോതിരമോ, മെഡലോ, ആശംസാ ലോക്കറ്റോ കൈയ്യിൽ സൂക്ഷിക്കുവാൻ പാടില്ലേ എന്ന് ചോദിച്ച്, സഹായികളായി വന്നിരുന്ന പരിചയസമ്പന്നരെ രസിപ്പിക്കുന്ന ശുദ്ധാത്മാക്കളായവരും കൂട്ടത്തിലുണ്ടായിരുന്നു. സകല സാധനങ്ങളും അവർ കൊണ്ടു പോകുമെന്ന വസ്തുത അതുവരെ ആർക്കും മനസ്സിലായിരുന്നില്ല.

കൂട്ടത്തിൽ പഴയൊരു തടവുകാരനെ ഞാൻ വിശ്വാസത്തിലെടുത്തു. അയാളെ രഹസ്യമായി സമീപിച്ച്, എന്റെ കോട്ടിന്റെ ഉള്ളറയിൽ സൂക്ഷിച്ചിരുന്ന കടലാസു കെട്ടിലേയ്ക്ക് ചൂണ്ടി ഞാൻ പറഞ്ഞു, "നോക്കൂ, ഇതൊരു ശാസ്ത്ര പുസ്തകത്തിന്റെ കൈയ്യെഴുത്തുപ്രതിയാണ്. നിങ്ങൾ എന്തു പറയുമെന്നെനിക്കറിയാം. ഇവിടെ നിന്ന് ജീവനോടെ രക്ഷപ്പെടാൻ കഴിഞ്ഞാൽ ദൈവത്തിന് സ്തുതി പറയുക, അതു മാത്രമേ വിധിയിൽ നിന്നു പ്രതീക്ഷിക്കാവൂ എന്നായിരിക്കും. പക്ഷെ, എനിക്ക് നിവൃത്തിയില്ല. ഈ കൈയ്യെഴുത്തുപ്രതി ഏതു വിധേനയും സംരക്ഷിച്ചേ മതിയാകൂ. ഇതിൽ ഇത്രയും കാലത്തെ എന്റെ ജീവിത പ്രയത്നമാണ്. നിങ്ങൾക്കു മനസ്സിലാകുന്നുണ്ടോ?"

അതെ, അയാൾക്കത് മനസ്സിലായിത്തുടങ്ങിയിരുന്നു. എന്റെ ചോദ്യത്തിന് മറുപടിയായി അയാളൊരു വാക്ക് മുക്കറയിടുന്നതു വരെ! ആദ്യം അയാളുടെ മുഖത്ത് പതുക്കെ ഒരു ഗോഷ്ടിച്ചിരി പരന്നു, പിന്നീടത് അയാളെ കൂടുതൽ രസിപ്പിച്ചു, അതു പരിഹാസമായി, പിന്നെ നിന്ദയായി. ശേഷം സഹതടവുകാരുടെ സംസാരത്തിൽ പതിവായിരുന്ന ആ വാക്ക് പുറത്തുവന്നു - "തീട്ടം." ആ നിമിഷം ഞാൻ പച്ചയായ ഒരു സത്യം കണ്ടു. മനഃശാസ്ത്രപരമായ എന്റെ

പ്രതികരണത്തിന്റെ ഒന്നാം ഘട്ടത്തിലെ പരമാർത്ഥം അവിടെ രേഖപ്പെടുത്തി. അതിനു മുൻപുള്ള എന്റെ മുഴുവൻ ജീവിതവും ആ നിമിഷം ഞാൻ വലിച്ചെറിഞ്ഞു.

അതുവരെ വിളറിയ, ഭയന്ന മുഖങ്ങളോടെ നിസ്സഹായരായി സംസാരിച്ചുകൊണ്ടിരുന്ന എന്റെ സഹയാത്രികർക്കിടയിൽ പെട്ടെന്ന് ഒരിളക്കം കണ്ടു. വീണ്ടും ഞങ്ങൾ പരുഷ ശബ്ദത്തിൽ അലറുന്ന ആജ്ഞകൾ കേട്ടു. ഞങ്ങൾ ശുചീകരണ കേന്ദ്രത്തിന്റെ തൊട്ടടുത്തുള്ള മുന്നറയിലേയ്ക്ക് അക്ഷരാർത്ഥത്തിൽ അടിച്ചോടിക്കപ്പെട്ടു. എല്ലാ തടവുകാരും എത്തുന്നതു കാത്തു നിൽക്കുകയായിരുന്ന എസ്.എസ്. ഗാർഡിനു മുന്നിൽ ഞങ്ങൾ നിരന്നു നിന്നു. അയാൾ പറഞ്ഞു, "ഞാൻ എന്റെ വാച്ച് നോക്കി നിങ്ങൾക്ക് രണ്ടു മിനിറ്റ് തരും, ഈ രണ്ടു മിനിറ്റിനുള്ളിൽ നിങ്ങൾ എല്ലാ വസ്ത്രങ്ങളുമഴിച്ച്, സകല വസ്തുക്കളും നിങ്ങൾ നിൽക്കുന്ന തറയിൽ വയ്ക്കണം. നിങ്ങളുടെ ഷൂസ്, ബെൽറ്റ് അഥവാ തോൾപ്പട്ട അല്ലെങ്കിൽ അരപ്പട്ട എന്നിവയല്ലാതെ ഒന്നും തന്നെ നിങ്ങൾ കൊണ്ടുപോകുവാൻ പാടില്ല. ഇതാ ഞാൻ എണ്ണിത്തുടങ്ങുന്നു."

അചിന്ത്യമായ തിടുക്കത്തോടെ എല്ലാവരും സ്വന്തം വസ്ത്രങ്ങൾ കീറിയെറിഞ്ഞു. നിമിഷങ്ങൾ നീങ്ങുമ്പോൾ അവർ കൂടുതൽ പരിഭ്രാന്തിയിലാവുകയും അടിവസ്ത്രവും ബെൽറ്റും ഷൂ ലെയ്സും വികൃതമായി വലിക്കുകയും ചെയ്തു. പിന്നീട് ഞങ്ങൾ കേട്ടത് ചാട്ട വീശുന്ന ശബ്ദങ്ങളാണ്. നഗ്നമായ ശരീരങ്ങളിൽ ചുഴറ്റിയ തുകൽപ്പട്ടകൾ വീണു.

അടുത്തതായി ഷേവ് ചെയ്യുന്നതിനായി ഞങ്ങളെ മറ്റൊരു മുറിയിലേയ്ക്ക് തെളിച്ചുകൊണ്ടു പോയി. തലയിൽ മാത്രമല്ല, ശരീരത്തിൽ എവിടെയും ഒരു രോമം പോലും അവശേഷിപ്പിച്ചില്ല. പിന്നീട് ഷവറുകൾക്ക് താഴെ ഞങ്ങൾ നിരയായി നിന്നു. ഒരാളും തമ്മിൽ തമ്മിൽ തിരിച്ചറിഞ്ഞില്ല. എന്തായാലും ഷവറിൽ നിന്നു വീണത് യഥാർത്ഥ വെള്ളം തന്നെയായിരുന്നു.

ഷവറിനു താഴെ നിൽക്കുമ്പോൾ ഞങ്ങൾ ഞങ്ങളുടെ നഗ്നതയെ നന്നായറിഞ്ഞു; നഗ്ന ശരീരമല്ലാതെ മറ്റൊന്നും തന്നെ സ്വന്തമായില്ലെന്ന്, ഒരു രോമം പോലുമില്ലെന്ന് ഞങ്ങൾ തിരിച്ചറിഞ്ഞു. ഞങ്ങളുടെ മുൻകാല ജീവിതത്തിന്റെ ശേഷിപ്പുകളായി എന്താണ് ആ സമയത്ത് ബാക്കിയായിരുന്നത്? എനിക്കാണെങ്കിൽ കണ്ണടയും ബെൽറ്റും അവശേഷിച്ചിരുന്നു. ഇവയിൽത്തന്നെ രണ്ടാമത്തേത്

ഒരു കഷണം റൊട്ടിക്കായി പിന്നീട് കൈമാറേണ്ടതായി വന്നു. താമസിയാതെ സ്വന്തമായി അരപ്പട്ട ഉണ്ടായിരുന്നവരെ അധികമായി ഉത്തേജിപ്പിക്കുന്ന മറ്റൊരു സംഭവമുണ്ടായി. വൈകുന്നേരമായപ്പോൾ തടവുകാരുടെ മുതിർന്ന മേധാവി ഒരു പ്രസംഗം നടത്തി, "ഏതെങ്കിലുമൊരാൾ തന്റെ അരപ്പട്ടയിൽ പണമോ വൈരക്കല്ലോ തുന്നിച്ചേർത്താൽ അവനെ ഞാൻ തന്നെ ആ കാണുന്ന തടിയിൽ തൂക്കിലേറ്റും" (അയാൾ അതിലേയ്ക്ക് വിരൽ ചൂണ്ടി) – ഒരു മുതിർന്ന മേധാവിയെന്ന നിലയിൽ തനിക്കതിനുള്ള അധികാരമുണ്ടെന്നയാൾ വിശദീകരിച്ചു.

ഞങ്ങളുടെ ഷൂസിനെ സംബന്ധിച്ചും കാര്യങ്ങൾ അത്ര ശുഭകരമായിരുന്നില്ല. ഉപയോഗിക്കുവാൻ അനുവാദമുണ്ടായിരുന്നുവെങ്കിലും ഭേദപ്പെട്ട ഒരു ജോടി ഷൂസുണ്ടായിരുന്നവർക്ക് അവ ഉപേക്ഷിക്കേണ്ടി വന്നിരുന്നു. മാത്രമല്ല, അതിനു പകരമായി പാകമാവാത്തവയാണ് ലഭിച്ചിരുന്നത്. മുന്നറയിൽ വച്ച് മുതിർന്ന ഉദ്യോഗസ്ഥരാൽ നൽകപ്പെട്ട ഉപദേശം സ്വീകരിച്ച തടവുകാരാണ് വലിയ കുഴപ്പങ്ങളിൽപ്പെട്ടത്. ഉപദേശപ്രകാരം അവർ തങ്ങളുടെ ജാക്ക് ബൂട്ടുകളുടെ മുകൾ ഭാഗങ്ങൾ മുറിച്ചു മാറ്റി. അതു മറയ്ക്കുവാൻ മുറിച്ച ഭാഗത്ത് സോപ്പ് തേച്ചു പിടിപ്പിച്ചിരുന്നു. എസ്.എസ്. ഗാർഡുകൾ ഇതിനായി മാത്രം കാത്തു നിൽക്കുകയായിരുന്നു. ഈ കുറ്റകൃത്യം ചെയ്തതായി സംശയിക്കപ്പെട്ടിരുന്നവർക്ക് തൊട്ടടുത്ത ചെറിയ മുറിയിലേയ്ക്ക് പോകേണ്ടി വന്നിരുന്നു. വീണ്ടും ഞങ്ങൾ ചാട്ട വീശുന്ന ശബ്ദങ്ങളും പീഡനങ്ങൾക്കിരയായ മനുഷ്യരുടെ നിലവിളികളും കേട്ടു. ഇത്തവണ അത് കുറച്ചധികം സമയം നീണ്ടു നിന്നു.

കരുതി വച്ചിരുന്ന മിഥ്യാ സങ്കൽപ്പങ്ങൾ ഓരോന്നായി തകർക്കപ്പെട്ടു. അതിനിടെ അപ്രതീക്ഷിതമായി ഞങ്ങളിൽ വലിയൊരു കൂട്ടർക്ക് ഒരു തരം ഇരുണ്ട നർമ്മ ബോധം കൈവന്നു. അപഹാസ്യമായ ഈ നഗ്ന ജീവിതമല്ലാതെ മറ്റൊന്നും നഷ്ടപ്പെടുവാനില്ലെന്ന് ഞങ്ങളറിഞ്ഞു. ഷവറുകളിൽ നിന്നു വെള്ളം വീണു തുടങ്ങിയപ്പോൾ ഏറെ പരിശ്രമിച്ചിട്ടാണെങ്കിലും ഞങ്ങൾ അവനവനെയും പരസ്പരവും നോക്കി രസിച്ചു, പൊട്ടിച്ചിരിച്ചു. എന്തുതന്നെയാണെങ്കിലും ഷവറിൽ നിന്നു വീണത് യഥാർത്ഥ വെള്ളം തന്നെയായിരുന്നു!

വിചിത്രമായ ഈ നർമ്മം കൂടാതെ മറ്റൊരു സംഭ്രമം കൂടി ഞങ്ങളെ പൂണ്ടടക്കം പിടിച്ചു, ആകാംക്ഷ! ഇത്തരമൊരു ആകാംക്ഷ

ഞാൻ മുമ്പൊരിക്കൽ അനുഭവിച്ചിട്ടുണ്ട്. ഒരു മലകയറ്റത്തിനിടയിലുണ്ടായ അപകടം മൂലം ജീവനാശം മുന്നിൽ കണ്ടപ്പോഴായിരുന്നു അത്. ആ സമയത്ത് ഒരൊറ്റ സംഭ്രമം മാത്രമേ ഞാൻ അനുഭവിച്ചുള്ളൂ, ആകാംക്ഷ! പൊട്ടിയ തലയോട്ടിയും മറ്റു ചില മുറിവുകളും തരണം ചെയ്ത് ഞാനതിൽ നിന്ന് ജീവനോടെ പുറത്തു വരുമോ എന്ന ആകാംക്ഷ!

മനസ്സിനെ അതിന്റെ പരിസരങ്ങളിൽ നിന്ന് എങ്ങനെയോ വേർപെടുത്തിക്കൊണ്ട് ഔഷ്വിറ്റ്സിൽപ്പോലും ഒരുതരം തണുത്ത ആകാംക്ഷ മുന്നിട്ടു നിന്നിരുന്നു. ഒരു സുരക്ഷാ കവചം എന്ന നിലയിൽ ഇത്തരമൊരു മനോനില ചിലർ സ്വയം നെയ്തെടുത്തിരുന്നു. അടുത്തതായി എന്തു സംഭവിക്കുമെന്നറിയുവാൻ ഞങ്ങൾ ഉൽകണ്ഠപ്പെട്ടിരുന്നു. ശരത്കാലത്തിന്റെ അവസാനത്തിൽ തുറസ്സായ സ്ഥലത്ത് പരിപൂർണ്ണ നഗ്നരായി നിന്നതും നേരെ ഷവറിനു താഴെ വന്നു നനഞ്ഞതും പോലുള്ള കാര്യങ്ങളുടെ അനന്തരഫലം എന്തായിരിക്കും? അടുത്ത ഏതാനും ദിവസങ്ങളിൽ ഞങ്ങളുടെ ആകാംക്ഷ ആശ്ചര്യമായി രൂപാന്തരപ്പെട്ടു. ഞങ്ങൾക്കു ജലദോഷം പിടിപെട്ടില്ല എന്ന ആശ്ചര്യം.

പുതുതായി വന്നവർക്കു വേണ്ടി ഇത്തരം നിരവധി ആശ്ചര്യങ്ങൾ കാത്തു നിന്നിരുന്നു. "പാഠപുസ്തകങ്ങൾ കളവുപറയുന്നു!" ഇത് ഞങ്ങൾക്കിടയിലെ ഡോക്ടർമാർ അന്നാദ്യമായി പഠിച്ചു. മനുഷ്യർക്ക് ഒരു നിശ്ചിത സമയത്തിലധികം ഉറക്കമൊഴിച്ച് ജീവിക്കുവാൻ കഴിയില്ലെന്ന് എവിടെയോ പഠിച്ചിട്ടുണ്ട്. തീർത്തും തെറ്റ്! എനിക്ക് ചെയ്യുവാൻ കഴിയാത്ത എന്തൊക്കെയോ കാര്യങ്ങളുണ്ടെന്ന് എന്നെ ഞാൻ ബോധ്യപ്പെടുത്തിയിരുന്നു : ഇതില്ലാതെ എനിക്കുറങ്ങുവാൻ കഴിയില്ല, അതില്ലാതെ, അല്ലെങ്കിൽ മറ്റതില്ലാതെ എനിക്കുറങ്ങുവാൻ കഴിയില്ല..... എന്നിങ്ങനെ പലതും അപ്പോൾ തെറ്റാണെന്നു തെളിഞ്ഞു. ഔഷ്വിറ്റ്സിലെ ആദ്യത്തെ രാത്രിയിൽ പല തട്ടുകളിൽ പണിത ഒരു സാമഗ്രിയിലാണ് ഞങ്ങൾ ഉറങ്ങിയത്. ആറര അടി മുതൽ എട്ടടി വരെ ഉയരമുള്ള ഓരോ തട്ടിലും വെറും പലകകളിൽ ഒമ്പത് ആളുകൾ ഉറങ്ങിയിരുന്നു. ആകെയുണ്ടായിരുന്ന രണ്ടു കമ്പിളികളിൽ ഓരോന്നും ഒമ്പതുപേർ വീതം പങ്കിട്ടെടുത്തു. തിങ്ങി നിറഞ്ഞ മുറിയിൽ ഓരോരുത്തരും മുട്ടിയുരുമ്മി കിടന്നാലും സ്ഥലം തികയാതിരുന്നതിനാൽ ഞങ്ങൾക്ക് ഒരുവശം ചരിഞ്ഞു കിടക്കുവാനേ കഴിഞ്ഞിരുന്നുള്ളൂ. പക്ഷെ, തുളഞ്ഞു കയറുന്ന തണുപ്പിൽ അതൊരു

നേട്ടമായി. തട്ടുകൾക്കു മുകളിലേയ്ക്ക് ഷൂസ് കൊണ്ടു പോകുന്നത് നിരോധിച്ചിരുന്നുവെങ്കിലും, കുഴഞ്ഞ ചെളി നിറഞ്ഞ അതേ പരുവത്തിൽ ചിലർ ഷൂസ് തലയിണകൾക്കു പകരമായി ഉപയോഗിച്ചു. അല്ലായിരുന്നെങ്കിൽ വളച്ചു തിരിച്ചു സ്ഥാനം തെറ്റിച്ചു വച്ചിരുന്ന മുട്ടുകൈയ്യു മേലെ തല വയ്ക്കേണ്ടി വരുമായിരുന്നു. എന്നിരുന്നാലും മറവിയും, വേദനയിൽ നിന്ന് ആശ്വാസവും സമ്മാനിക്കുന്ന ഏതാനും മണിക്കൂറുകളെന്ന പോലെ ഉറക്കം കടന്നു വന്നു.

ഞങ്ങൾക്കു പിടിച്ചു നിൽക്കുവാൻ സഹായകമായ, സമാനമായ ഏതാനും ആശ്ചര്യങ്ങൾ കൂടി ഞാനിവിടെ സൂചിപ്പിക്കാം. ഞങ്ങൾക്കു പല്ല് തേയ്ക്കുവാൻ കഴിഞ്ഞിരുന്നില്ല. എങ്കിലും, വിറ്റാമിന്റെ കടുത്ത ക്ഷാമമുണ്ടായിരുന്നിട്ടും മുമ്പൊരിക്കലും ഉണ്ടായിട്ടില്ലാത്ത വിധം മോണകൾക്ക് നല്ല ആരോഗ്യമുണ്ടായി. കാഴ്ചയിൽ ഷർട്ടിന്റെ രൂപമല്ലാതായിത്തീരുന്നതു വരെ ആറു മാസത്തോളം ഞങ്ങൾക്ക് ഒരേയൊരു ഷർട്ട് മാത്രം ധരിക്കേണ്ടതായി വന്നു. പൈപ്പുകൾ തണുത്തുറഞ്ഞിരുന്നതിനാൽ വസ്ത്രം കഴുകുകയെന്നത് അസാധ്യമായി. കൈകളിലെ വ്രണങ്ങളിലും മഞ്ഞുകാലത്തെ വിള്ളലുകളിലും പണിസ്ഥലത്തു നിന്നു മണ്ണും ചെളിയും നിറഞ്ഞിട്ടും പഴുത്തിരുന്നില്ല. അടുത്ത മുറിയിലെ ചെറിയ ശബ്ദം കേട്ടാൽപ്പോലും ഉറക്കം നഷ്ടപ്പെട്ടിരുന്നയാൾ, ഇപ്പോൾ കാതിൽ നിന്ന് ഏതാനും ഇഞ്ചുകൾ മാത്രമപ്പുറം കിടന്ന് ഉച്ചത്തിൽ കൂർക്കം വലിക്കുന്നയാളെ മുട്ടിയുരുമ്മി സുഖമായുറങ്ങുന്നു എന്നത് മറ്റൊരു ഉദാഹരണം.

മനുഷ്യർക്ക് ഏതു തരം സാഹചര്യവുമായും ഒത്തു പോകുവാൻ കഴിയുമെന്ന ദസ്തയേവിസ്കിയുടെ പ്രസ്താവനയിൽ എന്തെങ്കിലും സത്യമുണ്ടോയെന്ന് ആരെങ്കിലും ചോദിച്ചാൽ ഞങ്ങൾ ഇങ്ങനെ മറുപടി പറയും, "അതെ, മനുഷ്യന് ഏതു തരം സാഹചര്യവുമായും ഒത്തു പോകുവാൻ കഴിയും, പക്ഷെ എങ്ങനെ എന്നുമാത്രം ചോദിക്കരുത്." ഞങ്ങളുടെ മനഃശാസ്ത്ര ഗവേഷണങ്ങൾ ഇനിയും ഞങ്ങളെ അത്രത്തോളം എത്തിച്ചിട്ടില്ല. ഞങ്ങൾ തടവുകാരും അത്രത്തോളം എത്തിയിട്ടില്ല. ഇന്നും ഞങ്ങൾ ഞങ്ങളുടെ മനഃശാസ്ത്രപരമായ പ്രതികരണങ്ങളുടെ ആദ്യ ഘട്ടത്തിൽത്തന്നെയാണ്.

ആത്മഹത്യയെക്കുറിച്ചുള്ള ചിന്ത മിക്കവാറും എല്ലാവരും അല്പനേരത്തേയ്ക്കെങ്കിലും ആസ്വദിച്ചിട്ടുണ്ടായിരിക്കും. അത് പ്രത്യാശയില്ലാതാക്കുന്ന സാഹചര്യത്തിൽ നിന്നു ജന്മം കൊണ്ടതായിരിക്കും. മരണമെന്ന ആപത്ത് സ്ഥിരമായി ഞങ്ങൾക്കു മുകളിൽ തൂങ്ങി നിന്നു.

നിരവധിപ്പേരുടെ യാതന നിറഞ്ഞ മരണങ്ങൾ അടുത്തുനിന്നു നോക്കിക്കാണേണ്ടിവന്നു. ഈ വിഷയത്തിൽ എന്റെ സ്വകാര്യ ബോധ്യങ്ങൾ പിന്നീടൊരിക്കൽ വിവരിക്കാം. ക്യാംപിലെ ആദ്യ സായാഹ്നത്തിൽത്തന്നെ ഞാൻ സ്വയമൊരു വാഗ്ദാനം നൽകിയിരുന്നു. “ഒരിക്കലും ഞാൻ മുള്ളുകമ്പി വേലിയിൽ ചെന്നു പിടിക്കുകയില്ല”. ഇത് ക്യാംപിലെ ഒരു സ്ഥിരം പ്രയോഗമായിരുന്നു. അവിടെ ഏറ്റവും കൂടുതലാളുകൾ ഉപയോഗിച്ചിരുന്ന ആത്മഹത്യാ മാർഗ്ഗമായിരുന്നു വൈദ്യുതീകരിച്ച മുള്ളുകമ്പികളിൽ ചെന്നു തൊടുന്നത്. ആത്മഹത്യ ചെയ്യുന്നതിൽ വലിയ അർത്ഥമൊന്നുമില്ല. ഒരു ശരാശരി തടവുകാരന് ജീവിത പ്രത്യാശകളും എല്ലാ സാധ്യതകളും വസ്തുനിഷ്ഠമായി കണക്കുകൂട്ടി മുന്നോട്ടു പോകുവാനുള്ള കഴിവ് നന്നേ കുറവായിരുന്നു. എത്രതന്നെ ഉറപ്പുകൾ ലഭിച്ചാലും എല്ലാ തിരഞ്ഞെടുപ്പുകളും കടന്ന് മരണത്തെ അതിജീവിച്ചിരുന്ന ചെറിയൊരു ശതമാനം ആളുകളിലൊരാളായി തീരുവാൻ അയാൾക്കു കഴിയുമായിരുന്നില്ല. നടുക്കങ്ങളുടെ ആദ്യഘട്ടത്തിൽ തന്നെ ഔഷ്വിറ്റ്സിലെ തടവുകാരൻ മരണത്തെ ഭയന്നിരുന്നില്ല. ആദ്യത്തെ ഏതാനും ദിവസങ്ങൾക്കുള്ളിൽ തന്നെ ഗ്യാസ് ചേംബറുകളുടെ പോലും ഭീകരത അയാളിൽ ഒരു നടുക്കവുമുണ്ടാക്കാതെയായി. ഇവയെല്ലാം അയാളെ ആത്മഹത്യയിൽ നിന്നു പോലും അകറ്റി നിർത്തി.

പ്രവേശന സമയത്തെ നടുക്കങ്ങൾ മൂലം കടുത്ത വിഷാദത്തിലായവരിൽ ഒരാളായിരുന്നില്ല ഞാനെന്ന് പിന്നീടു കണ്ട സുഹൃത്തുക്കൾ എന്നോടു പറഞ്ഞു. ഔഷ്വിറ്റ്സിലെ ആദ്യ രാത്രിയുടെ തൊട്ടടുത്ത ദിവസം രാവിലെ, താഴെ വിവരിക്കുന്ന സംഭവം നടന്നപ്പോൾ ഞാൻ ആത്മാർത്ഥമായി ഒന്നു ചിരിക്കുക മാത്രം ചെയ്തു. അവരവരുടെ ബ്ലോക്കുകൾ വിട്ട് ആരും എങ്ങോട്ടും പോകരുതെന്ന കർശന ആജ്ഞ നിലനിൽക്കുമ്പോൾ തന്നെ ഏതാനും ആഴ്ചകൾക്കു മുൻപ് ഔഷ്വിറ്റ്സിലെത്തിയ എന്റെയൊരു സഹപ്രവർത്തകൻ ഞങ്ങളുടെ കുടിലിലേയ്ക്ക് ഒളിച്ചു കടന്നുവന്നു. തിരിച്ചറിയാൻ കഴിയാത്ത വിധം അയാൾ നന്നേ മെലിഞ്ഞിട്ടുണ്ടായിരുന്നു. ഞങ്ങളെ ആശ്വസിപ്പിക്കുവാനും സമാധാനിപ്പിക്കുവാനും വേണ്ടി അയാൾ നർമ്മം കലർത്തിയും എന്തും വരട്ടെയെന്ന മനോഭാവത്തിലും ധൃതിയിൽ ചില പൊടിക്കൈകൾ പറഞ്ഞു തന്നു. ഒരിക്കലും ആശങ്കപ്പെടരുത് ഒന്നിനെയും ഭയക്കരുത്. എസ്. എസ്. മെഡിക്കൽ മേധാവിയായിരുന്ന ഡോ. എമ്മിന്

ഡോക്ടർമാരായ തടവുകാരോട് അല്പം മൃദുസമീപനമാണ്. (വാസ്ത വത്തിൽ ഇത് തെറ്റായിരുന്നു. എന്റെ സുഹൃത്തിന്റെ വാക്കുകൾ വഴിതെറ്റിക്കുന്നതായിരുന്നു). കുറെയേറെ കുടിലുകൾ ഉൾപ്പെടുന്ന ബ്ലോക്കിലെ തടവുകാരനായ, ഏകദേശം അറുപതു വയസ്സുള്ള ഒരു ഡോക്ടർ അയാളുടെ മകനെ ഗ്യാസ് ചേംബറിലേയ്ക്ക് വിടാതെ വിട്ടയ ക്കണമെന്ന് പല തവണ യാചിച്ച കാര്യം അയാൾ എന്നോടു പറഞ്ഞു. പക്ഷെ, അയാളുടെ അപേക്ഷ ഡോ. എം ദയാരഹിതമായി തള്ളിക്കളഞ്ഞു.

"എങ്കിലും ഒരു കാര്യം ഞാൻ നിങ്ങളോട് അപേക്ഷിക്കുന്നു", അയാൾ തുടർന്നു, "എന്തെങ്കിലും നിവൃത്തിയുണ്ടെങ്കിൽ ദിവസേന ഷേവ് ചെയ്യുക. ഒരു പൊട്ടിയ ചില്ലുകൊണ്ടെങ്കിലും അതു ചെയ്യുക. അതിനു വേണ്ടി നിങ്ങളുടെ അവസാനത്തെ കഷണം റൊട്ടി കൈമാ റേണ്ടിവന്നാൽപ്പോലും. നിങ്ങൾ കാണുമ്പോൾ ചെറുപ്പമായിരിക്കും. താടി വടിച്ചു കളഞ്ഞാൽ നിങ്ങളുടെ കവിളുകൾ ചുവന്നു തുടുത്തി രിക്കും. നിങ്ങൾക്ക് ജീവിച്ചിരിക്കണമെന്നുണ്ടെങ്കിൽ ഒരേയൊരു വഴിയേയുള്ളൂ, പണിയെടുക്കുവാനുള്ള ആരോഗ്യമുണ്ടെന്ന് തോന്നി പ്പിക്കുക! ഉപ്പൂറ്റിയിലൊരു പൊള്ളലോ മുറിവോ മൂലം ഒന്ന് മുടന്തി യാൽ മതി എസ്. എസ്. ഗാർഡ് നിങ്ങളെ ശ്രദ്ധിക്കും. എന്നിട്ട് അടുത്ത ദിവസം തന്നെ നിങ്ങളെ ഗ്യാസ് ചേംബറിൽ കിടത്തും. നിങ്ങൾക്കു 'മോസ്ലം' എന്നാലെന്താണെന്നറിയാമോ? ഒരു മനുഷ്യൻ അവശനായും, എല്ലാം നഷ്ടപ്പെട്ടവനായും, മെലിഞ്ഞും, രോഗിയായും കാണപ്പെട്ടാൽ കടുത്ത കായികമായ പണികളൊന്നും ചെയ്യുവാൻ കഴിയാത്തവനാണെന്നു തോന്നിയാൽ, അയാളാണ് മോസ്ലം. ഇന്ന ല്ലെങ്കിൽ നാളെ, അല്ല ഇന്നു തന്നെ ഓരോ മോസ്ലമിനെയും ഗ്യാസ് ചേംബറിലേയ്ക്കു വിടും. അതുകൊണ്ട് ഷേവ് ചെയ്യുക, ചുറുചുറുക്കോടെ നിവർന്നു നിൽക്കുകയും നടക്കുകയും ചെയ്യുക. എങ്കിൽ നിങ്ങളെ ഗ്യാസ് ചേംബറിലേയ്ക്കയക്കുകയില്ല. ഇവിടെ നിൽക്കുന്ന നിങ്ങളെല്ലാ വരും എത്തിച്ചേർന്നിട്ട് ഇരുപത്തിനാല് മണിക്കൂർ മാത്രമേ ആയി ട്ടുള്ളൂവെങ്കിൽപ്പോലും നിങ്ങൾ ഗ്യാസ് ചേംബറിനെ ഭയക്കേണ്ടി വരില്ല. ഒരുപക്ഷെ, നിങ്ങളൊഴികെ."

എന്നിട്ടയാൾ എന്റെ നേരെ കൈ ചൂണ്ടിക്കൊണ്ടു പറഞ്ഞു, "ഞാനിത് തുറന്നു പറയുന്നതിൽ നിങ്ങൾക്ക് വിരോധമില്ലെന്നു കരുതുന്നു."

മറ്റുള്ളവരോട് അയാൾ ആവർത്തിച്ചു, "നിങ്ങളിൽ ഇയാൾ മാത്രമാണ് അടുത്ത തിരഞ്ഞെടുപ്പിനെ പേടിക്കേണ്ടതുള്ളൂ. അതു കൊണ്ട് ധൈര്യമായിരിക്കൂ."

ഞാൻ ചിരിച്ചു. എന്റെ സ്ഥാനത്ത് ഏതൊരാളും അതുതന്നെയേ ചെയ്യുമായിരുന്നുള്ളൂ.

ലെസ്സിങ് ആണെന്നു തോന്നുന്നു, ഒരിക്കൽ ഇങ്ങനെ പറഞ്ഞത് : "നിങ്ങളുടെ വിവേചന ശക്തി നഷ്ടപ്പെടുത്തുവാൻ കാരണമായ ചില കാര്യങ്ങളുണ്ടായിരിക്കണം. അതിനപ്പുറം നിങ്ങൾക്കു നഷ്ട പ്പെടുവാൻ മറ്റൊന്നുമുണ്ടായിരിക്കില്ല." ക്രമവിരുദ്ധമായ ഒരു സന്ദർഭ ത്തിലെ ക്രമവിരുദ്ധ പെരുമാറ്റത്തെ ക്രമാനുഗതമായ പെരുമാറ്റമായി പരിഗണിക്കേണ്ടതാണ്. ഞങ്ങൾ മനഃശാസ്ത്രജ്ഞർ പോലും ഒരു അഭയകേന്ദ്രത്തിൽ അയക്കപ്പെട്ട ഒരാളുടെ ക്രമരഹിതമായ പ്രതിക രണത്തെ അയാളുടെ ക്രമാനുഗതമായ പ്രതികരണത്തിന്റെ വൈപു ല്യാനുപാതത്തിലാണ് പ്രതീക്ഷിക്കുന്നത്. കോൺസെൻട്രേഷൻ ക്യാംപിൽ പ്രവേശിപ്പിക്കപ്പെട്ട ഒരാളുടെ പ്രതികരണങ്ങളും ഒരുതരം ക്രമരഹിത മനോനിലയെക്കൂടി പ്രതിനിധീകരിക്കുന്നു. എന്നാൽ, വസ്തുനിഷ്ഠമായി വിശകലനം ചെയ്യുമ്പോൾ അത് തികച്ചും ക്രമാനുഗ തവും (പിന്നീട് വിശദമാക്കുവാനുള്ളതു പോലെ) ലഭ്യമായ സാഹച ര്യങ്ങളുടെ സ്വഭാവാനുസരണവുമാണ്. ഞാൻ വിശദീകരിച്ചിട്ടുള്ളതു പോലെ, ഈ പ്രതികരണങ്ങൾക്ക് ഏതാനും ദിവസങ്ങൾക്കകം മാറ്റം വന്നു തുടങ്ങിയിരുന്നു. തടവുകാരൻ ഒന്നാം ഘട്ടത്തിൽ നിന്ന് രണ്ടാം ഘട്ടത്തിലേക്കു കടക്കുന്നു. ഇതിനെ ആപേക്ഷിക വികാര ശൂന്യതയുടെ ഒരു ഘട്ടമെന്നോ, മറ്റൊരർത്ഥത്തിൽ അയാൾ വൈകാ രികമായി മരിച്ച ഘട്ടമെന്നോ വിളിക്കാം.

ഇതിനകം വിശദീകരിച്ച പ്രതികരണങ്ങൾ കൂടാതെ, പുതുതായി എത്തിയ ഒരു തടവുകാരൻ അയാളെ അത്യധികം വേദനിപ്പിച്ചി രുന്ന, അയാൾ മൃതമാക്കുവാൻ ശ്രമിച്ച മറ്റെല്ലാ വികാരങ്ങളുടെയും പീഡനങ്ങൾ അതിനകം അനുഭവിച്ചു കഴിഞ്ഞിരുന്നു. സർവ്വോപരി അയാൾക്ക് വീട്ടിലെത്തുവാനും കുടുംബാംഗങ്ങളെ കാണുവാനുമുള്ള അതിരറ്റ കാത്തിരിപ്പുണ്ടായിരുന്നു. ഇത് പലപ്പോഴും അതിതീവ്രമാ വുകയും കാത്തിരിപ്പിനാൽ അയാൾ സ്വയം ദഹിച്ചു തീരുന്നതായി അയാൾക്കു തന്നെ തോന്നുകയും ചെയ്തു. പിന്നീടയാളിൽ അറപ്പു

ജനിച്ചു. അയാളെ ചുറ്റി നിൽക്കുന്ന വികൃതമായ പരിസരങ്ങളോടുള്ള അങ്ങേയറ്റത്തെ അറപ്പ്, അതിന്റെ വെറും ബാഹ്യമായ രൂപങ്ങളോടു പോലുമുള്ള അറപ്പ്.

തടവുകാരിൽ അധികം പേർക്കും നോക്കുകുത്തികളുണ്ടാക്കുന്ന കീറത്തുണി കൊണ്ടുള്ള യൂണിഫോമുകളും കൊടുത്തിരുന്നു. അതാണ് ലക്ഷണമൊത്ത താരതമ്യം. ക്യാംപിലെ കുടിലുകൾക്കിടയിൽ അളിഞ്ഞ മാലിന്യങ്ങൾ കിടന്നിരുന്നു. അതു വൃത്തിയാക്കുവാൻ എത്ര ശ്രമിക്കുന്നുവോ അത്രത്തോളം അതിലേയ്ക്ക് തടവുകാർ വീണു പോയിരുന്നു.

കക്കൂസ് കഴുകുകയും മാലിന്യങ്ങൾ വൃത്തിയാക്കുകയും മലിന ജലം നീക്കം ചെയ്യുകയും ചെയ്യുന്ന ഒരു കൂട്ടം തടവുകാർക്കിടയി ലേയ്ക്ക് പുതിയ തടവുകാരെ ചേർക്കുന്നത് ക്യാംപ് മേധാവികളുടെ ഇഷ്ടവിനോദമായിരുന്നു. പതിവുള്ളതു പോലെ മലം നീക്കം ചെയ്യുന്ന സമയത്ത് അത് മുഖത്തേയ്ക്ക് തെറിക്കുമ്പോൾ അറപ്പു പ്രകടി പ്പിക്കുകയോ തുടച്ചു നീക്കുവാൻ ശ്രമിക്കുകയോ ചെയ്താൽ പ്രമാ ണികളിൽ നിന്നുള്ള ശിക്ഷ കടുത്ത പ്രഹരമായിരുന്നതിനാൽ തടവുകാർ തങ്ങളുടെ സ്വാഭാവിക പ്രതികരണങ്ങൾ ഝടിതിയിൽ അവസാനിപ്പിച്ചിരുന്നു.

ആദ്യമൊക്കെ മറ്റൊരു കൂട്ടം തടവുകാരെ ശിക്ഷിക്കുന്നതു കണ്ടാൽ ആ ഭാഗത്തു നിന്ന് തടവുകാരൻ ശ്രദ്ധ തിരിക്കുമായിരുന്നു. മണിക്കൂറുകളോളം പ്രഹരങ്ങളേറ്റ് ചെളിയിൽ മേലേയ്ക്കും താഴേയ്ക്കും ചാടുന്ന സഹതടവുകാരെ കാണുന്നത് അയാൾക്ക് സഹിക്കുവാൻ കഴിഞ്ഞിരുന്നില്ല. ദിവസങ്ങളും ആഴ്ചകളും കഴിഞ്ഞ് കാര്യങ്ങൾക്കു മാറ്റമുണ്ടായി. അതിരാവിലെ വെളിച്ചം വീഴും മുമ്പ് തന്നെ ആ തടവു കാരൻ മാർച്ച് ചെയ്യുവാൻ തയ്യാറായി ഗെയ്റ്റിനു മുന്നിൽ നിസ്സംഗ തയോടെ നിന്നു. അയാൾ ഒരു നിലവിളി കേട്ടു. ഒരു സഹതടവുകാ രൻ ഇടിയേറ്റു വീഴുന്നതും എഴുന്നേറ്റു നിൽക്കുമ്പോൾ ഒരിക്കൽക്കൂടി ഇടിയേറ്റു വീഴുന്നതും കണ്ടു. പക്ഷെ എന്തിന്? അയാൾക്ക് പനിയു ണ്ടായിരുന്നു. എങ്കിലും അസമയത്ത് ചികിത്സാ മുറിയിൽ റിപ്പോർട്ട് ചെയ്തതായിരുന്നു കാരണം. കൃത്യത പാലിക്കാതെ, പണിയിൽ നിന്ന് വിടുതൽ നേടുവാൻ ശ്രമിച്ചതിനായിരുന്നു ആ ശിക്ഷ.

എന്നാൽ, മനഃശാസ്ത്രപരമായ പ്രതികരണത്തിന്റെ രണ്ടാം ഘട്ടത്തിലേക്കു കടന്ന ആ തടവുകാരൻ പിന്നീട് തന്റെ കണ്ണുകളെ

മറ്റെവിടേയ്ക്കും വിട്ടില്ല. അതിനകം അയാളുടെ വികാരങ്ങൾ തണുത്തു പോയിരുന്നു. അയാൾ എല്ലാം നിസ്സംഗമായി നോക്കിക്കാണുവാൻ തുടങ്ങി. മറ്റൊരു ഉദാഹരണം, മുറിവുകളോ നീർക്കെട്ടോ അതുമല്ലെങ്കിൽ പനിയോ മൂലം ഭാരം കുറഞ്ഞ പണികൾ ലഭിക്കുമെന്ന് പ്രതീക്ഷിച്ച് ചികിത്സാ മുറിയുടെ മുന്നിൽ കാത്തുനിന്ന അയാൾ, നഗ്നപാദനായി മണിക്കൂറുകളോളം മഞ്ഞിൽ നിന്നു പണിയെടുക്കേണ്ടി വന്നതിനാലോ, ഏറെ നേരം അറ്റെൻഷനിൽ നിർത്തിയതിനാലോ, പരിക്ക് പറ്റി ചുമന്നു കൊണ്ടു വന്ന ഒരു പന്ത്രണ്ടുകാരനെ നിർവ്വികാരതയോടെ നോക്കി നിന്നു. അവന്റെ കാലുകൾക്ക് പാകമാവുന്ന ഷൂസ് അവിടെയില്ലായിരുന്നു. അവന്റെ കാലുകൾ നീരുവന്ന് തിണർത്തിരുന്നു. ഡ്യൂട്ടിയിലുണ്ടായിരുന്ന ഡോക്ടർ ഒരു ചവണ ഉപയോഗിച്ച് കാലുകളിൽനിന്നു കറുത്ത, അഴുകിയ മരക്കുറ്റികൾ വലിച്ചെടുത്തു. ഈ സംഭവത്തിന് ശേഷം അയാൾക്ക് അറപ്പ്, ഭീതി, ദയ എന്നിവ അനുഭവപ്പെടാതായി. ഏതാനും ആഴ്ചകൾക്കുള്ളിൽ സഹനം, അന്ത്യരംഗങ്ങൾ, ശവശരീരങ്ങൾ എന്നിവ നിത്യകാഴ്ചകളായതിനാൽ അവയോടെല്ലാം അയാൾ തികച്ചും വികാരരഹിതനായി പെരുമാറി.

കടുത്ത പനിയും ഇടയ്ക്കിടെ ചിത്തഭ്രമവുമുള്ള ചില ടൈഫസ് രോഗികളോടൊപ്പം ഞാൻ കുറച്ചു സമയം ചെലവഴിച്ചു. അവരിൽ പലരും മൃതപ്രായരായിരുന്നു. അവരിലൊരാൾ മരിച്ചതിനു ശേഷമുള്ള രംഗം ഞാൻ ഒട്ടും തന്നെ ദുഃഖമോ വിഷമമോ കൂടാതെ നോക്കിക്കണ്ടു.

ഓരോ മരണത്തിനു ശേഷവും അതു തന്നെ ആവർത്തിച്ചു. തടവുകാർ ഓരോരുത്തരായി ഊഷ്മാവ് നിലനിന്നിരുന്ന ശവശരീരത്തിന്റെ അടുത്തു ചെന്നു നോക്കി. ഒരാൾ ശവശരീരത്തിനടുത്തുണ്ടായിരുന്ന പൊടിഞ്ഞ ഉരുളക്കിഴങ്ങുകൾ വാരിയെടുത്തു, മറ്റൊരാൾ അതിന്റെ കാലുകളിലെ തടിയുടെ ഷൂസ് തന്റേതിനേക്കാൾ മികച്ചതാണെന്നു കണ്ട് അവ തമ്മിൽ വച്ചുമാറി. മൂന്നാമതൊരാൾ കോട്ടിന്റെ കാര്യത്തിൽ ഇതുതന്നെ ആവർത്തിച്ചു – നിങ്ങൾ സങ്കൽപ്പിച്ചു നോക്കൂ! മറ്റൊരാളാവട്ടെ, നല്ല വിലപിടിപ്പുള്ള ഒരു തോൽവാറ് കൈക്കലാക്കുവാൻ കഴിഞ്ഞതിൽ സന്തോഷിച്ചു.

അല്പം പോലും അസ്വസ്ഥതയില്ലാതെ ഇതെല്ലാം ഞാൻ നോക്കി നിന്നു. പിന്നീട് ഞാൻ തന്നെ നഴ്സിനോട് ശവശരീരം

അവിടെനിന്നു മാറ്റുവാൻ ആവശ്യപ്പെട്ടു. അയാൾ അശ്രദ്ധമായി അതിന്റെ കാലിൽപിടിച്ചു വലിച്ച് ഇടുങ്ങിയ ഇടനാഴിയിലൂടെ, അൻപത് ടൈഫസ് രോഗികൾ കിടക്കുന്ന രണ്ടു വരികൾക്കിടയിലൂടെ, പൊട്ടിപ്പൊളിഞ്ഞ മൺതറയിലൂടെ ഇഴച്ചുകൊണ്ട് വാതിൽക്കലേയ്ക്ക് കൊണ്ടുപോയി. ഏറെനാൾ ആഹാരം കഴിക്കാതെ അവശരായിരുന്ന ഞങ്ങൾക്ക് രണ്ടടി കഴിഞ്ഞുള്ള തുറസ്സായ സ്ഥലം എന്നും പ്രശ്നങ്ങൾ സൃഷ്ടിച്ചിരുന്നു. ക്യാംപിലെ ഏതാനും മാസങ്ങളുടെ താമസത്തിനു ശേഷം കട്ടിളപ്പടിയിൽ കൈകൾ കുത്തി വലിഞ്ഞല്ലാതെ ആറിഞ്ച് ഉയരമുണ്ടായിരുന്ന ആ പടികൾ കയറുവാൻ ഞങ്ങൾക്കു കഴിഞ്ഞിരുന്നില്ല.

ശവശരീരവും വലിച്ചു നടന്ന് അയാൾ ആ പടികളുടെ അടുത്തെത്തി. വല്ലാതെ ആയാസപ്പെട്ട് ഇഴഞ്ഞു തന്നെ മുകളിലെത്തിയ ശേഷം, ആദ്യമയാൾ അതിന്റെ കാലുകളും, പിന്നീട് ഉടലും, ഒടുവിൽ ചിലമ്പിച്ച രാകുന്ന ഒരു ശബ്ദത്തോടെ അതിന്റെ തലയും രണ്ടു പടികൾക്കു മുകളിലെത്തിച്ചു.

തറയുടെ സമീപത്തായി പണി തീരാറായ ചെറിയ ഒറ്റ ജനലിനപ്പുറത്തെ കുടിലിന്റെ എതിർവശത്തായിരുന്നു എന്റെ ഇരിപ്പിടം. തണുത്ത കൈകളിൽ മുറുകെപ്പിടിച്ചിരുന്ന പാത്രത്തിലെ ചൂടുള്ള സൂപ്പ് ആർത്തിയോടെ കുടിച്ചുകൊണ്ടിരിക്കെ ആ ജനലിലൂടെ എന്റെ നോട്ടം അറിയാതെ പുറത്തെത്തി. അപ്പോൾ അവിടെനിന്നു മാറ്റിയിരുന്ന ശവം തിളങ്ങുന്ന കണ്ണുകളോടെ എന്നെ തുറിച്ചു നോക്കുകയായിരുന്നു. രണ്ട് മണിക്കൂർ മുൻപ് ഈ മനുഷ്യനോട് ഞാൻ സംസാരിച്ചിരുന്നു! വീണ്ടും ഞാനെന്റെ സൂപ്പ് വലിച്ചു കുടിച്ചു.

എന്റെ തൊഴിലിന്റെ പക്ഷത്തു നിന്നു നോക്കുമ്പോൾ ഈ വികാരരാഹിത്യം എന്നെ അത്ഭുതപ്പെടുത്തിയിരുന്നില്ലെങ്കിൽ ഞാനീ സംഭവം ഓർക്കുമായിരുന്നില്ല. കാരണം, അന്നെന്നിൽ വൈകാരികാംശം അത്രത്തോളം ശൂന്യമായിരുന്നു.

ദയാശൂന്യത, വികാരങ്ങളുടെ അഭാവം, ആരെയും ഒന്നിനെയും ഗൗനിക്കുന്നില്ല എന്ന അവസ്ഥ ഇവയെല്ലാം തടങ്കൽപ്പാളയത്തിലെ രണ്ടാം ഘട്ടത്തിൽ പ്രത്യക്ഷപ്പെടുന്ന മനഃശാസ്ത്രപരമായ പ്രതികരണങ്ങളുടെ ലക്ഷണങ്ങളാണ്. ഇതയാളെ ദിനം പ്രതിയും ഓരോ മണിക്കൂറിലുമുള്ള ശാരീരിക ദണ്ഡനങ്ങളോടു പോലും പ്രതികരണ

രഹിതനാക്കിത്തീർക്കും. ഈ പ്രതികരണരാഹിത്യത്തോടെ തടവുകാരൻ തികച്ചും അനിവാര്യമായ ഒരു സംരക്ഷണാവരണത്താൽ വലയപ്പെടും.

തീർത്തും നിസ്സാരങ്ങളായ പ്രകോപനങ്ങൾ പോലും പ്രഹരങ്ങൾക്കു കാരണമാകും, ചിലപ്പോൾ കാരണമില്ലാതെയും. ഉദാഹരണത്തിന്, ഞങ്ങളുടെ പണിസ്ഥലത്ത് റൊട്ടി റേഷനായിരുന്നതിനാൽ ക്യൂ നിന്നു വാങ്ങേണ്ടിയിരുന്നു. ഒരു ദിവസം എന്റെ പിന്നിൽ നിന്നിരുന്ന ഒരാൾ വരിയിൽ നിന്ന് ഒരല്പം മാറിനിന്നതു മൂലം വരിയുടെ ഘടനയിലുണ്ടായ പൊരുത്തക്കേട് എസ്. എസ്. ഗാർഡിനെ അതൃപ്തനാക്കി. പിന്നിൽ എന്താണു സംഭവിക്കുന്നതെന്ന് എനിക്കറിയില്ലായിരുന്നു; എസ്. എസ്. ഗാർഡിനും. എന്നാൽ, പൊടുന്നനെ എന്റെ തലയിൽ രണ്ടു കനത്ത പ്രഹരങ്ങളേറ്റു. അപ്പോൾ മാത്രമാണ് കൈയ്യിൽ ഉയർത്തിപ്പിടിച്ച വടിയുമായി നിൽക്കുന്ന ഗാർഡിനെ ഞാൻ കാണുന്നത്. ഇത്തരം സന്ദർഭങ്ങളിൽ ശരീരത്തിലെ വേദനയല്ല ഒരു വ്യക്തിയെ കൂടുതൽ ബാധിക്കുന്നത്, ഈ അനീതി മൂലമുണ്ടാകുന്ന മാനസിക വ്യഥയായിരിക്കും, അതിലെ കാരണരാഹിത്യമായിരിക്കും (മുതിർന്നവരെപ്പോലെ ഇത് കുട്ടികൾക്കും ബാധകമാകും).

വിചിത്രമെന്നു പറയട്ടെ, ചില പ്രത്യേക സന്ദർഭങ്ങളിൽ അടയാളം അവശേഷിപ്പിക്കാത്ത ഒരു പ്രഹരത്തിന് അടയാളം അവശേഷിപ്പിക്കുന്ന പ്രഹരത്തേക്കാളുമേറെ വേദനിപ്പിക്കുവാൻ കഴിയും. ഹിമവാതമുള്ള ഒരു ദിവസം ഞാൻ റെയിൽവേ ട്രാക്കിൽ നിൽക്കുകയായിരുന്നു. പ്രതികൂല കാലാവസ്ഥ പരിഗണിക്കാതെയും ഞങ്ങളുടെ സംഘത്തിന് പണിയെടുക്കേണ്ടിയിരുന്നു. തണുപ്പിനെ നേരിടുവാനുള്ള ഏറ്റവും നല്ല മാർഗ്ഗമെന്നതിനാൽ ഞാനന്ന് ഗ്രാവൽ ഉപയോഗിച്ച് ട്രാക്ക് നേരെയാക്കുന്ന പണിയിൽ എന്നത്തേക്കാളുമേറെ കഠിനമായി അദ്ധ്വാനിച്ചു. ശ്വാസമെടുക്കുന്നതിനായി ഒരു നിമിഷത്തേയ്ക്കു മാത്രം എന്റെ ഷവലിൽ ഒന്നു ചാഞ്ഞു നിന്നു. നിർഭാഗ്യവശാൽ ആ ഒരു നിമിഷത്തേയ്ക്ക് എസ്. എസ്. ഗാർഡ് എന്റെ ഭാഗത്തേയ്ക്ക് തിരിയുകയും ഞാൻ അലസനായിരിക്കുകയാണെന്ന് തെറ്റിദ്ധരിക്കുകയും ചെയ്തു. അപമാനമോ പ്രഹരമോ ആയിരുന്നില്ല അയാൾ വരുത്തിവച്ച വേദനയ്ക്കു കാരണം. ഒരു നിന്ദാവചനം പറയുന്നതിനു പോലും അതിന്റേതായ ഫലമുണ്ടെന്നയാൾ ചിന്തിച്ചില്ല.

മുന്നിൽ നിൽക്കുന്ന ജീർണ്ണ വസ്ത്രധാരിയും ശുഷ്കിച്ചവനും, ഏകദേശമൊരു മനുഷ്യരൂപം മാത്രമെന്നും തോന്നിപ്പിച്ച എനിക്ക് നേരെ അയാൾ കളിയായി ഒരു കല്ലെടുത്ത് എറിഞ്ഞു. എന്നെ സംബന്ധിച്ചിടത്തോളം അത് ഒരു മൃഗത്തിന്റെ ശ്രദ്ധ ക്ഷണിക്കുവാൻ, ഒരു വളർത്തുമൃഗത്തെ അതിന്റെ പണിയിലേയ്ക്കു മടങ്ങുവാൻ ഓർമ്മിപ്പിച്ചതു പോലെയായിരുന്നു. അയാളുമായി ഒരു താരതമ്യത്തിനു പോലും സാധ്യതയില്ലാത്ത, ഒരു ശിക്ഷ നൽകുവാൻ വേണ്ട പ്രാധാന്യം പോലുമില്ലാത്ത 'ഒരു സാധനം'.

പ്രഹരങ്ങളുടെ ഏറ്റവും വേദനിപ്പിക്കുന്ന ഭാഗം, അത് ധ്വനിപ്പിക്കുന്ന അപമാനമാണ്. ഒരിക്കൽ ഞങ്ങൾക്ക് ഭാരമേറിയ, കുറെ വലിയ ഉത്തരങ്ങൾ മഞ്ഞുറഞ്ഞ വഴിയിലൂടെ ചുമന്നു കൊണ്ടുപോകേണ്ടിവന്നു. ഉത്തരം ചുമക്കുന്നവരിൽ ഒരാൾ വഴുതിയാൽ അയാളെ മാത്രമല്ല, അതേ ഉത്തരം ചുമക്കുന്ന മറ്റുള്ളവരെയും അത് അപകടത്തിലാക്കുമായിരുന്നു. എന്റെയൊരു പഴയ ചങ്ങാതിയുടെ ഇടുപ്പെല്ല് ജന്മനാ സ്ഥാനം തെറ്റിയതായിരുന്നു. തിരഞ്ഞെടുപ്പ് നടക്കുമ്പോൾ ശാരീരികമായി ന്യൂനതകളുള്ളവരെ മരണശിക്ഷയ്ക്കു വിധിക്കുമെന്ന് ഏകദേശം ഉറപ്പുണ്ടായിരുന്നതിനാൽ പണിയെടുക്കാൻ കഴിവുണ്ടെന്ന് പറയുന്നത് അയാൾക്ക് സന്തോഷമായിരുന്നു. കൂട്ടത്തിൽ അധികഭാരമുള്ള ഒരു ഉത്തരവുമായി അയാൾ മുടന്തുകയും ഒപ്പമുണ്ടായിരുന്നവരുടെ സമനില തെറ്റിക്കുകയും ചെയ്തു. ആ സമയത്ത് ഞാൻ ഉത്തരം ചുമന്നിരുന്നില്ല. അയാൾ വീഴുന്നതു കണ്ട് ഒന്നും ചിന്തിക്കാതെ ഞാനയാളെ സഹായിക്കുവാനായി ഓടിച്ചെന്നു. ഉടൻ തന്നെ എന്റെ മുതുകിൽ ഒരടി വീഴുകയും ജോലിയിലേയ്ക്ക് തിരിച്ചു പോകാൻ ഗാർഡ് ആജ്ഞാപിക്കുകയും ചെയ്തു. ഈ സംഭവത്തിന് ഏതാനും മിനിറ്റുകൾക്കു മുമ്പ് ഇതേ ഗാർഡ് തന്നെയാണ് "പന്നികളായ നിങ്ങൾക്ക് വർഗ്ഗസ്നേഹമില്ല" എന്ന് കഠിനമായി ആക്ഷേപിച്ചത്.

മറ്റൊരിക്കൽ, -16 ഡിഗ്രി തണുപ്പുള്ളപ്പോൾ കാട്ടിനുള്ളിലൂടെ വെള്ളം കൊണ്ടുപോകുന്ന പൈപ്പ് സ്ഥാപിക്കുന്നതിനായി ഞങ്ങൾ മഞ്ഞുമൂടി ഉറച്ചു പോയ മേൽമണ്ണിളക്കി കുഴിയെടുക്കാൻ തുടങ്ങി. കുറേ കഴിഞ്ഞപ്പോൾ ശാരീരികമായി ഞാൻ വല്ലാതെ തളർന്നു. ഞങ്ങളോടൊപ്പം ചുവന്നു തുടുത്ത കവിളുകളുള്ള ഒരു ഫോർമാൻ വന്നിരുന്നു. അയാളുടെ മുഖം ഒരു പന്നിയുടെ തലയെ ഓർമിപ്പിച്ചു.

അയാൾ കൊടും തണുപ്പിൽ ചൂടു പകരുന്ന നല്ല ഭംഗിയുള്ള കൈയ്യുറകൾ അണിഞ്ഞിരുന്നത് ഞാൻ ശ്രദ്ധിച്ചിരുന്നു. കുറച്ചു സമയം അയാളെന്നെ നിശ്ശബ്ദം ശ്രദ്ധയോടെ നോക്കുന്നത് ഞാൻ കണ്ടു. അയാളുടെയുള്ളിൽ എനിക്കെതിരെ എന്തോ തിളച്ചു മറിയുന്നതായി ഞാൻ മനസ്സിലാക്കി. എത്ര കുഴിച്ചു എന്നതിനുള്ള തെളിവായി മണ്ണിന്റെ ഒരു കൂമ്പാരം എന്റെ മുന്നിൽ കിടക്കുന്നു.

"പന്നീ, ഇന്നു മുഴുവൻ നിന്നെ ഞാൻ ശ്രദ്ധിക്കുകയായിരുന്നു", അയാൾ പറഞ്ഞു തുടങ്ങി. "എങ്ങനെയാണ് പണിയെടുക്കേണ്ടതെന്ന് നിന്നെ ഞാനിന്ന് പഠിപ്പിക്കാം. നീ പല്ലുകൊണ്ട് ചേറിൽ കുഴിയെടുക്കുന്നത് നമുക്ക് കാണാം. ഒരു മൃഗം ചാവുന്നതു പോലെയാവും നിന്റെ അന്ത്യം. രണ്ടു ദിവസത്തിനുള്ളിൽ ഞാൻ നിന്റെ കഥ കഴിക്കും. ജീവിതത്തിൽ ഒരിക്കലും നീ പണിയെടുത്തിട്ടില്ല. എന്തായിരുന്നു പന്നീ നിനക്കു പണി? നീയൊരു ബിസ്സിനസുകാരനായിരുന്നോ?"

ഞാനതിനു വില കല്പിച്ചിരുന്നില്ല. പക്ഷെ, എന്നെ കൊല്ലുമെന്നുള്ള ഇയാളുടെ ഭീഷണി ഗൗരവത്തിലെടുക്കേണ്ടതാണ് എന്നു ഞാൻ തീരുമാനിച്ചു. അതുകൊണ്ട് ഞാൻ നേരെ നിന്ന് അയാളുടെ കണ്ണുകളിൽ നോക്കിത്തന്നെ പറഞ്ഞു, "ഞാനൊരു ഡോക്ടർ ആയിരുന്നു, ഒരു സ്പെഷ്യലിസ്റ്റ്."

"ഡോക്ടറോ? അപ്പോൾ നീ ആളുകളെ പിഴിഞ്ഞ് ഒരുപാട് പണമുണ്ടാക്കിയിട്ടുണ്ടെന്നർത്ഥം."

"ഞാൻ പണം വാങ്ങാതെ, പാവങ്ങൾക്കു വേണ്ടിയുള്ള ക്ലിനിക്കുകളിലായിരുന്നു ജോലി ചെയ്തിരുന്നത്". എന്നാൽ അപ്പോൾ ഞാനൊരു അധികപ്രസംഗിയായി. ഒരു ഭ്രാന്തനെപ്പോലെ അലറിക്കൊണ്ട് അയാളെന്റെ മേലേക്ക് ചാടുകയും എന്നെ ഇടിച്ചു വീഴ്ത്തുകയും ചെയ്തു. അലറുമ്പോൾ അയാൾ എന്തെല്ലാമാണ് പറഞ്ഞതെന്ന് എനിക്കിപ്പോൾ ഓർത്തെടുക്കാൻ കഴിയുന്നില്ല.

അവശനായ ഒരു തടവുകാരൻ പോലും ധാർമ്മികരോഷം കൊണ്ട് ജാഗ്രത്താകുമെന്ന് ബാലിശമായ ഈ കഥയിലൂടെ സ്പഷ്ടമായി കാണിച്ചു തരുവാൻ ഞാനാഗ്രഹിക്കുന്നു. അയാളുടെ ക്രൂരതയോ അയാളെന്നെ ആക്രമിച്ചതോ എനിക്ക് പ്രശ്നമായില്ല, അതിന്റെയൊപ്പം പറഞ്ഞ അധിക്ഷേപ വാക്കുകൾക്കെതിരെയുള്ള ധാർമ്മികരോഷമായിരുന്നു എന്നെ ബാധിച്ചത്. അപ്പോൾ എന്റെ തലയിലേക്ക് രക്തം ഇരച്ചു കയറി. എന്റെ ജീവിതത്തെക്കുറിച്ച് ഒന്നുമറിയാത്ത

ഒരാൾ അതിനെ വിധിക്കുന്നതായിരുന്നു കാരണം. (എന്റെ സഹതടവുകാർക്കു മുന്നിൽ താഴെ കൊടുത്തിരിക്കുന്ന അഭിപ്രായപ്രകടനം നടത്തിയതു മൂലം എനിക്ക് ഒരുതരം ബാലിശമായ ആശ്വാസം ലഭിച്ചിട്ടുണ്ടെന്ന് ഞാൻ ഏറ്റുപറയുന്നു). എന്റെ ആശുപത്രിയിലെ നഴ്സ് ഒ. പി. വാർഡിന്റെ കാത്തിരിപ്പ് മുറിയിൽപ്പോലും കടക്കുവാൻ അനുവദിക്കാനിടയില്ലാത്ത, കാഴ്ചയ്ക്ക് "വിരൂപനും നികൃഷ്ടനുമായ ഒരുത്തൻ".

ഭാഗ്യവശാൽ ഞങ്ങളുടെ കൂട്ടത്തിൽ വന്നിരുന്ന ഒരു പ്രമാണിക്ക് എന്നോടൊരു കടപ്പാടുണ്ടായിരുന്നു. പണിസ്ഥലത്തേയ്ക്കുള്ള ദീർഘദൂരം നടപ്പിനിടയിൽ പറഞ്ഞിരുന്ന അയാളുടെ വിവാഹ പ്രശ്നങ്ങളും പ്രേമ കഥകളും ക്ഷമയോടെ കേട്ടിരുന്നതിനാൽ എന്നോടൊരു പ്രത്യേക ഇഷ്ടമുണ്ടായിരുന്നു അയാൾക്ക്. മനഃശാസ്ത്രപരമായി ഞാൻ നൽകിയ ഉപദേശങ്ങളും അയാളുടെ സ്വഭാവത്തെപ്പറ്റിയുള്ള എന്റെ കണ്ടെത്തലുകളും അയാളിൽ എന്നെക്കുറിച്ച് മതിപ്പുളവാക്കിയിട്ടുണ്ട്. ഇതുമൂലം അയാൾക്കെന്നുമെന്നോട് നന്ദിയുണ്ടായിരുന്നു. നിരവധി മാർച്ചുകളിൽ ആദ്യത്തെ അഞ്ചു നിരകളിലൊന്നിൽ അയാളുടെ തൊട്ടടുത്തായി എനിക്കു വേണ്ടി ഒരിടം മാറ്റിവച്ചിരുന്നു. ഈ മാർച്ചുകളിൽ സാധാരണ ഇരുന്നൂറ്റി എൺപത് പേരുണ്ടായിരുന്നു എന്നതുകൂടി പരിഗണിക്കുമ്പോൾ ഈ ആനുകൂല്യത്തിനു പ്രാധാന്യമുണ്ട്. ഇരുട്ടായിരിക്കുമ്പോൾതന്നെ ഞങ്ങൾ നിരന്നു നിൽക്കേണ്ടിയിരുന്നു. വൈകി വന്നാൽ ഏറ്റവും പുറകിലെ വരിയിൽ നിൽക്കേണ്ടിവരുമെന്നത് എല്ലാവർക്കും ഭയമായിരുന്നു. മോശവും ഇഷ്ടമില്ലാത്തതുമായ ജോലികൾക്ക് ആളുകളെ ആവശ്യം വരുമ്പോൾ പിൻ നിരയിലെ തടവുകാരിൽ നിന്നായിരിക്കും മുതിർന്ന പ്രമാണി ആളുകളെ തിരഞ്ഞെടുത്തിരുന്നത്. ഇങ്ങനെ തിരഞ്ഞെടുക്കപ്പെടുന്ന തടവുകാർക്ക് അപരിചിതരായ ഗാർഡുകളുടെ മേൽനോട്ടത്തിൽ മോശം ജോലികൾ ചെയ്യേണ്ടിയിരുന്നു. എങ്കിലും, അതിബുദ്ധി കാണിച്ചിരുന്ന ചിലരെ പിടികൂടുന്നതിനായി മാത്രം ഇടയ്ക്കൊക്കെ മുതിർന്ന പ്രമാണിമാർ ആദ്യത്തെ അഞ്ചു നിരകളിൽ നിന്ന് ആളുകളെ തിരഞ്ഞെടുക്കുമായിരുന്നു. എല്ലാ പ്രക്ഷോഭങ്ങളും യാചനകളും മർമ്മം നോക്കിയുള്ള തൊഴികൾ കൊണ്ട് നിശ്ശബ്ദമാക്കപ്പെട്ടിരുന്നു. തിരഞ്ഞെടുക്കപ്പെട്ട ഇരകളെ അലർച്ചകളും പ്രഹരങ്ങളും കൊണ്ട് ഓടിച്ച് പിടിക്കുമായിരുന്നു.

എന്നിരുന്നാലും, എന്റെ പ്രമാണിക്ക് ഹൃദയം തുറക്കുവാൻ എന്നെ ആവശ്യമുണ്ടായിരുന്നതിനാൽ അത്രത്തോളം കാലം എനിക്കത് സംഭവിച്ചില്ല. മറ്റൊരു ഗുണം കൂടിയുണ്ടായിരുന്നു. എല്ലാ സഹതടവുകാരേയും പോലെ ഞാനും നീർക്കെട്ടിന്റെ അസ്വസ്ഥതകൾ അനുഭവിച്ചിരുന്നു. എന്റെ കാലുകൾ വീർത്തിരുന്നു. കാലിലെ തൊലി വലിഞ്ഞു മുറുകിയതിനാൽ എനിക്ക് മുട്ട് മടക്കുവാൻ കഴിഞ്ഞിരുന്നില്ല. എന്റെ വീർത്ത കാലുകൾ കൊള്ളിക്കുവാൻ ഷൂസിന്റെ ചരട് വലിച്ചു കളയേണ്ടതായി വന്നിരുന്നു. സോക്സ് ഉണ്ടായിരുന്നെങ്കിൽത്തന്നെ ഷൂസിൽ അതു കൊള്ളിക്കുവാനുള്ള സ്ഥലമില്ലായിരുന്നു. ഷൂസിനുള്ളിൽ മഞ്ഞുകട്ട നിറഞ്ഞതിനാൽ എന്റെ കാലുകൾ എപ്പോഴും നനഞ്ഞു തന്നെയിരുന്നു. ഇതിനാൽ നീർക്കെട്ടും ചൊറിച്ചിലും അസഹ്യമായിരുന്നു. ഓരോ ചുവടിലും നരകവേദന ഞാനറിഞ്ഞു. മഞ്ഞു നിറഞ്ഞ സ്ഥലങ്ങളിൽ മാർച്ച് ചെയ്യുമ്പോൾ ഷൂസിനകവും പുറവും മഞ്ഞ് പൊതിഞ്ഞിരുന്നു. ആളുകൾ വീണു പോവുകയും പിന്നാലെ വന്നവർ അവരുടെ മുകളിൽ വീഴുകയും ചെയ്തു. അപ്പോൾ ഏതാനും നിമിഷത്തേയ്ക്കു മാത്രം തടവുകാർ നിൽക്കും. ഗാർഡുകളിൽ ഒരാൾ ഉടനടി അവരെ തോക്കിന്റെ പാത്തി കൊണ്ട് കുത്തി എഴുന്നേൽപ്പിക്കും. എത്രത്തോളം നിങ്ങൾ സംഘത്തിന്റെ മുന്നിലായിരുന്നുവോ, സമയം വീണ്ടെടുക്കുവാൻ വേദനിക്കുന്ന പാദങ്ങളുമായി ഓടേണ്ട ദൂരം അത്രത്തോളം കുറഞ്ഞിരുന്നു. ആദരണീയനായ എന്റെ പ്രമാണി അയാളുടെ ഡോക്ടറായി എന്നെ തിരഞ്ഞെടുത്തിരുന്നതിനാൽ, ഇടയ്ക്കിടെ നിന്നു പോയിരുന്ന എനിക്ക് മുൻനിരയിൽത്തന്നെ നിരപ്പായ സ്ഥലത്ത് നടക്കുവാൻ അവസരം ലഭിച്ചിരുന്നു.

എന്റെ അധികസേവനത്തിനുള്ള പ്രതിഫലമായി ഭക്ഷണത്തിന് സൂപ്പുണ്ടെങ്കിൽ ഊഴമെത്തുമ്പോൾ അടിത്തട്ടിൽ നിന്ന് ഏതാനും നിലക്കടലകൾ തപ്പിയെടുത്ത് അയാൾ പാത്രത്തിൽ ഇട്ടിരുന്നു. പഴയൊരു പട്ടാള ഓഫീസറായിരുന്നു ഈ പ്രമാണി. എന്നെ അയാൾക്കറിയാമെന്നും നന്നായി പണിയെടുക്കുന്നവനാണെന്നും ഒരിക്കൽ ഞാൻ വഴക്കിട്ട ഫോർമാന്റെ ചെവിയിൽ മന്ത്രിക്കുവാൻ പോലും അയാൾ ധൈര്യം കാണിച്ചിരുന്നു. ഇത് വേണ്ടത്ര ഫലം തന്നില്ലെങ്കിലും എന്റെ ജീവൻ രക്ഷിക്കുന്ന കാര്യത്തിലയാൾ പലതവണ വിജയിച്ചിരുന്നു. (ഒന്നിലേറെത്തവണ എന്റെ ജീവൻ

അപകടത്തിലായിരുന്നു). ഫോർമാനുമായി പ്രശ്നമുണ്ടായതിന്റെ പിറ്റേ ദിവസം തന്നെ ഞാൻ മറ്റൊരു പണിസ്ഥലത്തേയ്ക്ക് മാറ്റപ്പെട്ടു.

ഞങ്ങളുടെ ജീവിതത്തോട് സഹതാപം തോന്നിയിരുന്ന ഫോർമാൻ മാരുമുണ്ടായിരുന്നു. പണിസ്ഥലത്തെങ്കിലും ചില ആശ്വാസങ്ങൾ തരുവാൻ അവർ ശ്രമിച്ചിരുന്നു. എന്നിരുന്നാലും ഒരു സാധാരണ പണിക്കാരൻ ഞങ്ങൾ ചെയ്യുന്നതിനേക്കാൾ പതിന്മടങ്ങു കാര്യങ്ങൾ ചുരുങ്ങിയ സമയത്തിനുള്ളിൽ ചെയ്തിരുന്നതായി അവർ കൂടെക്കൂടെ ഓർമ്മപ്പെടുത്തി. പക്ഷെ ഒരു സാധാരണ പണിക്കാരന് ജീവൻ നിലനിർത്തുവാൻ ദിവസവും പത്തര ഔൺസ് റൊട്ടിയും വെള്ളം ചേർത്ത ഒന്നേമുക്കാൽ പൈന്റ് സൂപ്പും (സത്യത്തിൽ ഞങ്ങൾക്കിതി നേക്കാൾ കുറഞ്ഞ അളവിലായിരുന്നു അവർ ആഹാരം വിതരണം ചെയ്തിരുന്നത്) മതിയാവുകയില്ല എന്ന കാര്യം അയാൾ മനസ്സിലാ ക്കിയിരുന്നു. മറ്റൊരു ക്യാംപിലേക്കോ, ഒരുപക്ഷെ നേരെ ഗ്യാസ് ചേംബറുകളിലേയ്ക്കോ അയച്ചിരിക്കാവുന്ന കുടുംബാംഗങ്ങളെ കുറിച്ച് അറിവില്ലാതെ, ഞങ്ങൾ കടന്നു പോകുന്ന മാനസിക പീഡനങ്ങ ളോടെ, ഓരോ ദിവസവും കൊലചെയ്യപ്പെട്ടുമെന്ന ഭീഷണികളോടെ, ഒരു സാധാരണ പണിക്കാരനും ജീവിച്ചിരിക്കുകയില്ലെന്നു അവർ അംഗീകരിച്ചിരുന്നു.

ഒരിക്കൽ ഒരല്പം ദയവുണ്ടെന്ന് തോന്നിയ ഒരു ഫോർമാനോട് ഞാനിങ്ങനെ പറയുവാൻ ധൈര്യപ്പെട്ടു, "നിങ്ങളിൽ നിന്ന് ഞാൻ റോഡ് പണി പഠിക്കുന്നത്ര ചുരുങ്ങിയ സമയം കൊണ്ട് ഞാനൊരു തലച്ചോർ ഓപ്പറേഷൻ നടത്തുന്നത് നിങ്ങൾ പഠിക്കുമെങ്കിൽ നിങ്ങളോട് എനിക്ക് വലിയ ബഹുമാനമുണ്ടാകും", അയാൾ വികൃതമായി ചിരിച്ചു.

രണ്ടാം ഘട്ടത്തിന്റെ ലക്ഷണമായ ദയാരാഹിത്യം അനിവാര്യമായ ഒരു ആത്മപ്രതിരോധമായിരുന്നു. യാഥാർത്ഥ്യം നിറം കെട്ടതായി രുന്നു. എല്ലാ വികാരങ്ങളും എല്ലാ ശ്രമങ്ങളും ഒരേയൊരു ലക്ഷ്യത്തെ കേന്ദ്രീകരിച്ചായിരുന്നു. സ്വന്തം ജീവനും സഹജീവിയുടെ ജീവനും നിലനിർത്തുക. ഓരോ വൈകുന്നേരവും പണിസ്ഥലത്തു നിന്ന് ക്യാംപി ലേയ്ക്കു തെളിക്കപ്പെട്ടു കഴിഞ്ഞാൽ "അങ്ങനെ മറ്റൊരു ദിവസം കൂടി

കഴിഞ്ഞിരിക്കുന്നു" എന്ന ആശ്വാസത്തോടെയുള്ള ആത്മഗതം തടവുകാരിൽ നിന്നുയരുക പതിവായിരുന്നു.

ആയാസകരമായ ഒരവസ്ഥയെ ജീവൻ നിലനിർത്തുകയെന്ന സ്ഥിരം അനിവാര്യതയുമായി ഇണക്കിക്കൊണ്ടു മുന്നോട്ടു പോവുകയെന്ന കർത്തവ്യം, തടവുകാരുടെ ആന്തരിക ജീവിതത്തെ ഒരുതരം പ്രാകൃതാവസ്ഥയിലേയ്ക്ക് നിർബന്ധപൂർവ്വം ഇഴച്ചുകൊണ്ടു പോയിട്ടുണ്ടെന്നത് വേഗത്തിൽ മനസ്സിലാക്കാവുന്നതാണ്. ക്യാംപിലെ അന്തേവാസികൾക്കിടയിൽ ഒരുതരം 'അധോഗമനം' ഉണ്ടെന്ന് മനഃശാസ്ത്ര വിശകലനത്തിൽ പരിശീലനം നേടിയ എന്റെ നിരവധി സഹപ്രവർത്തകർ ഇടയ്ക്കൊക്കെ പറയാറുണ്ടായിരുന്നു. ഇത് കൂടുതൽ പ്രാകൃതമായ ഒരു മനോനിലയാണ്. അവന്റെ ആശയാഭിലാഷങ്ങൾ അവന്റെ സ്വപ്നങ്ങളിൽ വ്യക്തമായിരുന്നു. ഈ സ്വപ്നങ്ങളിൽ നിന്നും അവർ എന്തു നേടിയെന്ന ചോദ്യം മറ്റൊരു വിഷയമാണ്. സ്വപ്നം കാണുന്നവർക്ക് പക്ഷേ ഏതു നിമിഷവും അതിൽ നിന്ന് ക്യാംപിലെ യാഥാർത്ഥ്യത്തിലേയ്ക്ക് ഉണരേണ്ടിയിരുന്നു - അതോടെ തന്നെ സങ്കല്പങ്ങളും യാഥാർത്ഥ്യവും തമ്മിലുള്ള ഭീതിജനകമായ വൈരുദ്ധ്യം മാത്രം ബാക്കിയായിരുന്നു.

തടവുകാർ ഏതു തരം സ്വപ്നങ്ങളായിരിക്കാം പതിവായി കണ്ടു കൊണ്ടിരുന്നത്? റൊട്ടി, കേക്ക്, സിഗററ്റ്, ഇളം ചൂടുവെള്ളത്തിലുള്ള സുഖകരമായ കുളി. ഈ നിസ്സാര ആഗ്രഹങ്ങളുടെ നിഷേധം അവരെയത് സ്വപ്നങ്ങളിലൂടെ സാധ്യമാക്കുവാൻ പഠിപ്പിച്ചു. ഈ സ്വപ്നങ്ങൾ എന്തെങ്കിലും പ്രയോജനം ചെയ്തിരുന്നുവോ എന്നത് മറ്റൊരു വിഷയമാണ്. ഒരു സ്വപ്നവിഹാരിക്ക് താൻ ഉറക്കത്തിൽ കണ്ട മിഥ്യാലോകത്തെ വിട്ട് ക്യാംപ് ജീവിതത്തിലേയ്ക്കും അവ തമ്മിലുള്ള ക്രൂരവും ഭയാനകവുമായ വൈരുദ്ധ്യങ്ങളിലേയ്ക്കും ഉണരേണ്ടത് അനിവാര്യമായിരുന്നു.

ഒരു രാത്രിയിൽ സഹതടവുകാരൻ അമറുന്ന ശബ്ദം കേട്ടു ചാടിയെഴുന്നേൽക്കേണ്ടി വന്നത് ഒരിക്കലും എനിക്ക് മറക്കുവാൻ കഴിയില്ല. അയാൾ താഴേയ്ക്ക് തെറിച്ചു വീഴുകയായിരുന്നു: അതൊരു ഭയാനകമായ ദുഃസ്വപ്നമായിരുന്നുവെന്ന് വ്യക്തമായി. ഉന്മാദം നിറഞ്ഞ ഇത്തരം ഭീകര സ്വപ്നങ്ങൾ കാണുന്നവരോട് എന്നുമെനിക്ക് അനുകമ്പയുണ്ടായിരുന്നതിനാൽ ആ പാവം മനുഷ്യനെ കുലുക്കി ഉണർത്തുവാൻ ഞാൻ കൈ നീട്ടി. എന്നാൽ, പൊടുന്നനെ ഞാൻ

കൈ പിന്നോട്ടു വലിച്ചു. എത്ര ഭയാനകമായ ദുഃസ്വപ്നവും ക്യാംപിലെ ഭീകര യാഥാർത്ഥ്യത്തിനൊപ്പമാവുകയില്ലെന്ന് ഞാനോർത്തു. അതിലേയ്ക്കായിരുന്നല്ലോ ഞാനയാളെ നിർദ്ദയം തിരിച്ചു വിളിക്കുവാൻ ഒരുങ്ങിയത്!

തടവുകാരുടെ സഹനത്തിന് പോഷകാഹാരക്കുറവിന്റെ വ്യാപ്തി ഒരു കാരണമായിരുന്നതിനാൽ, ആഹാരത്തോടുള്ള ആർത്തി മാനസിക വ്യാപാരങ്ങളെ ചുറ്റിത്തിരിയുന്ന മുഖ്യമായ പ്രാകൃത സഹജവാസനയായിത്തീർന്നത് സ്വാഭാവികമായിരുന്നു. വളരെയടുത്തു നിന്നു നിരീക്ഷിക്കപ്പെടാത്ത സന്ദർഭങ്ങളിൽ ചേർന്നു നിന്ന് പണിയെടുക്കുന്ന ഭൂരിപക്ഷം തടവുകാരും ആദ്യം ചർച്ച ചെയ്യുന്നത് ആഹാരത്തെക്കുറിച്ചായിരിക്കും. ഒരു കിടങ്ങിൽ ഒരുമിച്ചു നിന്നു പണിയെടുക്കുന്നവരിൽ ഒരാൾ തന്റെ സഖാവിനോട് ചോദിക്കുന്നത് നിങ്ങളുടെ ഇഷ്ടഭക്ഷണങ്ങൾ ഏതെല്ലാമാണെന്നായിരുന്നു. പിന്നീടവർ തമ്മിൽ പാചകരീതികൾ ചർച്ച ചെയ്യുകയും വിദൂരഭാവിയിൽ മോചിതരായി വീട്ടിലെത്തുകയും, ശേഷമുള്ള പുനഃസമാഗമത്തിൽ ഈ പാചക രീതി പരീക്ഷിക്കാമെന്നും ആസൂത്രണം ചെയ്യും. പൊടുന്നനെ "ഗാർഡ് വരുന്നു" എന്നു സൂചിപ്പിക്കുന്ന ഒരു സംഖ്യയോ രഹസ്യ പദമോ കേൾക്കുന്നതു വരെ അവർ ആഹാരത്തെക്കുറിച്ച് സംസാരിച്ചുകൊണ്ടിരിക്കും.

ആഹാരത്തെക്കുറിച്ചുള്ള ചർച്ചകൾ അപകടകരമാണെന്നാണ് ഞാനെപ്പോഴും കരുതിയിരുന്നത്. തീർത്തും അപര്യാപ്തമായ റേഷനും കുറഞ്ഞ ഊർജ്ജവും കൊണ്ട് ഒരുവിധം ദിവസങ്ങൾ തള്ളി നീക്കുമ്പോൾ ഇത്ര വിശദമായ വിവരണങ്ങളും വിശിഷ്ട ഭോജ്യങ്ങളുടെ ചിത്രീകരണങ്ങളും കൊണ്ട് ദഹനേന്ദ്രിയങ്ങളെ പ്രകോപിപ്പിക്കുന്നത് തെറ്റായിരിക്കില്ലേ? മനഃശാസ്ത്രപരമായി ഇത് ക്ഷണികമായ ആശ്വാസം പകരുമെങ്കിലും ശരീരശാസ്ത്ര പ്രകാരം തീർച്ചയായും ഇത് അപകടം തന്നെയായിരുന്നു.

തടവിന്റെ രണ്ടാം ഘട്ടത്തിൽ റേഷനായി ഞങ്ങൾക്ക് ലഭിച്ചിരുന്നത് ഒരു നേരത്തേയ്ക്ക് മുക്കാൽപ്പങ്കും വെള്ളമായിരുന്ന സൂപ്പും പതിവു പോലെ ഒരു ചെറിയ റൊട്ടിക്കഷണവുമായിരുന്നു. ഇതു കൂടാതെ മുക്കാൽ ഔൺസ് മാർജറീൻ അല്ലെങ്കിൽ ഒരു കഷണം തരം താഴ്ന്ന സോസേജ് അല്ലെങ്കിൽ ഒരു കഷണം ചീസ് അല്ലെങ്കിൽ ഒരല്പം

കൃത്രിമ തേൻ, അതുമല്ലെങ്കിൽ വെള്ളം നിറഞ്ഞ ഒരു സ്പൂൺ ജാം. ഇങ്ങനെ ദിവസവും മാറുന്ന അധിക ആനുകൂല്യവും ഉണ്ടായിരുന്നു. ഊർജ്ജത്തിന്റെ കാര്യത്തിൽ ഈ ആഹാരം അങ്ങേയറ്റം അപര്യാപ്തമായിരുന്നു, പ്രത്യേകിച്ചും വേണ്ടത്ര വസ്ത്രങ്ങളില്ലാതെ പുറത്തെ തണുപ്പിൽ കഠിനമായ ശാരീരികാദ്ധ്വാനം ചെയ്യുന്ന ഞങ്ങളുടെ അവസ്ഥ പരിഗണിക്കുമ്പോൾ. 'പ്രത്യേക കരുതലുണ്ടായിരുന്ന' – പണി ചെയ്യാതെ ക്യാംപിൽ കിടക്കുവാനുള്ള അനുവാദമാണ് ഈ പ്രത്യേക കരുതൽ - രോഗികളുടെ അവസ്ഥ പോലും അങ്ങേയറ്റം വഷളായിരുന്നു. ത്വക്കിനു കീഴിലുള്ള അവസാനനിര കൊഴുപ്പു പോലും നഷ്ടപ്പെട്ട്, കീറത്തുണി അണിഞ്ഞ അസ്ഥികൂടങ്ങളാണു ഞങ്ങളെന്ന് തോന്നിയിരുന്നു. ശരീരം സ്വയം വിഴുങ്ങിത്തുടങ്ങുന്നതു ഞങ്ങൾക്കു കാണാമായിരുന്നു. സ്വന്തം ശരീരത്തിലെ കൊഴുപ്പ് ദഹിപ്പിക്കുന്ന ജീവിയായിരുന്നു ഞാൻ, പേശികളെല്ലാം അപ്രത്യക്ഷമായി. ശരീരത്തിൽ പ്രതിരോധശേഷി അവശേഷിച്ചിരുന്നില്ല. ഞങ്ങളുടെ ചെറിയ സംഘം ഒന്നിനു പുറകെ ഒന്നായി കുടിലിൽ മരിച്ചു വീണു. അടുത്തയാൾ ആരായിരിക്കുമെന്ന് ഓരോരുത്തർക്കും കൃത്യതയോടെ മുൻകൂട്ടി അറിയുവാൻ കഴിഞ്ഞു.

"ഇവനിനി അധികം സമയമില്ല" അല്ലെങ്കിൽ, "ഇതാണ് അടുത്തത്" ഞങ്ങൾ ഓരോരുത്തരും പരസ്പരം മന്ത്രിച്ചു. ദിവസേന വൈകുന്നേരം ചെള്ള് തിരയുമ്പോൾ ഞങ്ങൾ സ്വന്തം നഗ്നശരീരം കണ്ടു. ഞങ്ങൾ ഒരുപോലെ ചിന്തിച്ചു. ഇവിടെയുള്ള ഈ ശരീരം, എന്റെ ശരീരം ഇപ്പോൾത്തന്നെ ഒരു ജഡമായിരിക്കുന്നു. എനിക്കെന്താണ് സംഭവിച്ചത്? ഒരു വൻ മനുഷ്യഗണത്തിന്റെ മാംസത്തിൽ തീരെച്ചെറിയ ഒരു ഭാഗം, മുള്ളുകമ്പി വേലികൾക്കകത്തുള്ള ഒരു ഗണം, ഏതാനും മൺകുടിലുകളിൽ തിങ്ങിക്കൂടിയ ഒരു വലിയ കൂട്ടം. ജീവനറ്റുപോയതിനാൽ ദിവസേന അഴുകി തുടങ്ങിയ വലിയ ഗണത്തിലെ ഒരംശം.

ആഹാരത്തെയും ഇഷ്ടപ്പെട്ട വിഭവങ്ങളെയും കുറിച്ചുള്ള ചിന്ത എത്രത്തോളം ഒഴിവാക്കാനാവാത്തതാണെന്ന് ഞാൻ മുകളിൽ സൂചിപ്പിച്ചല്ലോ. ഈ ചിന്ത താനൊരു തടവുകാരനാണെന്ന നിർബന്ധിത ബോധത്തിലേയ്ക്കുയാളെയെത്തിക്കും. നമ്മളിൽ ഏറ്റവും കരുത്തുള്ളയാൾ പോലും ഭേദപ്പെട്ട ആഹാരം ലഭിക്കുന്ന കാലത്തിനായി കാത്തിരിക്കുകയായിരുന്നെന്ന് അപ്പോൾ മനസ്സിലാക്കുവാൻ

കഴിഞ്ഞേക്കും. സ്വാദിഷ്ടമായ ആഹാരത്തിനു വേണ്ടി മാത്രമല്ല, ഇടിച്ചു താഴ്ത്തപ്പെട്ട മനുഷ്യാവസ്ഥയിൽ ആഹാരത്തെക്കുറിച്ചല്ലാതെ മറ്റൊന്നും ചിന്തിക്കുവാൻ കഴിയാതിരുന്ന ആ കാലം ഒരിക്കൽ അവസാനിക്കുമോയെന്നറിയുവാൻ കൂടിയുള്ള കാത്തിരിപ്പാണത്.

ഇതിനു സമാനമായ അനുഭവങ്ങളിലൂടെ കടന്നുപോയിട്ടില്ലാത്ത വർക്ക് കൊടിയ പട്ടിണി അനുഭവിച്ചിട്ടുള്ള മനുഷ്യന്റെ, ആത്മാവിനെ സംഹരിക്കുന്ന മാനസിക സംഘർഷങ്ങളും ഇച്ഛാശക്തിയുടെ ഏറ്റു മുട്ടലുകളും ഉൾക്കൊള്ളുവാൻ ഒരിക്കലും കഴിയുകയില്ല. ഒരു കിടങ്ങ് കുഴിച്ചു കൊണ്ട് അതിനുള്ളിൽ നിൽക്കുക, ഭക്ഷണത്തിനുള്ള അര മണിക്കൂർ ഇടവേളയ്ക്കു വേണ്ടി രാവിലെ ഒമ്പതു മുപ്പതിനോ പത്തു മണിക്കോ കേൾക്കുന്ന ഒരു സയറണിനായി മാത്രം കാത്തിരിക്കുക, (റൊട്ടി ലഭ്യമായ കാലം വരെ) റേഷനായി മാത്രം റൊട്ടിയുള്ളപ്പോൾ ഫോർമാൻ വഴക്കാളിയല്ലെങ്കിൽ സമയമെന്തായി എന്ന് ആവർ ത്തിച്ചു ചോദിക്കുക, കോട്ടിന്റെ പോക്കറ്റിലെ റൊട്ടിയിൽ മൃദുവായി സ്പർശിക്കുക, ഗ്ലൗസ് ഇടാത്തതിനാൽ മരവിച്ചു പോയ വിരലുകൾ കൊണ്ട് ഒന്നു തട്ടിനോക്കുക, ഒരു കുഞ്ഞു കഷണം പൊട്ടിച്ചെടുത്ത് വായിൽ വയ്ക്കുക. എന്നിട്ടൊടുവിൽ അവശേഷിക്കുന്ന ഒരിത്തിരി ഇച്ഛാശക്തികൊണ്ട് അത് ഉച്ചഭക്ഷണത്തിനായി സൂക്ഷിക്കുക.

തടവുകാലത്തിന്റെ അന്തിമഘട്ടത്തിൽ ദിവസേന ഒരു തവണ മാത്രം നൽകിയിരുന്ന ഒരു ചെറിയ തുണ്ട് റൊട്ടി കൈകാര്യം ചെയ്യുന്നതിലെ വിവേകവും അവിവേകവും നമുക്ക് അന്തമില്ലാതെ ചർച്ച ചെയ്യുവാൻ കഴിയും. ഈ വിഷയത്തിൽ രണ്ടു തരം ചിന്താ ഗതികളുണ്ട്. ഒന്ന്, കിട്ടിയ റേഷൻ ഉടനടി കഴിക്കുക എന്നതായി രുന്നു. ഒരു നേരത്തേയ്ക്ക് - ഏറ്റവും കടുത്ത വിശപ്പിന്റെ യാതനയെ ഏറ്റവും കുറഞ്ഞ നേരത്തേയ്ക്കെങ്കിലും അകറ്റി നിർത്തുവാൻ ഇതുവഴി കഴിയും. റൊട്ടി മോഷ്ടിക്കപ്പെടുക, നഷ്ടപ്പെടുക തുടങ്ങിയ സാധ്യത കളെ തടയുവാനും ഈ രീതി കാരണമാകും. റേഷൻ പങ്കിടുവാൻ ആവശ്യപ്പെട്ട രണ്ടാമത്തെ കൂട്ടർ വ്യത്യസ്ത വാദങ്ങളുന്നയിച്ചു. തർ ക്കത്തിനൊടുവിൽ ഞാൻ അവരോടൊപ്പം ചേർന്നു.

രാത്രി അവസാനിച്ചിട്ടില്ലാത്ത മണിക്കൂറുകളിൽ കർണ്ണപുടങ്ങൾ കീറുന്ന മൂന്ന് വിസിൽ ശബ്ദങ്ങളോടെ തുടങ്ങുന്നതാണ് ക്യാംപ് ജീവി തത്തിലെ ഇരുപത്തിനാലു മണിക്കൂറുകൾക്കിടയിലെ ഏറ്റവും ശപി ക്കപ്പെട്ട നിമിഷങ്ങൾ. തളർന്നുറങ്ങുമ്പോൾ ഈ മൂന്ന് ഘോര ശബ്ദ

ങ്ങൾ സ്വപ്നങ്ങളിൽ നിന്നു ഞങ്ങളെ കരുണയുടെ കണിക പോലു മില്ലാതെ പറിച്ചെടുക്കും. അതോടെ നീരു വന്ന് വീർത്തു കെട്ടിയ കാലുകൾ നനഞ്ഞ ഷൂസിനുള്ളിലേയ്ക്ക് കടത്തുവാൻ ഓരോരുത്തരും മൽപ്പിടുത്തം തുടങ്ങും. ഈ സമയം, ഷൂ ലെയ്സിന് പകരം കെട്ടിയ ചരട് പൊട്ടുന്നതു പോലുള്ള പ്രശ്നങ്ങളെത്തുടർന്ന് പതിവുള്ള കൊച്ചു കൊച്ചു ഞരക്കങ്ങളും നിസ്സഹായതയുടെ പിറുപിറുക്കലുകളും കേൾക്കാം. ഒരു ദിവസം രാവിലെ, അതുവരെ അന്തസ്സോടെയും മനക്കരുത്തോടെയും മാത്രം പെരുമാറിയിരുന്ന ഒരാൾ കൊച്ചുകുട്ടി യെപ്പോലെ ഇരുന്നു കരയുന്നത് കണ്ടു. അയാളുടെ ഷൂസ് നന്നേ ചുരു ങ്ങിപ്പോയതിനാൽ അന്ന് വെറും കാലിൽ മഞ്ഞിലൂടെ നടക്കേണ്ടി വരുമെന്നതായിരുന്നു കരച്ചിലിനു കാരണം. ഭീകരത നിറഞ്ഞ ആ നിമിഷങ്ങളിൽ എന്റെ പോക്കറ്റിൽ നിന്ന് ഒരു കുഞ്ഞു കഷണം റൊട്ടി കിട്ടിയത് ഞാൻ ആസ്വദിച്ചു നുണഞ്ഞു. അതിന്റെ കൗതുകവും സന്തോഷവും എന്നെ പൂർണ്ണമായും വലിച്ചെടുത്തു.

പോഷകരഹിതമായ ആഹാരം മൂലം ഭക്ഷണത്തിൽ മാത്രമായി ചിന്തകൾ കേന്ദ്രീകരിച്ചതു ലൈംഗികാവശ്യങ്ങളുടെ അസാന്നി ദ്ധ്യത്തിനു കാരണമായിത്തീർന്നിട്ടുണ്ടാകും. ആദ്യ ദിവസങ്ങളിലെ നടുക്കങ്ങൾക്കുപരിയായി, പുരുഷന്മാർ മാത്രമുള്ള ക്യാമ്പുകളിലെ ഈ പ്രതിഭാസത്തെ സംബന്ധിച്ചുള്ള ഒരു മനഃശാസ്ത്രജ്ഞന്റെ നിരീ ക്ഷണങ്ങൾ ഇത്തരത്തിൽ മാത്രമായി വിശദീകരിക്കുവാൻ ഞാൻ നിർബന്ധിതനാകുന്നു. പട്ടാള ബാരക്കുകൾ പോലെ പുരുഷന്മാരുടെ മാത്രം വാസസ്ഥലങ്ങളിലെല്ലാം കുറച്ചൊക്കെ ലൈംഗിക വൈകൃത ങ്ങളുണ്ടായിരുന്നു. എന്നാൽ ഇവിടെ അവന്റെ സ്വപ്നങ്ങളിൽപ്പോലും ലൈംഗികത ഒരു ഉൽകണ്ഠയായിരുന്നില്ല.

സ്വന്തം ജീവന്റെ സംരക്ഷണം ഉറപ്പാക്കുകയെന്ന പ്രാകൃത ജീവിത രീതിയെയും അതിനുള്ള ശ്രമങ്ങളെയും തടസ്സപ്പെടുത്തുന്ന എന്തിനെയും പൂർണ്ണമായും അവഗണിക്കുകയെന്നതിലേയ്ക്ക് ഭൂരിഭാഗം തടവുകാരും നയിക്കപ്പെട്ടിരുന്നു. തടവുകാരുടെ പരിപൂർണ്ണ വികാര ശൂന്യത ഇത് വ്യക്തമായി വിവരിക്കുന്നുണ്ടായിരുന്നു. ഔഷ്വിറ്റ്സ്ൽ നിന്ന് ഡാഹൗനോട് ചേർക്കപ്പെട്ടിരുന്ന ഒരു ക്യാമ്പിലേയ്ക്കു ഞാൻ സ്ഥലം മാറ്റം ചെയ്യപ്പെട്ടപ്പോൾ ഇതെനിക്കു മനസ്സിലായിരുന്നു. ഞങ്ങൾ രണ്ടായിരം തടവുകാരേയും കൊണ്ട് പുറപ്പെട്ട ട്രെയിൻ

അർദ്ധരാത്രിയോടെ വിയന്നയിലെ റെയിൽവേ സ്റ്റേഷനുകളിൽ ഒന്ന് പിന്നിട്ടു. ഈ പാളങ്ങൾ ഞാൻ ജനിച്ച തെരുവിലേയ്ക്ക്, വർഷങ്ങളോളം ഞാൻ ജീവിച്ചിരുന്ന, അതിലുപരി ഞാൻ തടവുകാരനായി പിടിക്കപ്പെടുന്നതുവരെ ജീവിച്ചിരുന്ന വീടും കടന്നു പോവുകയായിരുന്നു.

അഴികൾ വച്ചടച്ച രണ്ട് നിരീക്ഷണ ദ്വാരങ്ങളുണ്ടായിരുന്ന തടവുവണ്ടിയിൽ ഞങ്ങൾ അമ്പത് പേരുണ്ടായിരുന്നു. അതിൽ കുറച്ചു പേർക്കു മാത്രമേ തറയിൽ കുന്തിച്ചിരിക്കുവാൻ പോലും സ്ഥലമുണ്ടായിരുന്നുള്ളൂ. മണിക്കൂറുകളോളം നിന്നു യാത്ര ചെയ്യേണ്ടിയിരുന്നവർ നിരീക്ഷണ ദ്വാരങ്ങൾക്കടുത്തായി കൂട്ടം കൂടി നിന്നു. പെരുവിരലിൽ ഉയർന്നു നിന്നുകൊണ്ട് മറ്റുള്ളവരുടെ തലകൾക്കു മുകളിലെ അഴികൾക്കിടയിലൂടെ ഒരു മിന്നായം പോലെ ഭയാകുലമായ എന്റെ പട്ടണം കണ്ടു. ഞങ്ങളുടെ വണ്ടി മൗതൗസനിലെ ക്യാംപിലേയ്ക്കു പോവുകയാണെന്നും, ഇനി ഒന്നോ രണ്ടോ ആഴ്ചകൾ മാത്രമേ ജീവിച്ചിരിക്കൂ എന്നും കരുതിപ്പോയതിനാൽ ഞങ്ങൾ ഇതിനകം മരിച്ചുകഴിഞ്ഞു എന്നു തോന്നി. എന്റെ തെരുവുകളും ചത്വരങ്ങളും, ബാല്യം ആഘോഷിച്ച വീടുകളും മറ്റൊരു ലോകത്തിൽ നിന്നു വന്ന ഞാൻ മരിച്ചവന്റെ കണ്ണുകൾ കൊണ്ട് നോക്കി നിൽക്കുന്നതായി എനിക്കു തോന്നി. എനിക്കത് വ്യക്തമായും ഏതോ പ്രേതനഗരത്തെപ്പോലെ തോന്നി.

മണിക്കൂറുകൾ കാത്തു കിടന്നതിനു ശേഷം ട്രെയിൻ ആ സ്റ്റേഷൻ വിട്ടു. അതെ, അവിടെയൊരു തെരുവുണ്ടായിരുന്നു - എന്റെ തെരുവ്! ഏതാനും വർഷങ്ങളുടെ ക്യാംപ് ജീവിതം കഴിഞ്ഞു വരുന്ന ചെറുപ്പക്കാർക്ക് ഇങ്ങനെയൊരു യാത്ര വലിയ പ്രാധാന്യമുള്ളതായിരുന്നു. അവർ ശ്രദ്ധയോടെ നിരീക്ഷണ ദ്വാരങ്ങളിലൂടെ അമ്പരപ്പോടെ നോക്കി നിന്നു. അല്പം നേരത്തേയ്ക്ക് മാത്രം മുന്നിൽ നിൽക്കുവാൻ എന്നെ അനുവദിക്കണമെന്ന് ഞാനവരോട് കെഞ്ചി. അതിലൂടെയുള്ള ആ ഒരു നിമിഷത്തെ കാഴ്ച എനിക്കെത്ര വിലപ്പെട്ടതാണെന്ന് അവരോട് ഞാൻ വിവരിച്ചു. കാർക്കശ്യത്തോടെയും പരിഹാസത്തോടെയും എന്റെ അപേക്ഷ നിരസിക്കപ്പെട്ടു: “നിങ്ങളിവിടെ ഒരുപാടു കാലം താമസിച്ചതല്ലേ? അപ്പോൾ ഇതിനകം നിങ്ങൾ വേണ്ടത്ര കണ്ടുകാണും!”

പൊതുവിൽ ക്യാംപിനുള്ളിൽ ഒരു 'സാംസ്കാരിക നിഷ്ക്രിയത്വ'മുണ്ടായിരുന്നു. എന്നാൽ, ഇതിനു രണ്ട് അപവാദങ്ങളുമുണ്ടായിരുന്നു, മതവും രാഷ്ട്രീയവും. ക്യാംപിൽ എല്ലാ ഭാഗങ്ങളിലും തുടർച്ചയായിത്തന്നെ രാഷ്ട്രീയം ചർച്ച ചെയ്തിരുന്നു. ഈ ചർച്ചകൾ മുഖ്യമായും അമിതാവേശത്താൽ കിംവദന്തികളെ അടിസ്ഥാനപ്പെടുത്തിയായിരുന്നു. സൈനിക വിഷയങ്ങളിലുള്ള കിംവദന്തികൾ മിക്കവാറും വൈരുദ്ധ്യങ്ങൾ നിറഞ്ഞവയായിരുന്നു. ഒന്നിനു പിറകെ മറ്റൊന്നായി വളരെ വേഗത്തിൽ പരന്നിരുന്ന ഇവ എല്ലാ തടവുകാരുടെ മനസ്സുകളിലും ഭയം നിറയ്ക്കുന്നതിൽ മാത്രം വിജയിച്ചു. പലപ്പോഴും യുദ്ധം വേഗം അവസാനിക്കുമെന്ന് പ്രചരിപ്പിച്ചിരുന്ന കിംവദന്തികൾ കേട്ട് ആശ്വസിച്ചിരുന്ന ശുദ്ധാത്മാക്കൾ നിരാശരായി. ചിലർക്ക് എല്ലാ പ്രതീക്ഷകളും നഷ്ടപ്പെട്ടിരുന്നു. പക്ഷെ, ഒരിക്കലും തിരുത്തുവാൻ കഴിയാത്ത പ്രത്യാശാവാദികളായിരുന്നു ഏറ്റവും കൂടുതൽ ശുണ്ഠി പിടിപ്പിച്ചിരുന്ന സഹതടവുകാർ.

തടവുകാരുടെ മതതാല്പര്യങ്ങൾ എത്ര വേഗം സൃഷ്ടിക്കപ്പെട്ടുന്നവോ അത്രത്തോളം ആത്മാർത്ഥ സങ്കൽപ്പങ്ങളായിരുന്നു. ഈ വിശ്വാസങ്ങളുടെ ആഴവും വീര്യവും പുതുതായി വരുന്നൊരാളെ പലപ്പോഴും അത്ഭുതപ്പെടുത്തുകയും വികാരാധീനനാക്കുകയും ചെയ്തിരുന്നു. കടുത്ത അദ്ധ്വാനത്താലും വിശപ്പിനാലും കൊടും തണുപ്പിൽ കീറിയ വസ്ത്രങ്ങൾ ധരിക്കുന്നതിനാലും തളർന്ന ഞങ്ങളെ പണിസ്ഥലത്തു നിന്ന് കൊണ്ടുവന്നിരുന്ന ഒരു നാൽക്കാലിവണ്ടി കുടിലിനരികിൽ കിടന്നിരുന്നു. ആ വണ്ടിയുടെ ഇരുണ്ട മറവിലോ കുടിലിന്റെ ഒരു മൂലയിലോ വച്ച് ചിലർ ഉടനടി തട്ടിക്കൂട്ടിയ പ്രാർത്ഥനയോ അനുഷ്ഠാനമോ നടത്തിയിരുന്നു. ഈ ചടങ്ങുകൾ വളരെ വേഗം മനസ്സിൽ പതിഞ്ഞിരുന്നു.

1945-ലെ ശൈത്യത്തിലും വസന്തത്തിലും ഏതാണ്ടെല്ലാ തടവുകാർക്കിടയിലും ടൈഫസ് പടർന്നു പിടിച്ചു. സാധ്യമാകുന്നതിലുമപ്പുറം കഠിനാദ്ധ്വാനം ചെയ്യേണ്ടിയിരുന്ന ദുർബ്ബലരിൽ മരണനിരക്ക് വളരെക്കൂടുതലായിരുന്നു. രോഗികളെ ഉൾക്കൊള്ളാവുന്ന കെട്ടിടങ്ങൾ തീർത്തും അപര്യാപ്തമായിരുന്നു. മരുന്നുകളോ ശുശ്രൂഷകരോ ഉണ്ടായിരുന്നില്ല. ചില രോഗലക്ഷണങ്ങൾ അങ്ങേയറ്റം ആശങ്കയുളവാക്കുന്നവയായിരുന്നു. ഒരു തുണ്ട് റൊട്ടിയോടു പോലും നിയന്ത്രണാതീതമായ വെറുപ്പ്. ഇത് ജീവനുമേൽ മറ്റൊരു ഭീഷണി

യായിത്തീർന്നു. ഇതോടൊപ്പമുണ്ടായിരുന്ന ഭയാനകമായ ഉന്മാദം സ്ഥിതി അങ്ങേയറ്റം നിരാശാജനകമാക്കി. ഏറ്റവും ദുഃഖകരമായ ഉന്മാദം എന്റെ സുഹൃത്തിനായിരുന്നു. അയാൾ മരിക്കുകയാണെന്നും പ്രാർത്ഥിക്കണമെന്നു പറയുകയും ചെയ്തെങ്കിലും അതിനുള്ള വാക്കുകൾ തിരഞ്ഞിട്ടു കിട്ടിയിരുന്നില്ല. ഉന്മാദത്തിന്റെ ആക്രമണത്തിൽ നിന്നു രക്ഷനേടുവാൻ, മറ്റു രോഗികളിൽ ചെയ്തതു പോലെ ഞാൻ രാത്രിയിൽ ഉണർന്നിരിക്കുവാൻ ശ്രമിച്ചു. മണിക്കൂറുകളോളം മനസ്സിൽ പ്രസംഗങ്ങൾ തയ്യാറാക്കി. അതിനു ശേഷം ഔഷ്വിറ്റ്സിലെ ശുചീകരണ മുറിയിൽ വച്ചു നഷ്ടപ്പെട്ട കൈയ്യെഴുത്തുപ്രതി ഓർമ്മയിൽ പുനഃസൃഷ്ടിച്ചുകൊണ്ട് അതിലെ സൂചകപദങ്ങൾ പാഴ്ക്കടലാസുകളിൽ സംക്ഷേപലിപിയിൽ കുറിച്ചു വയ്ക്കുവാൻ തുടങ്ങി.

ചില സന്ദർഭങ്ങളിൽ ക്യാംപിൽ ചില ശാസ്ത്ര സംവാദങ്ങൾ വളർന്നുകൊണ്ടിരുന്നു. എന്റെ സ്വന്തം തൊഴിൽ സംബന്ധമായ താല്പര്യങ്ങളോടു ചേർന്നിരിക്കുന്നതായിരുന്നെങ്കിലും സാധാരണ ജീവിതത്തിൽ മുമ്പൊരിക്കലും കണ്ടിട്ടില്ലാത്ത ഒന്നിനു ഞാൻ സാക്ഷിയായി, ഒരു ആത്മീയതാ സമ്മേളനം. ഞാനൊരു മനോരോഗ വിദഗ്ധനാണെന്ന് അറിയാമായിരുന്ന ക്യാംപിലെ പ്രധാന ഡോക്ടർ (അദ്ദേഹവും ഒരു തടവുകാരനായിരുന്നു). ഈ സമ്മേളനത്തിൽ പങ്കെടുക്കുവാൻ എന്നെ ക്ഷണിച്ചു. അദ്ദേഹത്തിന്റെ ചികിത്സാ കേന്ദ്രത്തിലെ ചെറിയ സ്വകാര്യ മുറിയിൽ വച്ചായിരുന്നു സമ്മേളനം. ഒരു ചെറിയ സംഘം ആളുകൾ അവിടെ എത്തിച്ചേർന്നിരുന്നു. പങ്കെടുത്തവരിൽ (തികച്ചും നിയമവിരുദ്ധമായിത്തന്നെ) ശുചീകരണ സ്ക്വാഡിലെ വാറന്റ് ഓഫീസറും ഉണ്ടായിരുന്നു.

വന്നുചേർന്നവരുടെ ഉത്സാഹം വർദ്ധിപ്പിക്കുവാനായി ഒരാൾ പ്രാർത്ഥനപോലെ യോഗത്തിന് ആരംഭം കുറിച്ചു. ക്യാംപിലെ ക്ലർക്ക് എന്തെങ്കിലും എഴുതണം എന്ന ഉദ്ദേശ്യത്തോടെ ഒരു വെള്ള കടലാസ് മുന്നിൽ വച്ച് അവിടെയിരുന്നു. ആത്മാവിനെ ആവാഹിച്ചു പ്രത്യക്ഷപ്പെടുത്തുന്നതിനുള്ള ഉപകരണം വേണ്ടവണ്ണം പ്രവർത്തിക്കാതിരുന്നതിനാൽ യോഗം പിരിച്ചു വിട്ടിരുന്നു. അടുത്ത പത്തു മിനിറ്റിനുള്ളിൽ ക്ലർക്കിന്റെ പെൻസിൽ സാവകാശം കടലാസിൽ ചില വരകൾ വരയ്ക്കുവാൻ തുടങ്ങി. അവ ഇങ്ങനെ വായിക്കാവുന്ന വിധം തെളിഞ്ഞു വന്നു *'VAE V'*. ആ ക്ലർക്ക് ഒരിക്കലും ലാറ്റിൻ ഭാഷ പഠിച്ചിരുന്നില്ലെന്നും മുമ്പൊരിക്കലും അയാൾ *'vae victis'*

(പരാജിതന്റെ ക്ലേശം) എന്നീ രണ്ടു വാക്കുകൾ കേട്ടിട്ടില്ലെന്നും സ്ഥിരീകരിച്ചിരുന്നു. എന്റെ അഭിപ്രായത്തിൽ അയാൾ ജീവിതത്തിൽ ഒരിക്കലെങ്കിലും ഈ വാക്കുകൾ കേട്ടിട്ടുണ്ടായിരിക്കും. എന്നാൽ, ഒരിക്കലും ഓർമ്മയിൽ വന്നിട്ടുണ്ടായിരിക്കില്ല എന്നു മാത്രം. പക്ഷെ അവ ഞങ്ങളുടെ മോചനത്തിനും യുദ്ധം അവസാനിക്കുന്നതിനും ഏതാനും മാസങ്ങൾക്കു മുമ്പ് അയാളുടെ ആത്മാവിൽ, ആത്മാവിന്റെ ഉപബോധ മനസ്സിൽ ഉണ്ടായിരുന്നിരിക്കണം.

ഒരു കോൺസെൻട്രേഷൻ ക്യാംപിലെ അടിച്ചേൽപ്പിക്കപ്പെട്ട മാനസികവും ശാരീരികവുമായ പ്രാകൃത ജീവിത രീതികൾക്കുപരിയായി തടവുകാരിൽ ആത്മീയ ജീവിതം വേരൂന്നുക സാധ്യമാണ്. ധിഷണാപരമായി ശ്രേഷ്ഠതയിൽ വസിച്ചിരുന്ന ലോലമനസ്കർ താരതമ്യേന കൂടുതൽ സഹിച്ചിട്ടുണ്ടായിരിക്കാം (അവർ പൊതുവേ അതിലോലമായ ഘടനയുള്ളവർ ആയിരിക്കും). എങ്കിലും അവരുടെ അന്തരാത്മാവിനുണ്ടാവുന്ന ക്ഷതം താരതമ്യേന കുറവായിരിക്കും. അവർ തങ്ങളുടെ ഭീതിജനകമായ പരിസരങ്ങളിൽ നിന്ന് പിൻവലിഞ്ഞു കൊണ്ട് ആന്തരിക നിറവിന്റെ ആത്മീയ സ്വാതന്ത്ര്യത്തിലേയ്ക്കു കടന്നിരിക്കും. ഈ വിധത്തിൽ മാത്രമേ കരുത്തുള്ളവരെക്കാൾ സ്വതവേ ബലം കുറഞ്ഞവർ ക്യാംപ് ജീവിതത്തെ തരണം ചെയ്യുന്നതിലെ നിറഞ്ഞ വൈരുദ്ധ്യം വിവരിക്കാനാകൂ. വീണ്ടും ഞാൻ വ്യക്തിപരമായ അനുഭവത്തിലേയ്ക്ക് തിരിച്ചു പോകാൻ നിർബന്ധിതനാവുകയാണ്. നേരം പുലരുമ്പോൾത്തന്നെ ഞങ്ങൾ പണിസ്ഥലത്തേയ്ക്ക് പോകുമ്പോൾ എന്തു സംഭവിച്ചു എന്ന് പറയാം.

അവിടെ അലറുന്ന ആജ്ഞകളുണ്ടായിരുന്നു. “ഡിറ്റാച്ച്മെന്റ്, മുന്നോട്ടു നടക്കൂ. ലെഫ്റ്റ് 2-3-4 ലെഫ്റ്റ് 2-3-4 ലെഫ്റ്റ് 2-3-4 ലെഫ്റ്റ് 2-3-4. ആദ്യത്തെയാൾ ഇടത്തോട്ട്, ഇടത്തോട്ട്, ഇടത്തോട്ട് പിന്നെയും ഇടത്തോട്ട്! ഇന്ന് നിർത്താം!” ഈ ശബ്ദം ഇപ്പോഴും എന്റെ കാതുകളിൽ കേൾക്കുന്നുണ്ട്. ഇന്ന് നിർത്താം എന്ന ആജ്ഞയിൽ ഞങ്ങൾ ക്യാംപിന്റെ ഗെയ്റ്റ് കടന്നു. സെർച്ച് ലൈറ്റുകൾ ഞങ്ങളെ ലക്ഷ്യമിട്ടു കൊണ്ടിരുന്നു. ഒപ്പം നടക്കാതിരുന്നവർക്കെല്ലാം ചവിട്ടുകൾ കിട്ടുന്നുണ്ടായിരുന്നു. തണുപ്പിന്റെ കാഠിന്യം മൂലം തൊപ്പി ചെവികൾക്കു താഴേയ്ക്ക് ഇറക്കി വയ്ക്കുമ്പോൾ അനുവാദം വാങ്ങിയില്ലെന്നത് ഒരാളുടെ കഷ്ടകാലത്തിനു കാരണമായി.

ക്യാംപിൽ നിന്ന് തുടങ്ങുന്ന ഇരുട്ടു നിറഞ്ഞ വഴിയിൽ ഞങ്ങൾ വലിയ കല്ലുകളിൽ തട്ടി പല തവണ ചെളിക്കുണ്ടിൽ വീണിരുന്നു. ഞങ്ങളെ അനുഗമിച്ച ഗാർഡുകൾ അലറുകയും തോക്കിന്റെ പാത്തി കൊണ്ട് കുത്തുകയും ചെയ്തിരുന്നു. നീരുവന്ന കാലുകളുമായി നടക്കുവാൻ ആയാസപ്പെട്ടിരുന്ന തടവുകാർ കൂടെയുള്ളയാളിന്റെ കൈയ്യിൽ താങ്ങി നടന്നു. ഹിമക്കാറ്റ് ഞങ്ങളെ സംസാരിക്കുവാൻ അനുവദിച്ചില്ല. അതിനാൽ ആരും ഒരു വാക്കു പോലും ഉച്ചരിച്ചില്ല. ഉയർത്തിവച്ച കോളർ കൊണ്ട് വായ് മറച്ച ശേഷം എന്റെ തൊട്ടു പിന്നാലെ നടന്നിരുന്നയാൾ പെട്ടെന്നു പറഞ്ഞു. "നമ്മുടെ ഭാര്യമാർ ഇത് കണ്ടാൽ എന്താവും! അവരുടെ ക്യാംപിൽ ഇതിനേക്കാൾ മെച്ചപ്പെട്ട ജീവിതമായിരിക്കുമെന്ന് ഞാൻ പ്രതീക്ഷിക്കുന്നു. നമുക്കെന്താണ് സംഭവിക്കാൻ പോകുന്നതെന്ന് എനിക്കറിയില്ല."

ഇത് ഭാര്യയെക്കുറിച്ചുള്ള ചിന്തകൾ എന്റെ മനസ്സിലെത്തിച്ചു. ഇവിടെ ഞങ്ങൾ മൈലുകൾ നടന്ന് കാലിടറി വീണു, ഉറഞ്ഞ മഞ്ഞിൽ വഴുതി, എന്നുമെപ്പോഴും പരസ്പരം താങ്ങായി നിന്നു. ഒന്നും പറയാതെയായിരുന്നു വീണുപോയ സഖാക്കളെ പിടിച്ചുയർത്തി മുന്നോട്ടുപോയത്. എന്നാൽ, ഞങ്ങളറിഞ്ഞു. ഞങ്ങളെല്ലാവരും സ്വന്തം ഭാര്യമാരെക്കുറിച്ച് ചിന്തിക്കുകയായിരുന്നു. ഇടയ്ക്കെല്ലാം ഞാൻ ആകാശത്തേയ്ക്ക് നോക്കി. ഇരുണ്ട മേഘക്കൂട്ടങ്ങൾക്കു മേലെ പ്രഭാതത്തിന്റെ പാടല വർണ്ണം പരക്കുമ്പോൾ നക്ഷത്രങ്ങൾ മങ്ങി ഭൂമിയിൽ വെളിച്ചം വ്യാപിക്കുന്നുണ്ടായിരുന്നു. എന്നാൽ, അപ്പോഴും എന്റെ മനസ്സ് ഒരപൂർവ്വ ഗഹനതയോടെ ഭാര്യയുടെ ചിത്രം സങ്കല്പിച്ച് അതിൽ പറ്റിച്ചേർന്നു നിന്നു. അവളെനിക്ക് മറുപടി നൽകുന്നതു കേട്ടു, ഞാനവളുടെ ചിരി കേട്ടു, നിഷ്കപടവും ഊർജ്ജദായകവുമായ അവളുടെ സാന്നിദ്ധ്യമനുഭവിച്ചു. യഥാർത്ഥമോ സങ്കല്പമോ ആവട്ടെ, കാഴ്ചയിൽ അപ്പോഴവൾക്ക് ഉദിച്ചു തുടങ്ങിയ സൂര്യനെക്കാൾ തിളക്കമുണ്ടായിരുന്നു.

ഒരു ചിന്ത എന്നെ വികാരാധിക്യത്താൽ ഭ്രമിപ്പിച്ചു. എന്റെ ജീവിതത്തിൽ ആദ്യമായി ആ സത്യം നിരവധി കവികൾ ഒരുമിച്ചു പാടുന്നതു പോലെ ഞാനറിഞ്ഞു. പരമമായ ഒരറിവ് നിരവധി ചിന്തകർ ഒരുമിച്ച് ഉദ്ഘോഷിക്കുന്നതു പോലെ ഞാൻ കേട്ടു. "സ്നേഹം, മനുഷ്യന് അഭിലഷിക്കാവുന്ന ഒരേയൊരു ആത്യന്തിക സത്യം!" അങ്ങനെ മനുഷ്യൻ രചിക്കുന്ന കവിതയും മനുഷ്യഭാവ

നയും വിശ്വാസവും പകർന്നു കൊടുക്കുന്ന മഹാരഹസ്യത്തിന്റെ പൊരുൾ ഞാൻ ഗ്രഹിച്ചു. മനുഷ്യന്റെ മോക്ഷം സ്നേഹത്തിലൂടെ യാണ്. ഈ ലോകത്തിൽ ഒന്നുമവശേഷിക്കാത്ത ഒരുവൻ, ഒരു ക്ഷണനേരത്തേയ്ക്കാണെങ്കിൽ പോലും സ്വന്തം പ്രേമഭാജനത്തെ ധ്യാനിച്ചുകൊണ്ട് എങ്ങനെ പരമാനന്ദം നേടുന്നുവെന്ന് ഞാൻ തിരിച്ചറിഞ്ഞു. അപാരമായ ശൂന്യതയിൽ ഒരു മനുഷ്യന് സകാ രാത്മകമായി യാതൊന്നും പ്രകാശിപ്പിക്കുവാനില്ലാത്ത സന്ദർഭ ങ്ങളുണ്ട്. എന്നാൽ, ആദരണീയമായ, നേരായ മാർഗ്ഗത്തിൽ തന്റെ സഹനങ്ങൾ ഉൾക്കൊണ്ടുകൊണ്ട് നേടിയ സമ്പാദ്യം മാത്രമുള്ള ഈ സന്ദർഭത്തിൽ മനുഷ്യന് അവന്റെ പ്രേമഭാജനത്തെ ധ്യാനിച്ചു കൊണ്ട് മാത്രം ആത്മസാഫല്യം സാധ്യമാകും. എന്റെ ജീവിത ത്തിൽ ആദ്യമായി എനിക്കീ വാക്കുകളുടെ അർത്ഥം ഉൾക്കൊള്ളു വാൻ കഴിഞ്ഞു, "അനന്തമായ തേജസ്സിന്റെ അനശ്വര ധ്യാനത്തിൽ മാലാഖമാർ കീഴടങ്ങും".

എന്റെ മുന്നിൽവച്ച് ഒരു തടവുകാരൻ തെന്നി വീഴുകയും, അയാളുടെ പിന്നിൽ വന്നിരുന്നവരെല്ലാം അയാളുടെ മുകളിൽ വീഴുകയും ചെയ്തു. പെട്ടെന്നു തന്നെ അവിടെയെത്തിയ ഗാർഡിന്റെ ചാട്ട, വീണയാളുടെയും അയാളുടെ മുകളിൽ വീണവരുടെയും ശരീരത്തിൽ പതിഞ്ഞു. അതോടെ കുറച്ചു സമയത്തേക്ക് എന്റെ ചിന്തകൾ തടസ്സപ്പെട്ടു. എന്നാൽ, പെട്ടെന്നു തന്നെ തടവുകാരൻ എന്ന അസ്തിത്വത്തിൽ നിന്ന് എന്റെ ആത്മാവ് മറ്റൊരു ലോകത്തേയ്ക്ക് വഴി കണ്ടെത്തുകയും ഞാനെന്റെ പ്രേമഭാജനവുമായുള്ള സംസാരം തുടരുകയും ചെയ്തു. ഞാനവളോട് ചോദ്യങ്ങൾ ചോദിച്ചു, അവൾ മറുപടി പറയുകയും എന്നോട് ചോദ്യങ്ങൾ ചോദിക്കുകയും ചെയ്തു.

"നിൽക്കൂ!" ഞങ്ങൾ പണിസ്ഥലത്തെത്തിയിരുന്നു. ഭേദപ്പെട്ട ഒരു പണിയായുധത്തിനു വേണ്ടി എല്ലാവരും കുടിലിലേയ്ക്ക് തിടുക്ക ത്തിൽ ഓടിക്കയറി. ഓരോ തടവുകാർക്കും ഓരോ മൺവെട്ടിയും മൺകൊത്തിയും കിട്ടി.

"വേഗമാകട്ടെ പന്നികളേ" ഉടൻ തന്നെ ഞങ്ങൾ കിടങ്ങിനു ള്ളിലെ പഴയ സ്ഥാനങ്ങളിൽ നിലയുറപ്പിച്ചു. തണുത്തുറഞ്ഞ മണ്ണിൽ മൺകൊത്തിയുടെ കൂർത്ത അഗ്രം വിള്ളലുണ്ടാക്കി, ചിലപ്പോൾ തീ പാറി. തടവുകാർ നിശ്ശബ്ദരായിരുന്നു. അവരുടെ മസ്തിഷ്കങ്ങൾ മരവിച്ചു.

എന്റെ മനസ്സ് വീണ്ടും ഭാര്യയുടെ രൂപത്തിൽ പറ്റിച്ചേർന്നു. ഒരു ചിന്ത മനസ്സിലൂടെ പാഞ്ഞു പോയി: അവളിപ്പോൾ ജീവിച്ചിരിപ്പുണ്ടോ എന്നു പോലും എനിക്കറിയില്ലല്ലോ. ഇതിനിടയിൽ ഒരു കാര്യം മാത്രം എനിക്കു മനസ്സിലായി: സ്നേഹം ഒരു വ്യക്തിയുടെ ശരീരമുള്ളിടത്തു നിന്ന് കാതങ്ങൾ സഞ്ചരിക്കും. അത് ആഴത്തിലുള്ള പൊരുൾ അഥവാ അന്തരാത്മാവ് കണ്ടെത്തും. അയാൾ അരികിലുണ്ടോ, ജീവിച്ചിരിക്കുന്നുണ്ടോ എന്നത് ഒരർത്ഥത്തിൽ പ്രസക്തമല്ലാതാകുന്നു.

എന്റെ ഭാര്യ ജീവിച്ചിരിക്കുന്നുണ്ടോ എന്നെനിക്കറിയില്ല. അവളെ അന്വേഷിക്കുന്നതിന് ഒരു മാർഗ്ഗവും മുന്നിലില്ല. തടവുജീവിതത്തിനിടയിൽ ഒരിക്കലും ഒരു കത്ത് പോലും അങ്ങോട്ട് പോവുകയോ ഇങ്ങോട്ട് വരികയോ ഉണ്ടായില്ലെങ്കിലും ആ നിമിഷങ്ങളിൽ അതൊന്നും ബാധകമായിരുന്നില്ല. എനിക്കത് അറിയേണ്ടതില്ലായിരുന്നു. ഒന്നിനും എന്റെ സ്നേഹത്തിന്റെ ശക്തിയെയോ ചിന്തയെയോ പ്രേമഭാജനത്തിന്റെ ചിത്രത്തെയോ സ്പർശിക്കുവാൻ പോലും കഴിഞ്ഞിരുന്നില്ല. എന്റെ ഭാര്യ മരിച്ചിരുന്നുവെന്ന് ഞാൻ അറിഞ്ഞിരുന്നെങ്കിൽപ്പോലും ആ അറിവ് എന്നെയല്പം പോലും അലോസരപ്പെടുത്തുമായിരുന്നില്ല. അവളുടെ ചിത്രം ധ്യാനിക്കുന്നതിന് ഞാൻ സ്വയം സമർപ്പിക്കുകയും അവളുമായി നടത്തിയ മനോസല്ലാപം അത്ര തന്നെ ഉജ്ജ്വലവും സന്തുഷ്ടി നൽകുന്നതുമായിരുന്നു.

"നിൻ ഹൃത്തിലെന്നെയൊരു മുദ്രയായ് പതിക്കൂ,
പ്രേമം മരണം പോലെ പ്രബലം."

ഇങ്ങനെ അന്തരാത്മാവിനെ ശക്തിപ്പെടുത്തുന്നതിലൂടെ, ആത്മീയ ദാരിദ്ര്യത്തിൽ നിന്നും സ്വന്തം അസ്തിത്വത്തിന്റെ ശൂന്യതയിൽ നിന്നും ഊഷരതയിൽ നിന്നും രക്ഷപെട്ട്, ചെറുതും നിസ്സാരങ്ങളുമായ ഭൂതകാല സംഭവങ്ങളുമായി ഇടപഴകുവാൻ തടവുകാർക്ക് അവസരം ലഭിച്ചു. അവരുടെ ഗൃഹാതുരമായ ഓർമ്മകൾ അവയെ മഹത്വവത്ക്കരിക്കുകയും അവ ഒരു വിചിത്ര സ്വഭാവം കൈവരിക്കുകയും ചെയ്തു. അവരുടെ ലോകവും അവരുടെ ഉണ്മയും വളരെ അകലെയായി കാണപ്പെട്ടു. എങ്കിലും അവരുടെ ആത്മാവ് ആകാംക്ഷയോടെ അവരിലെത്തി. എന്റെ മനസ്സിൽ ഞാൻ ബസ്സ് യാത്രകൾ നടത്തി, എന്റെ അപ്പാർട്ട്മെന്റിന്റെ മുൻവാതിൽ തുറന്നിട്ടു, ഫോണിൽ

സംസാരിച്ചു, വൈദ്യുത വിളക്കുകൾ തെളിച്ചു. നമ്മുടെ ചിന്തകൾ പലപ്പോഴും ഇത്തരം വിശദാംശങ്ങളിൽ ചുറ്റിത്തിരിയുകയും ഈ ഓർമ്മകൾ നമ്മെ കരയിക്കുകയും ചെയ്യും.

തടവുകാരന്റെ ആന്തരിക ജീവിതം കൂടുതൽ ശക്തമാക്കുവാൻ തുനിഞ്ഞപ്പോൾ അയാൾക്ക് കലയുടെയും പ്രകൃതിയുടെയും സൗന്ദര്യം മുൻപത്തേക്കാളുമേറെ അനുഭവവേദ്യമാകുവാൻ തുടങ്ങി. അവയുടെ സ്വാധീനത്തിൽ അയാൾ പലപ്പോഴും ക്യാംപിലെ ഭയാനകമായ സാഹചര്യങ്ങൾ വിസ്മരിച്ചു. ഔഷ്വിറ്റ്സിൽ നിന്നും ബവേറിയൻ ക്യാംപിലേക്കുള്ള യാത്രയിൽ, തടവു വണ്ടിയുടെ കൊച്ചു നിരീക്ഷണദ്വാരത്തിൽക്കൂടി സൂര്യാസ്തമയത്തിൽ സോൾസ്ബെർഗ് പർവ്വതശൃംഗം തിളങ്ങുന്നത് നോക്കി നിൽക്കുമ്പോൾ ആരെങ്കിലും ഞങ്ങളുടെ മുഖം കണ്ടിരുന്നെങ്കിൽ ജീവിതത്തിലെ എല്ലാ പ്രതീക്ഷകളും സ്വാതന്ത്ര്യങ്ങളും ഉപേക്ഷിച്ച മനുഷ്യരുടെ മുഖങ്ങളാണവയെന്നു വിശ്വസിക്കുകയില്ലായിരുന്നു. വസ്തുത ഇതായിരുന്നെങ്കിലും, ഒരുപക്ഷെ ഇതേ കാരണം കൊണ്ടായിരുന്നെങ്കിലും വളരെക്കാലമായി ഞങ്ങൾക്കു നഷ്ടപ്പെട്ടിരുന്ന പ്രകൃതിസൗന്ദര്യത്താൽ ഞങ്ങൾ മതിമറന്നിരുന്നു.

ക്യാംപിലായാൽ പോലും ബവേറിയൻ കാട്ടിലെ ഉയരമുള്ള വൃക്ഷങ്ങൾക്കിടയിലൂടെ തിളങ്ങുന്ന സൂര്യാസ്തമയത്തിന്റെ ഒരു സുന്ദര ദൃശ്യം (ഡ്യൂറാർടെ പ്രസിദ്ധ ജലഛായാ ചിത്രത്തിലെപ്പോലെ) കാണുവാൻ ഒരു തടവുകാരൻ അയാളുടെ തൊട്ടടുത്തു നിന്നു പണിയെടുക്കുന്ന സഖാവിനെ വിരൽ ചൂണ്ടി ക്ഷണിച്ചേക്കാം. നമ്മുടെ ഭീമാകാരമായ ആയുധപ്പുര ഇതേ വൃക്ഷങ്ങൾ കൊണ്ടാണ് നിർമ്മിച്ചത്. ഒരു ദിവസം വൈകുന്നേരം സർവാംഗങ്ങളും തളർന്ന് കൈയിൽ ഒരു പാത്രം സൂപ്പുമായി കുടിലിലെ തറയിലിരിക്കുമ്പോൾ, മനോഹരമായ ഒരു സൂര്യാസ്തമയം കാണാം എന്നു പറഞ്ഞ് ഒരു സഹതടവുകാരൻ അസംബ്ലി സ്ഥലത്തേയ്ക്ക് ഓടിച്ചെല്ലുവാൻ ഞങ്ങളോട് ആവശ്യപ്പെട്ടു. നീലയും ചുവപ്പും നിറങ്ങളിൽ നിമിഷങ്ങൾക്കകം രൂപം മാറിക്കൊണ്ടിരുന്ന തിളങ്ങുന്ന ഭീമാകാര മേഘങ്ങൾ ഞങ്ങൾ കണ്ടു. ഞങ്ങളുടെ കുടിലിന്റെ ആനന്ദരഹിതമായ ചാരനിറത്തിന്റെ നേർക്കുനേർ വൈരുദ്ധ്യത്തോടൊപ്പം കുഴികൾ നിറഞ്ഞ തറയിൽ തിളങ്ങുന്ന ആകാശം പ്രതിഫലിച്ചു. കുറച്ചു നേരത്തെ ഹൃദയസ്പൃക്കായ നിശ്ശബ്ദതയ്ക്കു ശേഷം ഒരു സഖാവ് പറഞ്ഞു, "എത്ര *മനോഹരമാകേണ്ടതായിരുന്നു* ഈ ലോകം!"

പിന്നീടൊരിക്കൽ ഞങ്ങൾ കിടങ്ങിൽ പണിയെടുക്കുമ്പോൾ ഞങ്ങൾക്കു ചുറ്റും ചാരനിറം പടർന്നു. മുകളിലെ ആകാശവും ചാര നിറമായിരുന്നു. എന്റെ സഹതടവുകാർ അണിഞ്ഞിരുന്ന, മുഷിഞ്ഞു കീറിയ വസ്ത്രങ്ങളുടെയും അവരുടെ മുഖങ്ങളുടെയും അതേ ചാര നിറം. ഞാൻ വീണ്ടും എന്റെ ഭാര്യയുമായി നിശ്ശബ്ദം സംസാരിച്ചു. അല്ലെങ്കിൽ, ഞാൻ ഒരുപക്ഷെ എന്റെ യാതനകളുടെ *കാരണം* തിരയുകയായിരുന്നിരിക്കാം, സാവകാശമുള്ള എന്റെ മരണത്തിന്റെ കാരണം. ആസന്നമായ മരണത്തിനെതിരെയുള്ള പ്രത്യാശാര ഹിതമായ അവസാനത്തെ പ്രക്ഷോഭം. എന്റെ ആത്മാവ് എന്നെ പൊതിയുന്ന ആകുലതയെ പിളർക്കുന്നതായി ഞാൻ തിരിച്ചറിഞ്ഞു. അർത്ഥശൂന്യവും പ്രത്യാശാരഹിതവുമായ ലോകത്തിനതീതമായി അത് നീങ്ങുന്നതും, എന്റെ ഉണ്മയുടെ ആത്യന്തിക ലക്ഷ്യമെന്തെന്ന ചോദ്യത്തിന് എവിടെ നിന്നോ വിജയകരമായ ഒരു "അതെ" കേട്ടു. ഈ സമയത്ത് ബവേറിയയിലെ ദുഃഖാർത്തമായ മങ്ങിയ പ്രഭാതം തെളിയുമ്പോൾ ദൂരെയുള്ള ഏതോ കൃഷിപ്പുരയ്ക്കപ്പുറം ചക്രവാളത്തിൽ ചിത്രം വരച്ചു വച്ചതുപോലെ ഒരു വിളക്ക് തെളിഞ്ഞു. *Et lux in tenebris lucet*. അങ്ങനെ അന്ധകാരം തുളച്ചെത്തിയ പ്രഭാപൂരം! മഞ്ഞുറഞ്ഞ മണ്ണിൽ കിളച്ചു കൊണ്ട് ഞാൻ മണിക്കൂറുകളോളം നിന്നു. എന്നെ അവഹേളിച്ചുകൊണ്ട് ഗാർഡ് കടന്നു പോയി. ഒരിക്കൽക്കൂടി ഞാൻ എന്റെ പ്രേമഭാജനവുമായി സല്ലപിച്ചു. അവളെന്നോടൊപ്പമുണ്ടെന്ന് എത്രമാത്രം ഞാൻ സങ്കല്പിക്കുന്നുവോ അതനുസരിച്ച് അവളെ സ്പർ ശിക്കുവാൻ കഴിയുമെന്നെനിക്കു തോന്നി. കൈകൾ നീട്ടി അവളുടെ കരങ്ങളിൽ മുറുകെപ്പിടിക്കുവാൻ കഴിയുമെന്നു തോന്നി. അത്രയേറെ തീവ്രമായിരുന്നു അവൾ *അടുത്തുണ്ടെന്ന* തോന്നൽ. കൃത്യതയോടെ ആ നിമിഷം തന്നെ നിശ്ശബ്ദം ഒരു പക്ഷി താഴേയ്ക്കു പറന്നു വന്നു. ഞാൻ കിടങ്ങിൽ നിന്നെടുത്തിട്ടിരുന്ന മൺകൂമ്പാരത്തിൽ എന്റെ മുന്നിൽത്തന്നെയിരുന്നു കൊണ്ട് അത് നേരെ എന്നെത്തന്നെ നോക്കി.

മുമ്പൊരിക്കൽ ഞാൻ കലയെക്കുറിച്ച് സൂചിപ്പിച്ചിരുന്നല്ലോ. ഒരു കോൺസെൻട്രേഷൻ ക്യാംപിൽ അങ്ങനെയൊന്നുണ്ടോ? ഒരാൾ എന്തിനെയാണ് കലയായി പരിഗണിക്കുന്നത് എന്നതനുസരിച്ചി രിക്കും ഇതിനുള്ള ഉത്തരം. പതിവായി തൽക്ഷണം രചിച്ച ഒരു

തരം കാബറേ ഉണ്ടായിരുന്നു. താൽക്കാലികമായി ഒരു കുടിൽ ഇരുന്നിടം നിരപ്പാക്കി കുറച്ചു മരബെഞ്ചുകൾ ആണിയടിച്ച് കൂട്ടി ച്ചേർത്ത് അതിനു മേൽ ആയിരുന്നു പരിപാടി നടത്തിയിരുന്നത്. ക്യാംപിൽ ഭേദപ്പെട്ട സ്വാധീനമുണ്ടായിരുന്നവരും പ്രമാണികളും ദൂരെയെങ്ങും പോയി പണിയെടുക്കേണ്ടതില്ലാത്തവരും അവിടെ യെത്തി. ചിലതെല്ലാം മറക്കുവാൻ കുറച്ചു ചിരിയും അല്പം കരച്ചിലും ആവശ്യമായിരുന്നു. പാട്ടുകൾ, കവിതകൾ, ക്യാംപിനെ സംബന്ധിച്ച പരിഹാസങ്ങൾ ചേർത്ത നർമ്മം, ഇവയായിരുന്നു ഇനങ്ങൾ. ഞങ്ങൾ അനിഷ്ടങ്ങൾ മറക്കട്ടെ എന്നതായിരുന്നു ഈ പരിപാടി യുടെ ലക്ഷ്യം. ഇത് ഫലം കണ്ടിരുന്നു. ചില സാധാരണ തടവുകാർ അവരുടെ ക്ലേശങ്ങളും തളർച്ചകളും മറന്ന്, ഒരു നേരത്തെ ആഹാരം പോലും മറന്ന് കാബറേ കാണുവാൻ അവിടെപ്പോയിരുന്നു.

ആഹാരത്തിനുള്ള അരമണിക്കൂർ ഇടവേളയിൽ (സൂപ്പിനായി കരാറുകാർക്ക് അനുവദിച്ചിരുന്ന തുക മുഴുവൻ അവർ ചെലവഴിച്ചി രുന്നില്ല) പണിസ്ഥലത്ത് സൂപ്പ് കൊണ്ടുവരുമ്പോൾ പണി തീർത്തി ട്ടില്ലാത്ത ഒരു എഞ്ചിൻ മുറിയിൽ വന്നു നിൽക്കുവാൻ ഞങ്ങളെ അനുവദിച്ചിരുന്നു. അകത്തേയ്ക്കു കടക്കുമ്പോൾ ഓരോരുത്തർക്കും ഒരു തവി നിറയെ അമിതമായി വെള്ളം ചേർത്ത സൂപ്പ് ലഭിച്ചിരുന്നു. ആർത്തിയോടെ ഞങ്ങൾ സൂപ്പ് വലിച്ചു കുടിക്കുമ്പോൾ ഒരു തടവുകാ രൻ അവിടെയിരുന്ന വീപ്പയുടെ മേലെ കയറി നിന്ന് ഇറ്റാലിയൻ ലളിതഗാനങ്ങൾ പാടി. ഞങ്ങൾ പാട്ടുകൾ നന്നായി ആസ്വദിച്ചു. അത് ഞങ്ങൾക്ക് സൂപ്പിന്റെ ഇരട്ടി ഗുണം ചെയ്തു – കടല ചേർത്ത സൂപ്പിന്റെ ഇരട്ടി ഗുണം!

ക്യാംപിൽ പ്രതിഫലമുണ്ടായിരുന്നു. കലാപ്രകടനത്തിനു മാത്രമായിരുന്നില്ല, പ്രോത്സാഹനത്തിനും. ഉദാഹരണത്തിന് ഏറ്റവും അപകടകാരിയായിരുന്ന പ്രമാണിയിൽ നിന്ന് എനിക്ക് സംരക്ഷണം ലഭിക്കുമായിരുന്നു. എത്ര ഭാഗ്യവാനായിരുന്നു ഞാൻ, ഒരിക്കലും എനിക്കത് വേണ്ടി വന്നില്ല. ഒന്നിലേറെ കാരണങ്ങ ളാൽ അയാളുടെ പേര് "കൊലയാളി പ്രമാണി" എന്നായിരുന്നു. ഇങ്ങനെയാണത് സംഭവിച്ചത് - മുമ്പൊരിക്കൽ ആത്മീയതാ സമ്മേളനം നടന്ന മുറിയിലേയ്ക്ക് ഒരിക്കൽക്കൂടി ആദരപൂർവ്വം ക്ഷണിക്കപ്പെടുവാൻ എനിക്കു ഭാഗ്യമുണ്ടായി. ക്യാംപിലെ മുഖ്യ ഡോക്ടറുടെ ഏറ്റവും അടുത്ത സുഹൃത്തുക്കൾ അവിടെയെത്തിയിരുന്നു.

ഒപ്പം ആദ്യത്തെപ്പോലെ നിയമവിരുദ്ധമായിത്തന്നെ ശുചീകരണ സ്ക്വാഡിലെ വാറന്റ് ഓഫീസർ ഇത്തവണയും ഉണ്ടായിരുന്നു. ആകസ്മികമായി കൊലയാളി പ്രമാണിയും അവിടെ എത്തിപ്പെട്ടു. ക്യാംപിൽ പ്രസിദ്ധമായിരുന്ന കവിതകളിലൊന്ന് ചൊല്ലുവാൻ ചിലർ അയാളോടാവശ്യപ്പെട്ടു. എന്നാൽ, രണ്ടാമതൊന്ന് ആവശ്യപ്പെടേണ്ടതില്ലായിരുന്നതിനാൽ ഉടൻ തന്നെ ഡയറി പോലൊരു പുസ്തകമെടുത്ത് അതിൽ നിന്നയാളുടെ കലാസൃഷ്ടികളുടെ സാമ്പിൾ വായിച്ചു. അയാളുടെ പ്രേമകവിതകളിലൊന്ന് വായിക്കുന്നത് കേട്ട് ചിരിക്കാതിരിക്കുവാൻ വേദനിക്കുന്നതു വരെ ഞാൻ ചുണ്ടുകൾ കൂട്ടിക്കടിച്ചു. എന്തു തന്നെയായാലും ഇതെന്റെ ജീവൻ രക്ഷിച്ചു. പിന്നീടൊരു ദിവസം അയാളുടെ സംഘത്തിൽ പണിയെടുക്കേണ്ടി വന്നിട്ടു പോലും (ആ ഒരു ദിവസം തന്നെ എനിക്കു ധാരാളമായിരുന്നു) ഉദാരമായി അനുമോദിച്ചതിനാലായിരിക്കാം എന്റെ ജീവൻ രക്ഷപ്പെട്ടത്. എന്തു തന്നെയായാലും കൊലയാളി പ്രമാണിയുടെ മുന്നിൽ നല്ല പേരിൽ അറിയപ്പെട്ടിരുന്നത് ഗുണമായി. അതുകൊണ്ടു തന്നെ ഞാൻ നല്ലവണ്ണം കൈയ്യടിച്ചിരുന്നു.

പൊതുവായി പറയുകയാണെങ്കിൽ, ക്യാംപിലെ ഏതു കലാപ്രകടനവും ഒരു വിധത്തിൽ അപഹാസ്യമായിരുന്നുവെന്ന് പറയാതെ വയ്യ. ഇവിടെ കലയുമായി ബന്ധപ്പെട്ട യഥാർത്ഥ അഭിപ്രായം ഉരുത്തിരിഞ്ഞത് ക്യാംപ് ജീവിതത്തിലെ ശൂന്യതയും കലാപ്രകടനവും തമ്മിലുള്ള രാക്ഷസീയമായ അന്തരം പരിഗണിച്ചായിരുന്നു. ഔഷ്വിറ്റ്സിലെ എന്റെ രണ്ടാമത്തെ രാത്രിയിൽ ആകെത്തളർന്ന ഗാഢനിദ്രയിൽ നിന്ന് ഞെട്ടിയുണർന്നതെങ്ങനെയെന്ന് ഞാൻ ഒരിക്കലും മറക്കുകയില്ല. ഉച്ചത്തിലുള്ള സംഗീതമായിരുന്നു എന്നെ ഉണർത്തിയത്. ക്യാംപിലെ മുതിർന്ന വാർഡന്റെ മുറിയിൽ എന്തിന്റെയോ ഒരു ആഘോഷം നടക്കുകയായിരുന്നു. അത് ഞങ്ങളുടെ കുടിലിന്റെ വാതിലിനോടടുത്തായിരുന്നു. ലഹരിപിടിച്ച, ശബ്ദങ്ങൾ വിരസമായ ഏതോ ഈണങ്ങളിൽ നിലവിളിക്കുന്നതു കേൾക്കാമായിരുന്നു. പൊടുന്നനെ എല്ലാം നിശ്ശബ്ദമായി. പതിവായി പാടി മടുപ്പിച്ചിട്ടില്ലാത്ത നിരാശാപൂർണ്ണമായ ഒരു അസാധാരണ വയലിൻ ഈണം ഇരുട്ടിലേയ്ക്ക് ഒഴുകിക്കയറി. വയലിൻ തേങ്ങി, എന്റെയൊരു ഭാഗവും വയലിനോടൊപ്പം തേങ്ങി. അന്നൊരാളുടെ ഇരുപത്തിനാലാം പിറന്നാളായിരുന്നു. ആ ഒരാൾ ഔഷ്വിറ്റ്സിലെ മറ്റേതോ ഒരു

ക്യാംപിൽ നൂറോ ആയിരമോ വാരം അകലെ കിടക്കുന്നുണ്ടാവും, എത്തിപ്പിടിക്കുവാൻ കഴിയാത്ത ഒരിടത്ത്. ആ ഒരാൾ എന്റെ ഭാര്യയായിരുന്നു.

കോൺസെൻട്രേഷൻ ക്യാംപിനകത്ത് കലയുടെ ഒരു സൂചനയോ ലക്ഷണമോ കണ്ടെത്തുവാൻ പുറമെയുള്ള ഒരാൾ ശ്രമിക്കുകയാണെങ്കിൽ അയാൾക്കിവിടം ഒരത്ഭുതമായിരിക്കും. എന്നാലിവിടെ അയാളെ അത്ഭുതപരതന്ത്രനാക്കുന്ന മറ്റൊന്നു കൂടിയുണ്ട്. ഇവിടെയുള്ളവരിൽ നർമ്മബോധവും കണ്ടെത്തുവാനാകും എന്നതാണ് അത്. തീർച്ചയായും മങ്ങിയ, ഏതാനും നിമിഷങ്ങളോ മിനിറ്റുകളോ നീണ്ടു നിൽക്കുന്ന ഒരു ലക്ഷണം മാത്രം. പ്രാണരക്ഷയ്ക്കായി പോരാടുന്നവരുടെ ആത്മാവിന്റെ മറ്റൊരു ആയുധമാണ് നർമ്മം. നിമിഷനേരത്തേയ്ക്ക് മാത്രമാണെങ്കിൽപ്പോലും, പ്രതികൂല സാഹചര്യത്തിൽ നിന്നകന്നുള്ള ഒരു നില കണ്ടെത്തുവാനും തന്റെ അവസ്ഥയിൽ നിന്ന് ഉയരുവാനുമുള്ള കഴിവിനെ മനുഷ്യ നിർമ്മിതിയിൽ മറ്റെന്തിനേക്കാളും സാധ്യമാക്കുന്നത് നർമ്മമാണെന്ന കാര്യം പ്രസിദ്ധമാണ്. എന്റെ തൊട്ടടുത്ത് പണിയെടുത്തിരുന്ന ഒരു തടവുകാരനിൽ (അദ്ദേഹം വലിയൊരു ആശുപത്രിയിലെ അസിസ്റ്റന്റ് സർജൻ ആയിരുന്നു) നർമ്മബോധം സൃഷ്ടിക്കുന്നതിന് ഞാൻ തന്നെ പരിശീലനം നൽകുകയും ഞങ്ങളുടെ മോചനത്തിന്റെ പിറ്റേ ദിവസം സംഭവിക്കാനിടയുള്ള രസകരമായ ഒരു കാര്യമെങ്കിലും ഓരോരുത്തരും ദിവസേന സങ്കല്പിച്ചെടുക്കുമെന്ന് ഉറപ്പാക്കുവാനും ഞാനദ്ദേഹത്തോട് നിർദ്ദേശിച്ചു. പഴയ തൊഴിലിലേയ്ക്ക് മടങ്ങിയ ശേഷവും ക്യാംപ് ജീവിതത്തിലെ ശീലങ്ങൾ ഉപേക്ഷിക്കുവാൻ കഴിയാതെ സംഭവിക്കാനിടയുള്ള ഒരു കാര്യം വിവരിച്ച് ഒരിക്കൽ ഞാൻ അദ്ദേഹത്തെ ചിരിപ്പിക്കുവാൻ ശ്രമിച്ചു. ഞങ്ങളൊരുമിച്ച് പണിയെടുക്കുമ്പോൾ സൂപ്പർവൈസർ പരിശോധനയ്ക്കു വരുന്നതിനു തൊട്ടു മുൻപ് ഫോർമാൻ ഞങ്ങളോട് “വേഗം... വേഗം” എന്നലറി. ഇതു കേട്ട് ഞാൻ സുഹൃത്തിനോട് പറഞ്ഞു, “ആശുപത്രിയിൽ തിരിച്ച് ജോലിക്ക് കയറിയ ശേഷം ഒരു ദിവസം നിങ്ങൾ വയറ് കീറിയുള്ള ഒരു ഓപ്പറേഷൻ നടത്തുമ്പോൾ പൊടുന്നനെ ഒരു ഓർഡർലി വന്ന് സീനിയർ സർജൻ വരുന്നു, ‘വേഗം...വേഗം’ എന്നലറും!”

മറ്റുചില തടവുകാർ ചിലപ്പോൾ ഭാവിയെക്കുറിച്ച് അത്യന്തം രസിപ്പിക്കുന്ന സ്വപ്നങ്ങൾ സൃഷ്ടിക്കും. അതിലൊന്ന് ഇതാണ് –

ഭാവിയിൽ ഒരു ഡിന്നർ നടക്കുമ്പോൾ മുൻപ് തടവുകാരായിരുന്നവർ സൂപ്പ് വിളമ്പുന്ന ആതിഥേയനോട് സ്വയം മറന്ന് "അടിയിൽ നിന്നെടുക്കണേ" എന്ന് യാചിക്കുമത്രേ!

ഈ സാഹചര്യത്തിൽ കഴിയുന്നത്ര നർമ്മബോധം സൃഷ്ടിച്ചെടുക്കുവാൻ ശ്രമിക്കുകയും സംഭവങ്ങളെ നർമ്മം ചേർത്ത് കാണുവാൻ ശ്രമിക്കുകയും ചെയ്യുന്നത് ജീവനകലയെ സ്വായത്തമാക്കുവാനുള്ള ഒരു തന്ത്രമാണ്. യാതനകൾ സർവ്വവ്യാപിയായ കോൺസെൻട്രേഷൻ ക്യാംപിൽ പോലും ജീവിതകല പരിശീലിക്കുവാൻ സാധിക്കും. മനുഷ്യന്റെ യാതനകൾക്ക് സമാനമായ ഒന്ന് ഇവിടെ വിവരിക്കാം. ഒരു മനുഷ്യന്റെ യാതനകൾക്ക് സമാനമായി പെരുമാറുന്ന ഒന്നാണ് വാതകം. ഒരു അടച്ചിട്ട മുറിയിലേയ്ക്ക് ഒരു പ്രത്യേക അളവിൽ വാതകം കടത്തി വിട്ടാൽ ആ മുറി എത്ര തന്നെ വലുതായാലും അത് പൂർണ്ണമായും സമമായും അതിൽ നിറയും. ഇതുപോലെ യാതനകൾ മനുഷ്യന്റെ ആത്മാവിലും ബോധമനസ്സിലും നിറയും, യാതനകൾ വലുതോ ചെറുതോ എന്ന വ്യത്യാസമില്ല. ആയതിനാൽ മനുഷ്യ യാതനയുടെ വലുപ്പം തീർത്തും ആപേക്ഷികമാണ്.

ഇത് മറ്റൊന്ന് കൂടി നമ്മെ പഠിപ്പിക്കുന്നു. വളരെ നിസ്സാരമായ ഒരു കാര്യം പോലും ചിലപ്പോൾ അത്യന്തം വലിയ ആനന്ദത്തിനു കാരണമാകും. ഔഷ്വിറ്റ്സിൽ നിന്ന് ഡാഹൗനോട് ചേർത്ത ക്യാംപിലേക്കുള്ള യാത്രയിൽ നടന്ന ഒരു സംഭവം ഉദാഹരണമായെടുക്കാം. ഞങ്ങളുടെ വണ്ടി മൗതൗസനിലേയ്ക്കാണു പോകുന്നതെന്ന് തോന്നിയതോടെ ഞങ്ങൾ പരിഭ്രാന്തരായി. ഞങ്ങളുടെ ട്രെയിൻ ഡാൻയൂബിനു മുകളിലെ പാലത്തിനടുത്തെത്തിയപ്പോൾ ഞങ്ങൾ കൂടുതൽ പിരിമുറുക്കം അനുഭവിച്ചു. മുൻപരിചയമുള്ളവരുടെ വാക്കുകളിൽ നിന്ന് ട്രെയിൻ അതുവഴി തിരിയുന്നത് മൗതൗസനിലേയ്ക്കാണെന്നു കേട്ടിരുന്നു. ട്രെയിൻ പാലം കടക്കുന്നില്ലെന്നും ഡാഹൗലേയ്ക്ക് തന്നെയായിരുന്നു പോയിക്കൊണ്ടിരുന്നതെന്നും അറിഞ്ഞപ്പോൾ അന്നു നടന്നതിനു സമാനമായ അനുഭവമില്ലാത്തവർക്ക് ഒരിക്കലും ആ വണ്ടിയിലെ തടവുകാർ ആനന്ദം കൊണ്ട് നൃത്തം ചെയ്തതിന്റെ പൊരുൾ മനസ്സിലാകുമായിരുന്നില്ല.

എന്നാൽ, രണ്ടു പകലുകളും മൂന്ന് രാത്രികളും നീണ്ട യാത്രയ്ക്കു ശേഷം ഞങ്ങൾ അവിടെ എത്തിച്ചേർന്നപ്പോൾ എന്തായിരുന്നു സംഭവിച്ചത്? ഒരേസമയം എല്ലാവർക്കും ഇരുന്നു യാത്ര ചെയ്യാ

നുള്ള സ്ഥലം വണ്ടിയുടെ തറയിലുണ്ടായിരുന്നില്ല. ഞങ്ങളിൽ ഭൂരിപക്ഷത്തിനും യാത്ര അവസാനിക്കുന്നതു വരെ നിൽക്കേണ്ടി വന്നു. കുറച്ചു പേർ ഊഴം വച്ച് ചെറിയൊരു വൈക്കോൽ കൂനയിൽ മാറിമാറിയിരുന്നു. അതാവട്ടെ മനുഷ്യമൂത്രം കൊണ്ട് കുതിർന്നതായിരുന്നു. എത്തിച്ചേർന്നയുടനെ ഞങ്ങൾ കേട്ട വാർത്ത ഇത് 2500 തടവുകാർ മാത്രമുള്ള താരതമ്യേന ചെറിയ ഒരു ക്യാംപാണെന്നും അവിടെ മനുഷ്യരെ ചുടുന്ന യന്ത്രമോ ഗ്യാസ് ചേംബറോ ചുടലപ്പറമ്പോ ഇല്ലെന്നുമായിരുന്നു. ഒരാൾ 'മോസ്ലം' ആയിത്തീർന്നാൽ അയാളെ നേരെ ഗ്യാസ് ചേംബറിലേയ്ക്ക് കൊണ്ടു പോകുവാൻ കഴിയുമായിരുന്നില്ല എന്നർത്ഥം. അതിനായി ഔഷ്വിറ്റ്സിലേയ്ക്ക് തിരികെ കൊണ്ടുപോകുവാനുള്ള രോഗികളുടെ വണ്ടി വരുന്നതുവരെ സമയമുണ്ടായിരുന്നു. ഈ സന്തോഷം മൂലം ഞങ്ങളെല്ലാവരും നല്ല മനോനിലയിലായിരുന്നു. ഔഷ്വിറ്റ്സിലെ മുതിർന്ന വാർഡൻ ആഗ്രഹിച്ചതുപോലെ സംഭവിച്ചു. ഔഷ്വിറ്റ്സിൽ ഉണ്ടായിരുന്നതുപോലെ ചിമ്മിനി ഇല്ലാത്ത ഒരു ക്യാംപിലേയ്ക്ക് ഞങ്ങൾ എത്തിച്ചേർന്നു. അടുത്ത ഏതാനും മണിക്കൂറുകളിൽ ഞങ്ങളനുഭവിക്കേണ്ടിവരുന്ന ദുരിതങ്ങൾ മറന്ന് ഞങ്ങൾ തമാശകൾ പറയുകയും പൊട്ടിച്ചിരിക്കുകയും ചെയ്തു.

പുതുതായി എത്തിച്ചേർന്ന തടവുകാരുടെ എണ്ണമെടുത്തപ്പോൾ ഒരാൾ കുറവുണ്ടായിരുന്നു. കാണാതായ തടവുകാരനെ കണ്ടെത്തുന്നതു വരെ മഴയിലും തണുത്ത കാറ്റിലും ഞങ്ങൾക്കു കാത്തുനിൽക്കേണ്ടി വന്നു. അയാളെ തളർന്നു വീണ് ഉറങ്ങിപ്പോയ നിലയിൽ ഒരു കുടിലിനുള്ളിൽ നിന്നും കണ്ടെത്തി. ഉടൻ തന്നെ ഞങ്ങളെ ഒരു ശിക്ഷാ പരേഡിൽ ചേർത്തു. നനഞ്ഞും തണുത്തു വിറച്ചും ദിവസങ്ങൾ നീണ്ട യാത്രയുടെ ആയാസവും കൂടാതെ രാത്രി മുഴുവൻ ഞങ്ങൾക്ക് പുറത്തു നിൽക്കേണ്ടതായും വന്നു. എന്നിരുന്നാലും ഞങ്ങൾ സന്തോഷത്തിലായിരുന്നു. ഈ ക്യാംപിൽ ചിമ്മിനിയുണ്ടായിരുന്നില്ല, ഔഷ്വിറ്റ്സ് വളരെ ദൂരേയുമായിരുന്നു.

പിന്നീടൊരിക്കൽ ഒരു കൂട്ടം കുറ്റവാളികൾ ഞങ്ങളുടെ പണിസ്ഥലം കടന്നുപോകുന്നതു കണ്ടു. സഹനങ്ങളുടെ ആപേക്ഷികത എത്ര വ്യക്തമായിരുന്നു ഞങ്ങൾക്കു മുന്നിൽ! അവരുടെ സുരക്ഷിതവും സന്തോഷകരവും ക്രമീകരിക്കപ്പെട്ടതുമായ ജീവിതത്തോട് ഞങ്ങൾക്ക് അസൂയ തോന്നി. അവർക്ക് കൃത്യസമയത്ത്

കുളിക്കുവാൻ അവസരം കിട്ടുന്നുണ്ടെന്ന് ഉറപ്പാണ്, ഞങ്ങൾ വിഷമത്തോടെ ഓർത്തു. അവർക്കു തീർച്ചയായും പല്ലു തേയ്ക്കുന്ന ബ്രഷും വസ്ത്രം മിനുക്കുന്ന ബ്രഷും ഓരോരുത്തർക്കും ഉറങ്ങുവാൻ പ്രത്യേകം കിടക്കകളും ഉണ്ടാകും. അവർക്കു മാസംതോറും ബന്ധുക്കളുടെ വിശേഷങ്ങളുമായി കത്തുകൾ വരുന്നുണ്ടാകും. കുറഞ്ഞ പക്ഷം അവർ ജീവിച്ചിരിക്കുന്നുണ്ടോ മരിച്ചുപോയോ എന്നെങ്കിലും അറിയാമായിരിക്കും. ഇവയെല്ലാം ഞങ്ങൾക്ക് വർഷങ്ങൾക്കു മുൻപേ നഷ്ടപ്പെട്ടിരുന്നു.

മഞ്ഞിൽ നിന്നും മഴയിൽ നിന്നും സംരക്ഷിതരായി ഒരു ഫാക്ടറി കെട്ടിടത്തിൽ പണിയെടുക്കുവാൻ അവസരം ലഭിച്ച, ഞങ്ങളിൽപ്പെട്ട അവരോട് എത്രമാത്രം അസൂയ തോന്നിയെന്നോ! അങ്ങനെയൊരു ജീവൻ രക്ഷിത ഭാഗ്യം ഞങ്ങളിലെല്ലാവരുടെയും മോഹമായിരുന്നു. ഇങ്ങനെ ആപേക്ഷികമായ ഭാഗ്യത്തിന്റെ അളവുകോൽ ഇനിയും നീണ്ടതാണ്. ക്യാംപിനു പുറത്തുള്ള ചില സംഘങ്ങളിൽ (അവയിലൊന്നിൽ ഞാൻ അംഗമായിരുന്നു) മറ്റേതിനേക്കാളും ദുരിതപൂർണ്ണമായ അവസ്ഥയിലുള്ളവരും ഉണ്ടായിരുന്നു. കുഴഞ്ഞ മണ്ണും ചെളിവെള്ളവും നിറഞ്ഞ ആഴമുള്ള റെയിൽവേയുടെ തൊട്ടികളിൽ ദിവസേന പന്ത്രണ്ടു മണിക്കൂറോളം നിൽക്കേണ്ടതില്ലാത്തവരോടും അസൂയയുണ്ടായിരുന്നു. ഈ പണി ചെയ്തിരുന്നവർക്കാണ് ദിവസേന ഏറ്റവും കൂടുതൽ അപകടങ്ങൾ സംഭവിച്ചിരുന്നത്, പലപ്പോഴും അവ മരണത്തിൽ കലാശിച്ചിരുന്നു.

മറ്റു സംഘങ്ങളിൽ ചില ഫോർമാന്മാർ തികച്ചും പ്രാകൃതമായ പ്രഹര-ശിക്ഷാ രീതികൾ തുടർന്നു പോന്നിരുന്നു. അവരുടെ കീഴിൽ ഞങ്ങൾക്ക് അധികകാലം പണിയെടുക്കേണ്ടി വന്നില്ലെന്നത് ഭാഗ്യം കൊണ്ടു മാത്രമാണെന്ന് വിശേഷിപ്പിക്കുവാൻ ക്യാംപിലെ സാഹചര്യങ്ങൾ ഞങ്ങളെ പ്രേരിപ്പിച്ചു. എന്നാൽ ഈ ഭാഗ്യത്തിന്റെ അസാന്നിദ്ധ്യത്തിൽ ഒരിക്കൽ അത്തരം ഒരു സംഘത്തിൽ ഞാൻ എത്തപ്പെട്ടു. അതിലെ ഫോർമാൻ എന്നെ പ്രത്യേകം ശ്രദ്ധിച്ചുകൊണ്ടിരുന്ന സമയത്ത്, സംഘാംഗങ്ങളെ പുനർവിഭജിക്കുവാനുള്ള സൈറൻ അയാളെ തടസ്സപ്പെടുത്തിയില്ലായിരുന്നെങ്കിൽ, അമിതാദ്ധ്വാനം മൂലം മരിച്ചവരെയോ മരണാസന്നരെയോ ക്യാംപിലേയ്ക്ക് തിരിച്ചു കൊണ്ടുപോകുന്ന വണ്ടിയിൽക്കിടത്തി എന്നെയും കൊണ്ടു പോകുമായിരുന്നുവെന്ന് ഞാൻ ചിന്തിച്ചു. ഇത്തരം സന്ദർഭങ്ങളിൽ

ഒരു സൈറൻ നൽകിയിരുന്ന ആശ്വാസം മറ്റൊരാൾക്കും സങ്കൽപ്പിക്കുവാൻ കഴിയില്ല. ബോക്സിംഗിൽ അവസാന നിമിഷം ഇടിയേറ്റു വീഴുവാൻ സാധ്യതയുള്ളപ്പോൾ, ആ റൗണ്ട് അവസാനിക്കുന്നതായി സൂചിപ്പിക്കുന്ന ബെല്ലിനെപ്പോലും ഇതിനോടുപമിക്കുവാൻ കഴിയില്ല.

കൊച്ചു കൊച്ചു ദയാവായ്പുകളോടു പോലും ഞങ്ങൾ കൃതജ്ഞതയുള്ളവരായിരുന്നു. ഉറങ്ങുന്നതിനു മുൻപ് കീടങ്ങളെ കൊല്ലുന്നതുപോലും ഞങ്ങൾക്കു സന്തോഷമേകിയിരുന്നു. മേൽക്കൂരയിൽ ഹിമപാളികൾ തൂങ്ങുന്ന മുറിയിൽ നഗ്നരായി നിൽക്കുന്നത് സുഖമുള്ള കാര്യമായതു കൊണ്ടായിരുന്നില്ല, വെളിച്ചം കെടുത്താതെ ഈ ഉദ്യമത്തിലേർപ്പെട്ടിരിക്കുമ്പോൾ വ്യോമാക്രമണ മുന്നറിയിപ്പ് ഉണ്ടാവാതിരുന്നതിന് ഞങ്ങൾ നന്ദിയുള്ളവരായിരുന്നു. ഈ ജോലി വേണ്ടവിധം ചെയ്തില്ലെങ്കിൽ രാത്രി മുഴുവൻ ഉണർന്നിരിക്കേണ്ടി വരുമായിരുന്നു. അല്പാല്പമായ ഇത്തരം സന്തോഷങ്ങൾ നിഷേധാത്മകമായ ഒരു സംതൃപ്തി നൽകിയിരുന്നു. ഷോപ്പൻഹോവർ പറഞ്ഞിട്ടുള്ള "യാതനകളിൽ നിന്നുള്ള സ്വാതന്ത്ര്യം" പോലും ആപേക്ഷികമായിരുന്നു. സകാരാത്മകവും യഥാർത്ഥവുമായ കൊച്ചു കൊച്ചു സന്തോഷങ്ങൾ പോലും അത്യപൂർവ്വമായിരുന്നു. കടന്നുപോയ നിരവധി ആഴ്ചകളിലെ സന്തോഷനിമിഷങ്ങളുടെ ഒരു ബാലൻസ് ഷീറ്റ് തയ്യാറാക്കുകയാണെങ്കിൽ സംതൃപ്തിയേകുന്ന വെറും രണ്ടു നിമിഷങ്ങൾ മാത്രമേ അനുഭവിച്ചതായി ഓർമ്മയിൽ തെളിയുന്നുള്ളൂ. അതിലൊന്ന് സംഭവിച്ചത് ഞാൻ പണി കഴിഞ്ഞു മടങ്ങി വരുമ്പോൾ എന്നെ പാചകശാലയിൽ പ്രവേശിപ്പിച്ചപ്പോഴാണ്. നീണ്ട കാത്തുനിൽപ്പിനു ശേഷം തടവുകാരനും പാചകക്കാരനുമായ എഫ് നെ സഹായിക്കുന്ന ജോലി എന്നെ ഏല്പിച്ചു. അയാൾ വലിയൊരു കലത്തിനു പിന്നിലായി നിലയുറപ്പിച്ച്, ധൃതിയിൽ പാത്രങ്ങൾ നീട്ടി നിൽക്കുന്ന തടവുകാർക്ക് തവികൊണ്ട് സൂപ്പ് പകർന്നു കൊടുത്തു. പാത്രങ്ങളിൽ സൂപ്പ് നിറയ്ക്കുമ്പോൾ തടവുകാരുടെ മുഖം ശ്രദ്ധിക്കാത്ത ഒരേയൊരു പാചകക്കാരനായിരുന്നു എഫ്. സ്വന്തം സുഹൃത്തുക്കൾക്കും നാട്ടുകാർക്കും പ്രത്യേകം ഉരുളക്കിഴങ്ങു ചേർത്തു നൽകി, മറ്റുള്ളവർക്ക് മുകളിൽ നിന്ന് വെള്ളം നിറഞ്ഞ സൂപ്പ് വിളമ്പുന്നത് പോലുള്ള പക്ഷപാതം കാണിക്കാതെ, എല്ലാ തടവുകാർക്കും തുല്യമായി സൂപ്പ് പങ്കുവച്ചിരുന്ന ഒരേയൊരു പാചകക്കാരൻ എഫ് ആയിരുന്നു.

ചില തടവുകാർ അവരുടെ വേണ്ടപ്പെട്ടവർക്ക് മറ്റുള്ളവരെക്കാൾ പ്രാധാന്യം കൊടുത്തതിനെ ഞാൻ വിധിക്കുന്നില്ല. ഇന്നല്ലെങ്കിൽ

നാളെ ജീവിതമോ മരണമോ എന്ന വലിയ ചോദ്യമുയരുവാനുള്ള സാഹചര്യത്തിൽ സുഹൃത്തുക്കളോട് പ്രത്യേക മമത പ്രകടിപ്പിക്കുന്ന ഒരാളെ ആർക്കു കല്ലെറിയുവാൻ കഴിയും? ഇതേ സാഹചര്യത്തിൽ താനും ഇതു തന്നെ ചെയ്യുന്നു വരില്ലേ എന്ന ചോദ്യം പരിപൂർണ്ണ സത്യസന്ധതയോടെ സ്വയം ചോദിക്കുവാൻ തയ്യാറാകാത്ത ആരും ആരെയും വിധിക്കരുത്.

ക്യാംപിൽ നിന്നു മോചിതനായി ഏറെക്കാലത്തിനു ശേഷം ആരോ ഒരാൾ ചിത്രങ്ങൾ നിറഞ്ഞ ആഴ്ചപ്പതിപ്പിലെ ഒരു ഫോട്ടോ എന്നെ കാണിച്ചു. ക്യാംപിലെ കുടിലിൽ തിങ്ങി നിറഞ്ഞു കിടക്കുന്ന തടവുകാർ ഒരു സന്ദർശകനു നേരെ നിർജ്ജീവമായി നോക്കുന്ന ഫോട്ടോ ആയിരുന്നു അത്. "ഭയാനകമല്ലേ ഇത്? ഭീതിയോടെ തുറിച്ചു നോക്കുന്ന മുഖങ്ങൾ."

"എന്തുകൊണ്ട്?" ഞാൻ ചോദിച്ചു.

സത്യത്തിൽ എനിക്കത് മനസ്സിലായിരുന്നില്ല.

എന്നാൽ, ആ നിമിഷം ഞാനെല്ലാം വീണ്ടുമൊരിക്കൽക്കൂടി കണ്ടു : പുലർച്ചെ അഞ്ചു മണി, അപ്പോഴും പുറത്ത് കൂരാക്കൂരിരുട്ട് : എഴുപതു പേർ തിങ്ങി നിറഞ്ഞ, മൺതറയുള്ള ഒരു കുടിലിൽ ഒരു ഹാർഡ് ബോർഡിൽ ഞാൻ കിടക്കുന്നു. ഞങ്ങൾ രോഗികളായതിനാൽ പണിയിൽ നിന്ന് വിട്ടു നിൽക്കുവാൻ കഴിഞ്ഞു. ഞങ്ങൾക്ക് പരേഡിനു പോകേണ്ടി വന്നില്ല. കുടിലിന്റെ കൊച്ചുമൂലയിൽ ഇടയ്ക്ക് മയങ്ങിക്കൊണ്ട്, ദിവസം മുഴുവൻ വെട്ടിക്കുറച്ച റൊട്ടിയും വെള്ളം ചേർത്തതും അളവു കുറച്ചതുമായ സൂപ്പും കാത്തു കിടക്കുവാൻ കഴിഞ്ഞു. പക്ഷെ ഞങ്ങളെത്ര സംതൃപ്തരായിരുന്നു! എല്ലാ ഇല്ലായ്മകൾക്കും മേലെ സന്തോഷത്തിലായിരുന്നു. അനാവശ്യമായി അല്പം പോലും ഊഷ്മാവ് നഷ്ടമാവാതിരിക്കുവാൻ പരസ്പരം പതുങ്ങിക്കിടന്നു. അങ്ങേയറ്റം മടിയോടെയും ആവശ്യമില്ലാതെ ഒരു വിരൽ പോലും ചലിപ്പിക്കുവാൻ താല്പര്യമില്ലാതെ. രാത്രി ഷിഫ്റ്റ് കഴിഞ്ഞവർ തിരികെ പോകുന്നതും, പേരുവിളിക്കുന്നതിനു നിരന്നു നിൽക്കുന്നവരോടുള്ള അലർച്ചയും വിസിൽ വിളിയും ഞങ്ങൾ കേട്ടു. വാതിൽ മലർക്കെത്തുറന്നു. ഹിമക്കാറ്റ് കുടിലിലേയ്ക്ക് പാഞ്ഞു കയറി. ദേഹമാകെ മഞ്ഞു പൊതിഞ്ഞ, തളർന്നവശനായ ഒരു സഖാവ് അല്പനേരത്തേയ്ക്ക് ഒന്നിരിക്കുവാൻ കയറി വന്നു. പക്ഷെ മുതിർന്ന

വാർഡൻ അയാളെ പുറത്താക്കി. ആളുകളുടെ പരിശോധന നടന്നു കൊണ്ടിരിക്കുമ്പോൾ അപരിചിതരെ കുടിലിൽ കടത്തുന്നത് കർശനമായി നിരോധിച്ചിരുന്നു. അയാളെ ഓർത്തപ്പോൾ എനിക്കെത്ര ദുഃഖം തോന്നി! എന്നാൽ, ഈ സമയത്ത് അയാളുടെ അവസ്ഥയിലാകാതിരുന്നതിലും സുഖമില്ലാതെ മുറിയിൽ മയങ്ങി കിടക്കുവാൻ കഴിഞ്ഞതിലും ഞാനെത്രത്തോളം സന്തോഷിച്ചു! എത്ര ഭാഗ്യമാണിങ്ങനെ രണ്ടു ദിവസം വീണുകിട്ടിയത്. ഒരുപക്ഷെ ഇതിനു ശേഷം രണ്ട് അധിക ദിവസവും കിട്ടും.

ആ ചിത്രങ്ങളിൽ നോക്കി നിൽക്കുമ്പോൾ ഇവയെല്ലാം എന്റെ മനസ്സിലേയ്ക്കു വന്നു. എന്തുകൊണ്ടാണ് ആ ചിത്രം അത്ര ഭയാനകമായി എനിക്കു തോന്നാതിരുന്നതെന്നും അതിലെ മനുഷ്യർ അത്രത്തോളം അസന്തുഷ്ടരല്ലായിരിക്കാമെന്നും ഞാൻ വിവരിച്ചപ്പോൾ എന്റെ കേൾവിക്കാർക്കു മനസ്സിലായി.

നാലാം ദിവസം മുഖ്യ ഡോക്ടർ തിടുക്കത്തിൽ വന്ന് ടൈഫസ് രോഗികളുള്ള മറ്റൊരു ക്യാംപിൽ മെഡിക്കൽ ഡ്യൂട്ടിക്ക് സന്നദ്ധനാകുവാൻ ആവശ്യപ്പെട്ടു. എന്റെ സുഹൃത്തുക്കളുടെ അടിയന്തിര നിർദ്ദേശം പരിഗണിച്ച് (എന്റെ സഹപ്രവർത്തകരിൽ ആരും തന്നെ ഇതിനു തയ്യാറായില്ലായിരുന്നു) പ്രവർത്തിക്കുവാൻ ഞാൻ തീരുമാനിച്ചു. ഇപ്പോൾ ചെയ്യുന്ന, ഒരു പ്രയോജനവുമില്ലാത്ത പണി തുടർന്നാൽ അധികം താമസിയാതെ തന്നെ ഞാൻ മരിച്ചുപോകും. എന്നാൽ, ഒരു ഡോക്ടർ എന്ന നിലയിൽ എന്റെ സഖാക്കളെ സഹായിച്ചു മരണം വരിക്കുകയാണെങ്കിൽ അതിനൊരു മൂല്യമൊക്കെയുണ്ട്.

എന്നെ സംബന്ധിച്ചിടത്തോളം ഇത് ലളിതമായ ഗണിതമാണ്, ത്യാഗമല്ല. എന്നാൽ ടൈഫസ് ക്യാംപിലെ സന്നദ്ധ ഡോക്ടർമാർ മടങ്ങുന്നതു വരെ പ്രത്യേക സംരക്ഷണം നൽകണമെന്ന് ശുചീകരണ വിഭാഗത്തിലെ വാറന്റ് ഓഫീസർ രഹസ്യമായി പ്രത്യേക നിർദ്ദേശം നൽകിയിരുന്നു. ഞങ്ങൾ വളരെയധികം അവശരായിരുന്നതിനാൽ രണ്ടു ഡോക്ടർമാർക്കു പകരം രണ്ടു ജഡങ്ങളായിരിക്കും കിട്ടുകയെന്ന് അദ്ദേഹം ഭയന്നിരുന്നു.

മുൻപ് ഞാൻ സൂചിപ്പിച്ചതുപോലെ, സ്വന്തം ജീവനും ഏറ്റവുമടുത്ത സുഹൃത്തുക്കളുടെ ജീവനും സംരക്ഷിക്കുന്നതിനുള്ള അടിയന്തിര ശ്രമങ്ങളുമായി ബന്ധമില്ലാത്തവയുടെ പ്രാധാന്യം എനിക്കു നഷ്ടപ്പെട്ടു.

അവയെല്ലാം ഈ ലക്ഷ്യത്തിനായി ത്യജിക്കപ്പെട്ടു. ഒരു മനുഷ്യന്റെ വ്യക്തിത്വം മാനസികമായ വിനാശത്തിന്റെ ഒരു ബിന്ദുവിലകപ്പെട്ടു പോവുകയും അത് അയാൾ കാത്തു സൂക്ഷിച്ചിരുന്ന മൂല്യങ്ങളെ ഭീഷണിപ്പെടുത്തുകയും അവയെ സംശയത്തിനെറിഞ്ഞു കൊടുക്കുകയും ചെയ്തു. മനുഷ്യ ജീവിതത്തെയോ അതിന്റെ ശ്രേഷ്ഠതയേയോ അംഗീകരിക്കാത്ത ഈ ലോകത്തിന്റെ സ്വാധീനം ഇച്ഛാശക്തിയുള്ളവരെ കൊള്ളയടിക്കുകയും, അവന്റെ ശാരീരിക ശേഷിയുടെ അവസാന ഔൺസ് ഊർജ്ജവും ഊറ്റിയെടുത്തശേഷം ഉന്മൂലനം ചെയ്യപ്പെടേണ്ട ഒരു വസ്തുവായി അവനെ മാറ്റിത്തീർക്കുകയും ചെയ്തു. ഈ സ്വാധീനത്തിന്റെ അവസാനം വ്യക്തിഗതമായ അഹംബോധം മൂല്യനാശം നേരിട്ടു. കോൺസെൻട്രേഷൻ ക്യാംപിലെ മനുഷ്യർ തങ്ങളുടെ ആത്മാഭിമാനം സംരക്ഷിക്കുവാനുള്ള അവസാന പോരാട്ടം നടത്തിയില്ലെങ്കിൽ, ഒരു വ്യക്തിയാണെന്ന തോന്നൽ അവനു നഷ്ടമാകുമായിരുന്നു, താനൊരു വ്യക്തിയാണെന്ന തോന്നലും തന്റെ മനസ്സും സ്വാതന്ത്ര്യ ബോധവും വ്യക്തിഗതമായ മൂല്യവും അവന് നഷ്ടപ്പെട്ടിരുന്നു. എണ്ണിയാലൊടുങ്ങാത്ത ഒരു ജനസാഗരത്തിൽ ഒന്നു മാത്രമാണ് താനെന്ന് അവൻ കരുതിപ്പോന്നു. അവന്റെ അസ്തിത്വം മൃഗജീവിതത്തോളം താഴ്ന്നു. ചിലപ്പോൾ കൂട്ടത്തോടെയും, ചിലപ്പോൾ വേർപെടുത്തിയും, സ്വന്തമായി ചിന്താശേഷിയോ ഇച്ഛാശക്തിയോ ഇല്ലാത്ത ആട്ടിൻപറ്റങ്ങളെപ്പോലെ ഒരു സ്ഥലത്തുനിന്നു മറ്റൊരു സ്ഥലത്തേയ്ക്കു മനുഷ്യരെ തെളിച്ചുകൊണ്ടിരുന്നു. സഹജീവിയുടെ വേദനയിൽ ആനന്ദം കണ്ടെത്തുന്നതിലും ക്രൂരപീഡനത്തിലും വിനോദം അനുഭവിച്ചിരുന്ന അപകടകാരികളായ ഒരു കൂട്ടം നാനാഭാഗത്തു നിന്നും അവരെ നിരീക്ഷിച്ചു. അവർ അലറിയും തൊഴിച്ചും പ്രഹരിച്ചും ആട്ടിൻപറ്റങ്ങളെ മുന്നോട്ടും പിന്നോട്ടും അനവരതം പായിച്ചു. ഞങ്ങൾ ആട്ടിൻപറ്റങ്ങളാവട്ടെ - ഈ ചെന്നായ്ക്കൂട്ടത്തിന്റെ മുന്നിൽ നിന്നെങ്ങനെ ഒഴിഞ്ഞുമാറാം, എങ്ങനെ ഒരല്പം ആഹാരം നേടാം എന്നിങ്ങനെ വെറും രണ്ടേ രണ്ടു കാര്യങ്ങളിൽ മാത്രം ശ്രദ്ധ കേന്ദ്രീകരിച്ചു.

വ്യൂഹത്തിന്റെ മുന്നിലും പിന്നിലും ഇടതും വലതുമായി നടന്നിരുന്ന ഗാർഡുകളുടെ പ്രഹരങ്ങളിൽ നിന്നു രക്ഷ നേടുവാൻ ഞങ്ങൾ, ഭയന്ന ആടുകളെപ്പോലെ, ആ കൂട്ടത്തിന്റെ മദ്ധ്യഭാഗത്ത് കയറിക്കൂടുവാൻ തിടുക്കം കൂട്ടിയിരുന്നു. മാത്രമല്ല, മദ്ധ്യഭാഗം തണുത്ത

കാറ്റിന്റെ സൂചിമുനകളിൽ നിന്നും സുരക്ഷയേകിയിരുന്നു. വ്യൂഹത്തിന്റെ രൂപീകരണത്തിനിടയിൽത്തന്നെ ഇത് സ്വാഭാവികമായി സംഭവിച്ചിരുന്നു. എങ്കിലും ഇതര സാഹചര്യങ്ങളിൽ ഇത് തീർത്തും ഞങ്ങളുടെ ബോധപൂർവ്വമുള്ള ശ്രമമായിരുന്നു. ക്യാംപിലെ ആത്മരക്ഷാനിയമങ്ങളിലൊന്നുമായി സാദൃശ്യമുള്ള, ഏറ്റവും അനിവാര്യമായ ഒന്ന്. വ്യക്തമായി കാണാവുന്ന വിധമാവരുത് ഇതു ചെയ്യുന്നത്. ഞങ്ങൾ എന്നും എപ്പോഴും എസ്. എസ്. ഗാർഡുകളുടെ ശ്രദ്ധയിൽപ്പെടുന്നത് ഒഴിവാക്കുവാൻ ശ്രമിച്ചിരുന്നു.

പലപ്പോഴും ആൾക്കൂട്ടങ്ങളിൽ നിന്നൊഴിഞ്ഞു നിൽക്കേണ്ടതായ തികച്ചും അനിവാര്യവുമായിരുന്ന സാഹചര്യങ്ങളുണ്ടായിരുന്നു, അതു സാധ്യവുമായിരുന്നു. അടിച്ചേൽപ്പിക്കപ്പെട്ട ഒരു സാമൂഹ്യ ജീവിതത്തിൽ, ഒരു മനുഷ്യൻ ചെയ്യുന്ന ഏതു കാര്യവും നിരീക്ഷിക്കപ്പെട്ടപ്പോൾ, അൽപനേരമെങ്കിലും അതിൽ നിന്നകന്നു നിൽക്കുവാനുള്ള വ്യഗ്രതയുണ്ടാകുമെന്നത് ആർക്കും അറിയാവുന്നതാണ്. തടവുകാരന് തന്റെ ചിന്തകളുമായി തനിച്ചിരിക്കുവാൻ കൊതിയുണ്ടായിരുന്നു. അവൻ സ്വകാര്യതയ്ക്കും ഏകാന്തതയ്ക്കും വേണ്ടി തീവ്രമായി അഭിലഷിച്ചിരുന്നു. വിശ്രമ ക്യാംപ് എന്നു വിളിക്കപ്പെട്ടിരുന്ന സ്ഥലങ്ങളിലേയ്ക്കുള്ള യാത്രകൾക്കിടയിൽ, ഒരേസമയം അഞ്ചു മിനിറ്റോളം തനിച്ചിരിക്കുവാനുള്ള അവസരങ്ങൾ എനിക്ക് ഒത്തു വന്നിരുന്നു.

ഉന്മത്തരായ അമ്പതോളം രോഗികൾ പാർത്തിരുന്ന മൺകുടിലിനു പുറകിൽ, ക്യാംപിനെ വലയം ചെയ്തിരുന്ന ഇരട്ട മുള്ളുകമ്പിവേലികൾക്കടുത്ത് സ്വച്ഛമായ ഒരിടമുണ്ടായിരുന്നു. ക്യാംപിലെ ദിനംപ്രതിയുള്ള ശരാശരി മരണനിരക്കായ ആറു ജഡങ്ങൾ സൂക്ഷിക്കുവാൻ മാത്രം സ്ഥലമുള്ള കൂടാരം അവിടെ തട്ടിക്കൂട്ടിയിരുന്നു. ഒരു വൃക്ഷത്തിന്റെ തണ്ടുകളും ചില്ലകളും ഉപയോഗിച്ചായിരുന്നു അത് നിർമ്മിച്ചിരുന്നത്. വെള്ളമൊഴുകുന്ന പൈപ്പുകളിലേയ്ക്കു ഘടിപ്പിച്ച ഒരു ദണ്ഡും അവിടെയുണ്ടായിരുന്നു. എന്റെ സേവനം ആവശ്യമില്ലായിരുന്ന സമയത്തെല്ലാം ഈ ദണ്ഡിന്റെ തടികൊണ്ടുള്ള മൂടിയിൽ ചടഞ്ഞിരിക്കുമായിരുന്നു. അവിടെയിരുന്ന് മലഞ്ചെരുവിലെ പൂക്കളെയും മുള്ളു കമ്പിവേലികളാൽ ഫ്രെയ്മിട്ട, അകലെയുള്ള ബവേറിയൻ മലകളെയും നോക്കിയിരിക്കുമായിരുന്നു. അവിടെയിരുന്നു ഞാനെന്റെ മോഹങ്ങൾ സ്വപ്നം കണ്ടു, ചിന്തകൾ എന്റെ വീട് സ്ഥിതിചെയ്തിരുന്ന വിയന്നയുടെ വടക്കും വടക്കു-കിഴക്കും

അലഞ്ഞു. പക്ഷെ എനിക്ക് മേഘങ്ങളല്ലാതെ മറ്റൊന്നും കാണുവാൻ കഴിഞ്ഞില്ല.

അടുത്ത് വച്ചിരുന്ന ശവശരീരങ്ങളിൽ പുഴുക്കൾ പുളയ്ക്കുന്നതു പോലും അപ്പോഴെന്നെ തീരെ അസ്വസ്ഥനാക്കിയില്ല.

പരേഡ് നടത്തിയിരുന്ന ഗാർഡുകളുടെ ചുവടുകൾ മാത്രം എന്നെ സ്വപ്നങ്ങളിൽ നിന്നുണർത്തി. ഒരുപക്ഷെ അത് രോഗികളെ പരിശോധിക്കുവാനുള്ള വിളിയോ എന്റെ കുടിലിലേയ്ക്കെത്തിച്ചേർന്ന മരുന്നുകൾ സ്വീകരിക്കുവാനുള്ള വിളിയോ ആയിരുന്നു. (ചിലപ്പോഴെല്ലാം അത് ദിവസങ്ങളോളം അമ്പത് രോഗികൾക്ക് ആശ്രയിക്കുവാനുള്ള അഞ്ചോ പത്തോ ആസ്പിരിൻ ഗുളികകൾ മാത്രമായിരുന്നു). ഞാനവ കൈപ്പറ്റി, റൗണ്ട്സ് നടത്തി, രോഗികളുടെ നാഡിമിടിപ്പ് പരിശോധിച്ച്, ഗുരുതരാവസ്ഥയിൽ കിടക്കുന്നവർക്ക് അര ഗുളിക നൽകി. പ്രതീക്ഷയ്ക്കു വകയില്ലാത്തവർക്ക് മരുന്ന് നൽകിയില്ല. മരുന്നുകൊണ്ടവരെ രക്ഷപ്പെടുത്തുവാൻ കഴിയില്ല. മാത്രമല്ല, ചെറിയ പ്രതീക്ഷയെങ്കിലും അവശേഷിക്കുന്നവർക്ക് മരുന്ന് നിഷേധിക്കുവാനും അതു കാരണമാകും. ധൈര്യമേകുന്ന ചില ആശ്വാസ വാക്കുകളല്ലാതെ നേരിയ അസുഖമുള്ളവർക്കായി എന്റെ കൈവശം ഒന്നുമില്ലായിരുന്നു. ടൈഫസ് രോഗം മൂലം അവശനായിരുന്നതിനാൽ ഞാൻ ഒരു രോഗിയുടെ അരികിൽ നിന്ന് മറ്റൊരു രോഗിയുടെ അരികിലേയ്ക്ക് ഇഴഞ്ഞു നീങ്ങുകയായിരുന്നു. അതിനു ശേഷം ഞാൻ വീണ്ടും എന്റെ ഏകാന്തതയിലേയ്ക്ക് മടങ്ങി.

ഈ ദണ്ഡ് ഒരിക്കൽ യാദൃച്ഛികമായി എന്റെ മൂന്ന് സഹതടവുകാരുടെ ജീവൻ രക്ഷിച്ചിട്ടുണ്ട്. മോചന ദിവസത്തിനു തൊട്ടുമുൻപ് വിപുലമായ വാഹനവ്യൂഹങ്ങളിൽ തടവുകാരെ ഡഹൗലേയ്ക്ക് മാറ്റിയിരുന്നു. ഈ മൂന്നു തടവുകാർ ബുദ്ധിപൂർവ്വം യാത്രയിൽ നിന്നൊഴിഞ്ഞു മാറി. അവർ ഈ ദണ്ഡിലൂടെ താഴെയിറങ്ങി ഗാർഡുകൾ കാണാത്ത വിധം അവിടെ ഒളിച്ചിരുന്നു. ഞാൻ നിഷ്കളങ്കമായി മുള്ളു കമ്പിവേലിയിൽ വെള്ളാരം കല്ലുകൾ എറിഞ്ഞുകൊണ്ട് ശാന്തമായി മൂടിയിൽ ഇരുന്നു. എന്നെ കണ്ടതോടെ ഒന്ന് സംശയിച്ചെങ്കിലും ഗാർഡ് മുന്നോട്ടു പോയി. ഏറ്റവും വലിയ അപകടം കഴിഞ്ഞുവെന്ന വിവരം പെട്ടെന്നു തന്നെ മൂന്നു പേരോടും ഞാൻ പറഞ്ഞു.

ക്യാംപിൽ മനുഷ്യജീവനെ എത്ര നിസ്സാരമായാണ് പരിഗണിച്ചിരുന്നതെന്ന് പുറമെയുള്ള ഒരാൾക്കു ഗ്രഹിക്കുവാൻ പ്രയാസമാണ്.

ക്യാംപ് അന്തേവാസിയുടെ മനസ്സ് കല്ലിച്ചു പോയി. രോഗികൾക്കു വേണ്ടി വാഹനം ഏർപ്പാടാക്കിയ വിവരം അറിഞ്ഞതോടെ മനുഷ്യാസ്തിത്വം ഇവിടെ നേരിടുന്ന തികഞ്ഞ അവഗണനയെക്കുറിച്ച് അയാൾ വേണ്ടത്ര ബോധവാനായി. ഒരു ക്യാംപിൽ നിന്ന് അടുത്ത ക്യാംപിലേയ്ക്ക് തടവുകാർ ഹിമപാതം സഹിച്ച് മൈലുകളോളം വലിച്ചുകൊണ്ടു വന്ന ഇരുചക്ര വണ്ടിയിലേയ്ക്ക് എല്ലും തോലുമായ രോഗികളെ വലിച്ചെറിഞ്ഞു. വണ്ടി പുറപ്പെടും മുൻപ് അവരിലൊരാൾ മരിച്ചു പോയാൽ ആ ജഡവും വലിച്ചെറിയും. കണക്ക് കൃത്യമായിരിക്കേണ്ടതുണ്ടല്ലോ! തടവുകാരുടെ പട്ടിക മാത്രമായിരുന്നു മുഖ്യം. ഒരു മനുഷ്യന് തടവുപുള്ളിയുടെ നമ്പർ ഉണ്ടായിരുന്നതു കൊണ്ടു മാത്രമാണ് അയാൾ പരിഗണിക്കപ്പെട്ടത്. ജീവനോടെയോ മരിച്ചിട്ടോ എന്നത് പ്രശ്നമേയല്ല, ഒരാൾ അക്ഷരാർത്ഥത്തിൽ ഒരു നമ്പർ മാത്രമായിരുന്നു. ആ നമ്പറിന്റെ ജീവനും ജീവിതവും അപ്രസക്തമായിരുന്നു. അയാളുടെ വിധി, അയാളുടെ കഴിഞ്ഞ കാലം, അയാളുടെ പേര്, ആ നമ്പറിനു പിന്നിൽ എന്തായിരുന്നുവോ അവയെല്ലാന്നും അശേഷം പ്രസക്തിയില്ല. ഒരു ഡോക്ടറെന്ന നിലയിൽ ബവേറിയയിലെ ഒരു ക്യാംപിൽ നിന്നു മറ്റൊരു ക്യാംപിലേയ്ക്ക് രോഗികൾക്കൊപ്പം പോകേണ്ട ഉത്തരവാദിത്വം എനിക്കുണ്ടായിരുന്നു. ഇതിനിടയിൽ ആ പട്ടികയിൽ ഇല്ലാത്തതു മൂലം അവിടെ ഉപേക്ഷിക്കപ്പെട്ട ഒരു രോഗിയുടെ യുവാവായ സഹോദരൻ ഒരു പകരം വയ്പ്പിനു വേണ്ടി യാചിക്കുന്നുണ്ടായിരുന്നു. മാത്രമല്ല ആ യുവാവ് അവിടെത്തന്നെ തുടരുവാൻ ആഗ്രഹിച്ചിരുന്ന ഒരാളെ കണ്ടെത്തുകയും ചെയ്തിരുന്നു. പക്ഷെ പട്ടിക കൃത്യമായിരിക്കേണ്ടതുണ്ട്. അത് പകരം വയ്ക്കുന്നതിനേക്കാൾ എളുപ്പമായിരുന്നു. ആ യുവാവ് മറ്റൊരു തടവുകാരന് നമ്പറുകൾ കൈമാറിയത് പാഴായി.

ഞാൻ മുൻപ് സൂചിപ്പിച്ചതുപോലെ ഞങ്ങളുടെ കയ്യിൽ രേഖകളൊന്നുമില്ലായിരുന്നു. ശരീരം സ്വന്തമായിരുന്നതിലും അപ്പോഴുമത് ശ്വസിച്ചിരുന്നുവെന്നതിലും ഓരോ തടവുകാരനും ഭാഗ്യവാനായിരുന്നു. സർവ്വോപരി, മേലെ പഴന്തുണികൾ തൂങ്ങിക്കിടന്നിരുന്ന ഞങ്ങളുടെ അസ്ഥികൂടങ്ങളുടെ ഒരേയൊരു ശ്രദ്ധ ഞങ്ങളെ രോഗികളുടെ വാഹനത്തിലേയ്ക്ക് കയറ്റുമോ എന്നതായിരുന്നു. പുറപ്പെടാനൊരുക്കിയ 'മോസ്ലേ'മുകളുടെ ശരീരത്തിൽ തങ്ങളുടേതിനേക്കാൾ ഭേദപ്പെട്ട ഒരു കോട്ട്, അതല്ലെങ്കിൽ ഷൂസ്

ഉണ്ടോയെന്ന് അങ്ങേയറ്റം നാണംകെട്ട കൗതുകത്തോടെ സൂക്ഷ്മ പരിശോധന നടന്നിരുന്നു. എന്തുതന്നെയായാലും അവരുടെ വിധി നിശ്ചയിക്കപ്പെട്ടിരുന്നു. എന്നാൽ, ക്യാംപിൽ തുടർന്നും തങ്ങിയിരുന്ന, പണിയെടുക്കുവാൻ ത്രാണിയുള്ളവർക്ക് അതിജീവിക്കുവാനുള്ള ഓരോ സാഹചര്യവും മെച്ചപ്പെടുത്തേണ്ടിയിരുന്നു. അവരുടെ ഭാവങ്ങളിൽ വൈകാരികതയില്ലായിരുന്നു. തടവുകാർ പൂർണ്ണമായും ഗാർഡുകളുടെ ചിത്തവൃത്തിയെ ആശ്രയിച്ചായിരുന്നു സ്വയം തിരിച്ചറിഞ്ഞിരുന്നത്. വിധിയുടെ കോമരങ്ങൾ. ഇതോടെ അവർ സാഹചര്യങ്ങൾ ആവശ്യപ്പെട്ടതിനേക്കാൾ താഴ്ന്നയിനം ഒരു ജീവിയായിത്തീർന്നു.

ഔഷ്വിറ്റ്സിൽ വച്ച് എനിക്കു വേണ്ടി ഞാനൊരു നിയമം നിർമ്മിച്ചു പാലിച്ചിരുന്നു. അത് വളരെയേറെ ഫലം ചെയ്യുകയും എന്റെ സഹതടവുകാരിൽ പലരും അത് പിന്തുടരുകയും ചെയ്തു. പൊതുവെ ഞാൻ എല്ലാ ചോദ്യങ്ങൾക്കും സത്യസന്ധമായി മറുപടി കൊടുത്തിരുന്നു. തുറന്ന് ആവശ്യപ്പെടാത്ത എല്ലാ വിഷയങ്ങളിലും ഞാൻ മൗനം പാലിച്ചു. എന്റെ പ്രായം ചോദിച്ചാൽ ഞാൻ അത് കൃത്യമായി പറഞ്ഞു കൊടുത്തിരുന്നു. എന്റെ തൊഴിൽ ചോദിച്ചാൽ ഞാൻ ഡോക്ടർ എന്നു പറയും, പക്ഷെ വിശദീകരിച്ചിട്ടില്ല.

ഔഷ്വിറ്റ്സിലെ ആദ്യ ദിവസം രാവിലെ ഒരു എസ്. എസ്. ഓഫീസർ പരേഡ് ഗ്രൗണ്ടിൽ വന്നു. ഞങ്ങൾ തടവുകാർക്ക് വ്യത്യസ്ത ഗ്രൂപ്പുകളായി പിരിയേണ്ടിയിരുന്നു. നാല്പതു വയസ്സിനു മേലെയുള്ളവർ, നാൽപ്പതു വയസ്സിനു താഴെയുള്ളവർ, ലോഹപ്പണിക്കാർ, മെക്കാനിക്കുകൾ അങ്ങനെ പല വിധം. അതിനു ശേഷം ഞങ്ങളെ വിഭജിക്കുന്നതിനായുള്ള പരിശോധന നടന്നു. ചില തടവുകാർക്ക് പുതിയ ഗ്രൂപ്പ് രൂപീകരിക്കേണ്ടി വന്നു. എന്നെ ഉൾപ്പെടുത്തിയ ഗ്രൂപ്പിനെ മറ്റൊരു കുടിലിലേയ്ക്കു വിട്ടു. അവിടെ ഞങ്ങൾ വീണ്ടും വരിയായി നിന്നു. വേർതിരിക്കപ്പെട്ടതിനു ശേഷം ഒരിക്കൽക്കൂടി എന്റെ പ്രായവും തൊഴിലും ചോദിച്ച ശേഷം വീണ്ടും എന്നെയൊരു ചെറിയ ഗ്രൂപ്പിലേയ്ക്ക് വിട്ടു. ഞങ്ങളെ മറ്റൊരു കുടിലിലേയ്ക്ക് പറഞ്ഞയക്കുകയും വ്യത്യസ്തമായി വിഭജിച്ചു നിർത്തുകയും ചെയ്തു. ഈ പ്രക്രിയ കുറെ സമയം തുടർന്നു. മനസ്സിലാകാത്ത വിദേശഭാഷകൾ സംസാരിക്കുന്ന അപരിചിതരുടെയൊപ്പം നിൽക്കേണ്ടി വന്നതിൽ ഞാൻ തീർത്തും

അസ്വസ്ഥനായി. പിന്നീട് അവസാന തിരഞ്ഞെടുപ്പ് കഴിഞ്ഞു, ഞാൻ ആദ്യം നിന്ന കുടിലിലെ ഗ്രൂപ്പിലേയ്ക്ക് ചേർക്കപ്പെട്ടു. പല പല കുടിലുകളിലേയ്ക്ക് എന്നെ അയച്ചിരുന്ന കാര്യം ഈ സമയത്ത് അവർ ശ്രദ്ധിച്ചതേയില്ല. എന്നാൽ, വിധി എന്നിലൂടെ പല രൂപങ്ങളിൽ കടന്നു പോയിരുന്നത് ഞാൻ അറിഞ്ഞിരുന്നു.

വിശ്രമ ക്യാംപിൽ ഏതാനും ഡോക്ടർമാരുടെ ആവശ്യമുണ്ടായിരുന്നതിനാൽ അങ്ങോട്ടുള്ള രോഗികളുടെ വാഹനം ഏർപ്പാടു ചെയ്തതിൽ എന്റെ പേര് (എന്റെ നമ്പർ) കൂടി പട്ടികയിൽ ചേർക്കപ്പെട്ടിരുന്നു. എന്നാൽ, തങ്ങളെ കൊണ്ടുപോകുന്ന സ്ഥലം ഒരു വിശ്രമ ക്യാംപ് ആണെന്ന് ഒരാൾ പോലും വിശ്വസിച്ചിരുന്നില്ല. ഇതേ വാഹനം ഏതാനും ആഴ്ചകൾ മുൻപ് തയ്യാറാക്കിയതായിരുന്നു. അപ്പോഴും ഇത് ഗ്യാസ് ചേംബറിലേയ്ക്കുള്ള വാഹനമാണെന്നാണ് എല്ലാവരും വിശ്വസിച്ചിരുന്നത്. രാത്രി ഷിഫ്റ്റിനു തയ്യാറുള്ളവരെ ഈ വാഹനത്തിൽ നിന്നൊഴിവാക്കുമെന്ന പ്രഖ്യാപനം വന്നപ്പോൾ 82 പേർ ഉടൻ തന്നെ സന്നദ്ധരായി. എന്നാൽ, പതിനഞ്ചു മിനിറ്റു മുൻപ് ആ വാഹനം റദ്ദുചെയ്തു, 82 പേർ രാത്രി ഷിഫ്റ്റിനു പോയി. അവരിൽ ഭൂരിപക്ഷത്തിനും അടുത്ത രണ്ടാഴ്ചയ്ക്കുള്ളിൽ മരണം എന്നായിരുന്നു ഇത് സൂചിപ്പിച്ചിരുന്നത്.

വിശ്രമ ക്യാംപിലേയ്ക്ക് വീണ്ടും ഈ വാഹനം ഏർപ്പാടാക്കിയത് രണ്ടാമത്തെ തവണയായിരുന്നു. അടുത്ത രണ്ടാഴ്ചവരെ രോഗികളുടെ അവസാനത്തെ തുള്ളി രക്തവും പണിക്കായി ഉപയോഗപ്പെടുത്തുവാനുള്ള വഞ്ചനയാണോ, ഗ്യാസ് ചേംബറിലേയ്ക്കുള്ള യാത്രയാണോ, അതുമല്ലെങ്കിൽ ഇതു യഥാർത്ഥ വിശ്രമ ക്യാംപിലേക്കുള്ള യാത്രയാണോ എന്നൊന്നും ആർക്കും വ്യക്തമല്ലായിരുന്നു. എന്നോട് പ്രത്യേക മമതയുണ്ടായിരുന്ന പ്രധാന ഡോക്ടർ ഒരു വൈകുന്നേരം പത്തു മണിക്ക് പതിനഞ്ചു മിനിറ്റുള്ളപ്പോൾ രഹസ്യമായി കാര്യം പങ്കുവച്ചു, “ഓഡർലിയുടെ മുറിയിൽ ഞാനൊരു വിവരമറിയിച്ചിട്ടുണ്ട്, പത്തു മണിക്കു മുൻപ് ഈ പട്ടികയിൽ നിന്നു നിങ്ങളുടെ പേരു നീക്കം ചെയ്യുവാൻ നിങ്ങൾക്കവസരമുണ്ട്”.

അതെന്റെ രീതിയല്ലെന്നും വിധിയെ അതിന്റെ കർമ്മം നിർവ്വഹിക്കാൻ വിടാനാണ് ഞാൻ പഠിച്ചിരിക്കുന്നതെന്നും അദ്ദേഹത്തെ അറിയിച്ചു. “എന്റെ സുഹൃത്തുക്കളോടൊപ്പം പോകുന്നതാവും ശരി”, ഞാൻ പറഞ്ഞു. എന്തോ അറിഞ്ഞിട്ടെന്നതു പോലെ അദ്ദേഹത്തിന്റെ

കണ്ണുകളിൽ സഹതാപം നിറഞ്ഞിരുന്നു. ഒരു വേർപാടിലെന്നതു പോലെ അദ്ദേഹം എനിക്കു ഹസ്തദാനം നൽകി. പതുക്കെ ഞാനെന്റെ കുടിലിലേയ്ക്ക് തിരിച്ചു നടന്നു. അവിടെ എന്റെയൊരു നല്ല സുഹൃത്ത് കാത്തിരിക്കുന്നുണ്ടായിരുന്നു.

"അങ്ങോട്ടു പോകണമെന്ന് നിനക്കു നിർബന്ധമാണോ?" – അവൻ ദുഃഖിതനായി ചോദിച്ചു.

"അതെ, ഞാൻ പോകുന്നു."

അവന്റെ കണ്ണുകൾ നിറഞ്ഞു, ഞാനവനെ ആശ്വസിപ്പിക്കുവാൻ ശ്രമിച്ചു. എനിക്കു മറ്റൊരു കാര്യം ചെയ്യുവാനുണ്ടായിരുന്നു, എന്റെ വിൽപ്പത്രം:

"ഓട്ടോ, ഞാൻ തിരിച്ചു വീട്ടിലെത്തി എന്റെ ഭാര്യയെ കണ്ടില്ലെങ്കിൽ, നീ അവളെ വീണ്ടും കാണുകയാണെങ്കിൽ, അവളെക്കുറിച്ച് ഓരോ ദിവസവും, ഓരോ മണിക്കൂറും ഞാൻ സംസാരിക്കാറുണ്ടായിരുന്നുവെന്ന് അറിയിക്കുക. ഓർക്കുക, രണ്ടാമതായി, ഞാൻ മറ്റാരേക്കാളും അവളെ സ്നേഹിച്ചിരുന്നു. മൂന്നാമതായി, വിവാഹശേഷം അവളോടൊപ്പമുണ്ടായിരുന്ന ഹ്രസ്വകാലം മറ്റെന്തിനേക്കാളും വലുതായിരുന്നു, ഇവിടെ നമ്മൾ അനുഭവിച്ചതിനെക്കാളും".

ഓട്ടോ, നീയിപ്പോൾ എവിടെയാണ്? ജീവിച്ചിരിക്കുന്നുണ്ടോ? ഒടുവിൽ നമ്മൾ കണ്ടുമുട്ടിയ അവസാനത്തെ ഏതാനും മണിക്കൂറുകൾക്കു ശേഷം നിനക്കെന്താണു സംഭവിച്ചത്? നീ നിന്റെ ഭാര്യയെ വീണ്ടും കണ്ടുവോ? കണ്ണുനീർ വകവെയ്ക്കാതെ നിന്നെക്കൊണ്ട് ഓരോ വാക്കുകൾ വീതം കാണാപ്പാഠം പഠിപ്പിച്ചത് നിനക്കോർമ്മയുണ്ടോ?

അടുത്ത ദിവസം രാവിലെ ഞാൻ വാഹനത്തിൽക്കയറി. ഇത്തവണ അതൊരു ചതിയായിരുന്നില്ല. ഞങ്ങൾ പോയത് ഗ്യാസ് ചേംബറിലേയ്ക്കായിരുന്നില്ല, വിശ്രമ ക്യാംപിലേയ്ക്കു തന്നെയായിരുന്നു. എന്നോട് സഹതാപം പ്രകടിപ്പിച്ചവർ അതേ ക്യാംപിൽ തുടരുകയും ഞങ്ങളുടെ ക്യാംപിൽ നേരിട്ടതിനേക്കാൾ അതീവരൂക്ഷമായ ഭക്ഷ്യക്ഷാമത്തിനിരകളാവുകയും ചെയ്തു. അവർ സ്വയം രക്ഷിക്കുവാൻ ശ്രമിച്ചു. പക്ഷെ, അതവരുടെ വിധി ദൃഢീകരിക്കുകയാണു ചെയ്തത്.

മോചനം കഴിഞ്ഞ് മാസങ്ങൾക്കു ശേഷം പഴയ ക്യാംപിലുണ്ടായിരുന്ന ഒരു സുഹൃത്തിനെ കാണുവാനിടയായി. ക്യാംപിലെ പോലീസ് ആയിരുന്ന അയാൾക്ക് അവിടെയുണ്ടായിരുന്ന ജഡ

ങ്ങളുടെ കൂമ്പാരത്തിൽ ഒന്നിലും ഒരു കഷണം മാംസം പോലും കണ്ടെത്തുവാൻ കഴിഞ്ഞിരുന്നില്ല എന്നു വിവരിച്ചു. അതു പാകം ചെയ്യുവാൻ ഉപയോഗിച്ച ഒരു കലത്തിൽ നിന്നും അയാളതു കണ്ടു കെട്ടി. ക്യാംപിൽ നരമാംസഭോജനം പോലും നടന്നു. ഞാൻ കൃത്യ സമയത്ത് അവിടം വിട്ടിരുന്നു.

ഇത് ടെഹറാനിലെ മരണത്തിന്റെ കഥ ഓർമ്മപ്പെടുത്തുന്നില്ലേ? ധനികനും പ്രതാപിയുമായ ഒരു പാർസി ഒരിക്കൽ അയാളുടെ പരിചാരകരിൽ ഒരാളോടൊപ്പം ഉദ്യാനത്തിൽ ഉലാത്തുകയായിരുന്നു. പൊടുന്നനെ പരിചാരകൻ താൻ മരണത്തെ നേരിൽക്കണ്ടു എന്നും മരണം അയാളെ ഭീഷണിപ്പെടുത്തിയെന്നും പറഞ്ഞ് കരഞ്ഞു. അയാൾ തനിക്ക് യജമാനന്റെ ഏറ്റവും വേഗതയുള്ള കുതിരയെ തരണമെന്നും അതിൽക്കയറി എത്രയും വേഗത്തിൽ അന്നു വൈകിട്ട് തന്നെ ടെഹറാനിലേയ്ക്ക് രക്ഷപ്പെടണമെന്നും പറഞ്ഞു. യജമാനൻ അയാൾക്ക് കുതിരയെ നൽകി. തന്റെ വീട്ടിൽ തിരിച്ചെത്തിയ ധനികൻ മരണത്തെക്കണ്ടു. ധനികൻ മരണത്തെ ചോദ്യം ചെയ്തു. "നീയെന്തിനാണ് എന്റെ ഭൃത്യനെ ഭയപ്പെടുത്തിയത്?" "ഞാനവനെ ഭയപ്പെടുത്തിയില്ല. അവനെ ഇന്നുരാത്രി ടെഹറാനിൽ വച്ചു കാണുവാൻ പദ്ധതിയിട്ടിരുന്നതാണ് ഞാൻ. പക്ഷെ ഇപ്പോൾ ഇവിടെ അവനെക്കണ്ടപ്പോഴുണ്ടായ എന്റെ അത്ഭുതം പ്രകടിപ്പിച്ചതേയുള്ളൂ." മരണം പറഞ്ഞു.

ഏതു വിഷയത്തിലും എന്തെങ്കിലും തീരുമാനങ്ങളെടുക്കുന്നതിനും മുൻ കൈയ്യെടുക്കുന്നതിനും ക്യാംപിലെ എന്റെ സഖാവ് ഭയപ്പെട്ടിരുന്നു. വിധിയാണ് തന്റെ യജമാനനെന്ന ശക്തമായ തോന്നലിന്റെ ഫലമാണിത്. ആ വിധിയെ ഒരു വിധത്തിലും സ്വാധീനിക്കുവാൻ ശ്രമിക്കരുത്. പകരം അതിന്റെ കർമ്മത്തിനു വിട്ടു കൊടുക്കുക. അതിലുപരി അവിടെ തടവുകാരുടെ സംവേദനക്ഷമതയിൽ ചെറുതല്ലാത്ത വിധം വികാരശൂന്യത നിറഞ്ഞിരുന്നു. മിന്നൽ വേഗത്തിൽ തീരുമാനങ്ങളെടുക്കേണ്ടി വരുന്ന സാഹചര്യങ്ങളുണ്ട്, ജീവിതമോ മരണമോ എന്നു മന്ത്രിക്കുന്ന തീരുമാനങ്ങൾ. വിധി തനിക്കു വേണ്ടത് തിരഞ്ഞെടുക്കട്ടെ എന്ന് തടവുകാരൻ ചിന്തിച്ചിട്ടുണ്ടായിരിക്കും. ഒരു തടവുകാരന് രക്ഷപ്പെടലിനോട് അനുകൂലമായോ പ്രതികൂലമായോ ഒരു തീരുമാനമെടുക്കേണ്ടി വരുമ്പോൾ ഉത്തരവാദിത്വത്തിൽ

നിന്നുള്ള ഈ ഒളിച്ചോട്ടം അങ്ങേയറ്റം പ്രകടമാണ്. അവനു മന സ്സറപ്പിക്കേണ്ടി വരുന്ന ആ നിമിഷങ്ങളിൽ, അത് മിനിറ്റുകളുടെ മാത്രം പ്രശ്നമാണെങ്കിൽ പോലും അവൻ നരകയാതന അനുഭവി ക്കുന്നു. അവൻ പലായനം ചെയ്യണമോ? അവൻ ആപത്ഘട്ടത്തെ മുഖാമുഖം നേരിടണമോ?

ഞാനും യാതനകളനുഭവിച്ചിട്ടുണ്ട്. പട്ടാളം ഞങ്ങളുടെ സമീ പത്തെത്തിയപ്പോൾ എനിക്കു രക്ഷപ്പെടുവാൻ അവസരങ്ങളുണ്ടാ യിരുന്നു. ഒരിക്കൽ ഡോക്ടർ എന്ന നിലയിലെ ഉത്തരവാദിത്വം നിറവേറ്റുവാൻ ക്യാംപിനു പുറത്തുള്ള കുടിലുകളിൽ പോകേണ്ടിവന്ന എന്റെയൊരു സഹപ്രവർത്തകൻ രക്ഷപ്പെടുവാൻ ആലോചിച്ച ഘട്ട ത്തിൽ എന്നെയും ഒപ്പം കൂട്ടുവാൻ തയ്യാറായി. പുറത്തുണ്ടായിരുന്ന ഒരു രോഗിക്ക് ഒരു സ്പെഷ്യലിസ്റ്റിന്റെ സഹായം വേണ്ടിയിരുന്നു വെന്ന നാട്യത്തിൽ അയാൾ എന്നെ പുറത്തെത്തിച്ചു. ക്യാംപിനു പുറത്ത് ദേശപ്രതിരോധ സംഘത്തിലെ അംഗം ഞങ്ങൾക്കു യൂണിഫോമും രേഖകളും നൽകുവാൻ തയ്യാറുണ്ടായിരുന്നു. എന്നാൽ, അവസാന നിമിഷം ചില സാങ്കേതിക പ്രശ്നങ്ങൾ മൂലം ഒരിക്കൽക്കൂടി ഞങ്ങൾക്കു ക്യാംപിലേയ്ക്കു മടങ്ങേണ്ടതായി വന്നു. ഈ സമയത്ത് ഞങ്ങൾ കേടുവന്ന കുറച്ച് ഉരുളക്കിഴങ്ങും ഒരു സഞ്ചിയും സംഘ ടിപ്പിക്കുവാൻ ശ്രമിച്ചു.

ഒഴിഞ്ഞു കിടന്നിരുന്ന സ്ത്രീകൾക്കുള്ള ഒരു ക്യാംപിലേയ്ക്ക് ഞങ്ങൾ കയറി (അതിലെ സ്ത്രീകളെ മറ്റൊരു ക്യാംപിലേയ്ക്ക് അയ ച്ചതായിരുന്നു). ആ കുടിലിനകം ആകെ അലങ്കോലമായിരുന്നു. കുറെയധികം സ്ത്രീകൾ സാധനങ്ങൾ കൈക്കലാക്കുകയും കടന്നുക ളയുകയും ചെയ്തിരുന്നുവെന്ന് വ്യക്തമാണ്. അതിൽ പഴന്തുണികളും വൈക്കോലും അഴുകിയ ആഹാരവും പൊട്ടിയ പിഞ്ഞാണങ്ങളും ഉണ്ടായിരുന്നു. ചില പാത്രങ്ങൾ അപ്പോഴും ഉപയോഗപ്രദമായി രുന്നു. എന്നിരുന്നാലും ഞങ്ങളവ വേണ്ടെന്നു വച്ചു. സ്ഥിതിഗതി കൾ വളരെ മോശമായപ്പോൾ ആഹാരം വിളമ്പുവാൻ മാത്രമല്ല, വാഷ്ബേസിനുകളായും മറ്റും അവ ഉപയോഗിക്കാമായിരുന്നുവെന്ന് ഞങ്ങൾ മനസ്സിലാക്കിയപ്പോഴേയ്ക്കും വൈകിയിരുന്നു. കുടിലിനു ള്ളിൽ ഏതു തരം പാത്രങ്ങളും ഉപയോഗിക്കുന്നതിന് കർശന നിരോധനമുണ്ടായിരുന്നു. എന്നിരുന്നാലും ചിലർ, പ്രത്യേകിച്ചും പരസഹായമുണ്ടായാൽപ്പോലും പുറത്തു പോകുവാൻ വയ്യാതിരുന്ന

തീർത്തും അവശരായ ടൈഫസ് രോഗികൾ, ഈ നിയമങ്ങൾ ലംഘി ച്ചിരുന്നു. കുടിലിനു മുന്നിൽ ഞാൻ മറയായി നിന്നപ്പോൾ എന്റെ ചങ്ങാതി അകത്തു കയറി. അയാൾ താമസിയാതെ ഒരു സഞ്ചി കോട്ടിനുള്ളിൽ ഒളിച്ചുവച്ച് മടങ്ങി വന്നു. അയാൾ മറ്റൊരെണ്ണം കൂടി അകത്തു കണ്ടിരുന്നു. ചങ്ങാതി മടങ്ങി വന്നപ്പോൾ ഞാൻ അകത്തു കയറി. ചപ്പുചവറുകൾക്കിടയിൽ തിരഞ്ഞു കൊണ്ടിരിക്കുമ്പോൾ ഞാൻ ഒരു സഞ്ചിയും ഒരു ടൂത്ത് ബ്രഷും കണ്ടു. എന്നാൽ, പെട്ടെന്ന് ഉപേക്ഷിച്ചു പോയ സാധനങ്ങൾക്കിടയിൽ ഒരു സ്ത്രീയുടെ ജഡം!

എന്റെ വസ്തുവകകൾ എടുക്കുവാനായി ഞാൻ കുടിലിലേക്ക് തിരിച്ചോടി. ഒരു പാത്രവും മരിച്ച ഒരു ടൈഫസ് രോഗിയിൽ നിന്ന് "പൈതൃകമായി" ലഭിച്ച ഒരു ജോടി കീറിയ കൈയ്യുറകളും ചുരുക്കെഴുത്ത് കുറിപ്പുകളുള്ള കുറച്ചു പഴയ കടലാസുകളും. (അത്, മുമ്പ് സൂചിപ്പിച്ചതു പോലെ ഔഷ്വിറ്റ്സിൽ നഷ്ടപ്പെട്ട എന്റെ കൈ യ്യെഴുത്തു പ്രതി വീണ്ടും ഓർമ്മയിൽ നിന്ന് പുതുക്കിയെഴുതിയതാ യിരുന്നു). കുടിലുകളിൽ ഇരുവശങ്ങളിലെ അഴുകിയ പലകകളിൽ ചുരുണ്ടു കിടക്കുന്ന എന്റെ രോഗികളിൽ ഞാനൊരു അതിവേഗ റൗണ്ട്സ് നടത്തി. ഒടുവിൽ ഞാൻ ഏതാണ്ട് മരിക്കാറായ, എന്റെ ഒരേയൊരു നാട്ടുകാരന്റെ അടുത്തെത്തി. ഏതവസ്ഥയിലായാലും അയാളുടെ ജീവിതം രക്ഷിക്കുകയെന്നത് എന്റെ ഏറ്റവും വലിയ ലക്ഷ്യമായിരുന്നു. സ്വയം രക്ഷപ്പെടുകയെന്ന എന്റെ ഉദ്ദേശ്യം എനിക്കു നിലനിർത്തേണ്ടതുണ്ടായിരുന്നു. എന്നാൽ, എന്റെ മുഖത്തെ ഭയവും അസ്വസ്ഥതയും കണ്ടിട്ടാവാം എന്തോ പ്രശ്നങ്ങളുള്ളതായി എന്റെ സഖാവ് ഊഹിച്ചിരുന്നു. ദയനീയമായ ശബ്ദത്തിൽ അയാൾ ചോദിച്ചു, "നിങ്ങളും ഇവിടെ നിന്നു രക്ഷപ്പെടുകയാണല്ലേ?" ഞാനതു നിഷേധിച്ചു. എങ്കിലും അയാളുടെ ദുഃഖം നിറഞ്ഞ നോട്ടം എനിക്ക് ഒഴിവാക്കുവാൻ കഴിഞ്ഞില്ല. റൗണ്ട്സിനു ശേഷം ഞാൻ വീണ്ടും അയാളുടെ അരികിലെത്തി. അതേ ആശയറ്റ നോട്ടം എന്നെ സ്വീക രിച്ചു. അതൊരു കുറ്റപ്പെടുത്തലായി എനിക്കു തോന്നി. എന്റെ സുഹൃ ത്തിനോടൊപ്പം ഞാൻ രക്ഷപ്പെടുമെന്ന് പറഞ്ഞതോടെ എനിക്ക നുഭവപ്പെട്ട അസ്വസ്ഥത അപ്പോൾ വേദനയായി മാറി. പൊടുന്നനെ ഞാൻ വിധിയെ സ്വയം നിയന്ത്രിക്കുവാൻ തീരുമാനിച്ചു. ഉടനെ കുടിലിൽ നിന്ന് പുറത്തു കടന്ന ശേഷം എനിക്കു രക്ഷപ്പെടുവാൻ കഴിയില്ലെന്നു ഞാൻ എന്റെ സുഹൃത്തിനെ അറിയിച്ചു. ഞാനെന്റെ

രോഗികളോടൊപ്പം നിൽക്കുകയാണെന്ന തീർത്തു പറഞ്ഞുകഴിഞ്ഞതോടെ എന്നെ ഉലച്ചിരുന്ന തീവ്രമായ അസ്വസ്ഥത എന്നെ വിട്ടു പോയി. അടുത്ത ദിവസങ്ങളിൽ എന്തു സംഭവിക്കുമെന്ന് ഒരു രൂപവുമുണ്ടായിരുന്നില്ലെങ്കിലും ആന്തരികമായി മുമ്പൊരിക്കലും അനുഭവിച്ചിട്ടില്ലാത്ത വിധം എന്റെ മനസ്സ് ശാന്തമായി. ഞാൻ കുടിലിലേയ്ക്ക് തിരിച്ചു ചെന്ന് നാട്ടുകാരനായ എന്റെ രോഗിയുടെ കാൽക്കൽ ഇരുന്ന് അയാളെ ആശ്വസിപ്പിച്ചു. സന്നി ബാധിച്ച മറ്റു ചില രോഗികളോട് സംസാരിച്ചുകൊണ്ട് അവരുടെ ഉന്മാദം ശമിപ്പിക്കുവാൻ ശ്രമിച്ചു.

അങ്ങനെ ക്യാംപിലേയ്ക്ക് ഞങ്ങളുടെ അവസാന ദിവസമെത്തി. സൈന്യം സമീപപ്രദേശങ്ങളിൽ കടന്നിരുന്നതിനാൽ ഏറെക്കുറെ എല്ലാ തടവുകാരെയും വാഹനവ്യൂഹങ്ങളിൽ മറ്റു ക്യാംപുകളിലേയ്ക്ക് കൊണ്ടുപോയിരുന്നു. ക്യാംപ് മേധാവികളും പ്രമാണികളും പാചകക്കാരും പലായനം ചെയ്തിരുന്നു. അന്ന് അസ്തമയത്തിന് മുൻപ് ക്യാംപ് പൂർണ്ണമായും ഒഴിപ്പിക്കണമെന്ന് ഒരു ഉത്തരവ് വന്നിരുന്നു. അവശേഷിക്കുന്ന രോഗികളായ ഏതാനും തടവുകാരും (രോഗികളും ഏതാനും ഡോക്ടർമാരും കുറച്ചു നഴ്സ്മാരും) ഒഴിഞ്ഞു പോകണം. രാത്രി ക്യാംപിന് തീയിടണം. രോഗികളെ കൊണ്ടു പോകുവാനുള്ള ട്രക്ക് ഉച്ച കഴിഞ്ഞിട്ടും എത്തിയില്ല. അതിനു പകരം ക്യാംപിന്റെ ഗെയ്റ്റുകൾ പൊടുന്നനെ അടച്ചു, ആരും തന്നെ രക്ഷപ്പെടാതിരിക്കുവാൻ മുള്ളുകമ്പി വേലികൾ കനത്ത നിരീക്ഷണത്തിലായി. അവശേഷിച്ച തടവുകാരെ ക്യാംപിനൊപ്പം ചുട്ടുകളയുവാൻ തീരുമാനിച്ചതായി കാണപ്പെട്ടു. രണ്ടാമതൊരിക്കൽക്കൂടി ഞാനും സുഹൃത്തും തടവുചാടുവാൻ തീരുമാനിച്ചു.

മൂന്നു പേരെ മുള്ളുകമ്പി വേലിക്കു പുറത്തു കുഴിച്ചിടുവാൻ ഉത്തരവു വന്നു. ഈ ഉത്തരവു നടപ്പിലാക്കുവാൻ താരതമ്യേന ശാരീരികശേഷിയുണ്ടായിരുന്ന രണ്ടു പേർ ഞങ്ങൾ മാത്രമായിരുന്നു. അപ്പോഴും ഉപയോഗത്തിലിരുന്ന ഏതാനും കുടിലുകളിലായിരുന്നു ഏതാണ്ടെല്ലാ തടവുകാരും കിടന്നത്. അവരിൽ ഭൂരിപക്ഷവും പനിയും ഉന്മാദവും ഉള്ളവരായിരുന്നു. ഞങ്ങൾ ഞങ്ങളുടെ പദ്ധതി തയ്യാറാക്കി. ആദ്യത്തെ ജഡത്തോടൊപ്പം ശവപ്പെട്ടിയായി ഉപയോഗിച്ചിരുന്ന അലക്ക് തൊട്ടിയിൽ വച്ച് എന്റെ സുഹൃത്തിന്റെ സഞ്ചി കടത്തും. രണ്ടാമത്തെ ജഡത്തോടൊപ്പം എന്റെ സഞ്ചിയും കടത്തും. മൂന്നാ

മത്തെ യാത്രയിൽ ഞങ്ങൾ രക്ഷപ്പെട്ടും. ആദ്യത്തെ രണ്ടു യാത്രകളിലും ഞങ്ങളുടെ പദ്ധതി നടന്നു. കാട്ടിനുള്ളിൽ വച്ച് വിശപ്പടക്കുവാൻ ഒരു കഷണം റൊട്ടി തേടി എന്റെ സുഹൃത്ത് പോയപ്പോൾ ഞാൻ കാത്തു നിന്നു. സമയം നീങ്ങുന്തോറും സുഹൃത്ത് മടങ്ങി വരാത്തതിനാൽ ഞാൻ കൂടുതൽ അക്ഷമനായി. മൂന്നു വർഷത്തെ തടവിനു ശേഷം ഞാൻ സ്വാതന്ത്ര്യത്തിന്റെ ആനന്ദം സങ്കൽപ്പിക്കുകയായിരുന്നു. എത്ര സുന്ദരമായിരിക്കും സൈന്യത്തിനടുത്തേയ്ക്ക് ഓടിച്ചെല്ലുന്നത്! പക്ഷെ ഞങ്ങൾ അത്രത്തോളം എത്തിയില്ല.

എന്റെ സുഹൃത്ത് മടങ്ങിയെത്തിയ അതേ നിമിഷം തന്നെ ക്യാംപിന്റെ ഗെയ്റ്റ് മലർക്കെ തുറക്കപ്പെട്ടു. അതിഗംഭീര പ്രൗഢിയോടെ അലുമിനിയം നിറമുള്ള ഒരു റെഡ് ക്രോസ്സ് വാഹനം പരേഡ് ഗ്രൗണ്ടിലൂടെ കടന്നു വന്നു. അതിൽ നിന്നും അന്താരാഷ്ട്ര റെഡ് ക്രോസിന്റെ പ്രതിനിധി ഇറങ്ങി വന്നു. അതോടെ ക്യാംപും അതിലെ അന്തേവാസികളും റെഡ് ക്രോസിന്റെ സംരക്ഷണത്തിലായി. ഒരു അടിയന്തിര സന്ദർഭമുണ്ടായാൽ ഏതു സമയത്തും സഹായമെത്തിക്കുവാൻ റെഡ് ക്രോസിന്റെ പ്രതിനിധി സമീപ പ്രദേശത്തുള്ള ഒരു കൃഷിപ്പുരയിൽ താമസം തുടങ്ങി. ഇനിയാരാണ് രക്ഷപ്പെടുവാൻ ശ്രമിക്കുക? മരുന്നു പെട്ടികൾ വാഹനത്തിൽ നിന്നിറക്കി, സിഗരറ്റ് വിതരണം ചെയ്തു. അവർ ഞങ്ങളുടെ ഫോട്ടോകൾ എടുത്തു. മനസ്സുകളിൽ സന്തോഷം നിറഞ്ഞു. ഇനി ഞങ്ങൾക്ക് ജീവൻ പണയപ്പെടുത്തി വെടിക്കോപ്പുകൾക്കു മുന്നിലൂടെ ഓടേണ്ടതില്ല.

ആവേശം മൂലം മൂന്നാമത്തെ ജഡത്തിന്റെ കാര്യം ഞങ്ങൾ മറന്നിരുന്നു. മൂന്നു ജഡങ്ങൾ മറവു ചെയ്യുവാൻ തയ്യാറാക്കിയ കുഴികളിലൊന്നിൽ ഞങ്ങൾ അതു വച്ചു. ഗാർഡുകൾക്കിടയിൽ താരതമ്യേന നിരുപദ്രവകാരിയായിരുന്ന ആൾ തികഞ്ഞ മാന്യനായി ഞങ്ങളോടൊപ്പം നടന്നു. ഇനി ഞങ്ങളുടെ ഇഷ്ടം സമ്പാദിക്കേണ്ടത് അയാൾക്ക് അത്യാവശ്യമായിരുന്നു. മരിച്ച മനുഷ്യരുടെ കുഴിയിൽ മണ്ണിടുന്നതിനു മുൻപ് അവർക്കു വേണ്ടി നടത്തിയ പ്രാർത്ഥനയിൽ അയാൾ പങ്കു ചേർന്നു. സംഘർഷം നിറഞ്ഞ മണിക്കൂറുകൾക്കും ദിവസങ്ങൾക്കും ശേഷം, മരണവുമായുള്ള ഓട്ടപ്പന്തയത്തിനു ശേഷം, ശാന്തിക്കായുള്ള ഞങ്ങളുടെ പ്രാർത്ഥന ഇന്നോളം മനുഷ്യശബ്ദത്തിൽ ഉച്ചരിക്കപ്പെട്ടിട്ടുള്ള എല്ലാ പ്രാർത്ഥനകളെക്കാളും തീക്ഷ്ണവും ഗാഢവുമായിരുന്നു.

അങ്ങനെ ക്യാംപിലെ അവസാനദിനം സ്വാതന്ത്ര്യം മുൻകൂട്ടിക്കണ്ടുള്ളതായിത്തീർന്നു. ഞങ്ങൾ വളരെ നേരത്തേ ആഘോഷിക്കുവാൻ തുടങ്ങി. ക്യാംപ് ഒഴിപ്പിക്കുകയില്ലെന്ന് സമ്മതപത്രം ഒപ്പിട്ടു കഴിഞ്ഞതായി റെഡ് ക്രോസിന്റെ പ്രതിനിധി ഉറപ്പുതന്നു. പക്ഷെ, അന്നു രാത്രി എസ്. എസ്. ഗാർഡുകൾ ക്യാംപ് ഒഴിപ്പിക്കുവാനുള്ള ഉത്തരവുമായി വന്നു. അവശേഷിക്കുന്ന തടവുകാരെ നാല്പത്തെട്ടു മണിക്കൂറിനുള്ളിൽ കേന്ദ്ര ക്യാംപിൽ എത്തിക്കേണ്ടതും അവിടെ നിന്ന് ചില യുദ്ധത്തടവുകാർക്കായി സ്വിറ്റ്സർലണ്ടിനു കൈമാറേണ്ടതാണെന്നും അവർ അറിയിച്ചു. ഞങ്ങൾക്ക് ഒട്ടുംതന്നെ തിരിച്ചറിയാൻ കഴിയാത്തത്ര സൗഹൃദപരമായാണ് എസ്. എസ്. ഗാർഡുകൾ ഞങ്ങളോട് പെറുമാറിയത്. ഭയപ്പെടാതെ ട്രക്കിനുള്ളിൽ കയറുവാൻ അവർ ഞങ്ങളെ പ്രേരിപ്പിച്ചു. ഈ ഭാഗ്യത്തിനു ഞങ്ങൾ കൃതജ്ഞതയുള്ളവരായിരിക്കണമെന്ന് അവർ പറഞ്ഞു. കരുത്തുള്ളവർ ട്രക്കിനുള്ളിൽ തിക്കിക്കയറി. ഗുരുതര രോഗമുള്ളവരെയും അവശരായവരെയും ആയാസപൂർവ്വം എടുത്തു കയറ്റേണ്ടി വന്നു. എന്റെ സുഹൃത്തും ഞാനും ഞങ്ങളുടെ തോൾ സഞ്ചികൾ ഒളിച്ചു വയ്ക്കാതെ, അടുത്ത ട്രക്കിനായി മാറ്റി നിർത്തിയ പതിമൂന്നു പേരടങ്ങിയ അവസാന ഗ്രൂപ്പിൽ നിന്നു. മുഖ്യ ഡോക്ടർ ആവശ്യമായവരെ എണ്ണിയെങ്കിലും ഞങ്ങളെ രണ്ടു പേരെയും മാറ്റി നിർത്തി. പതിമൂന്നു പേരെ കയറ്റിയ ശേഷം ഞങ്ങളെ മാറ്റി നിർത്തിയതിനാൽ അത്ഭുതത്തോടെയും നിരാശയോടെയും ഞങ്ങൾ മുഖ്യ ഡോക്ടറെ കുറ്റപ്പെടുത്തി. എന്നാൽ, താൻ ക്ഷീണിതനാണെന്നും തനിക്ക് ഏകാഗ്രത നഷ്ടപ്പെട്ടുവെന്നും, മാത്രമല്ല, ഞങ്ങൾ ഇപ്പോഴും രക്ഷപ്പെടുവാൻ ആഗ്രഹിക്കുന്നുണ്ടെന്ന് കരുതിയെന്നുമാണ് അദ്ദേഹം സ്വയം ന്യായീകരിച്ചത്. തോൾസഞ്ചികൾ മുതുകിൽത്തൂക്കി അക്ഷമരായി ഞങ്ങൾ അവസാനത്തെ ട്രക്കിനായി അവശേഷിക്കുന്ന തടവുകാരോടൊപ്പം കാത്തുനിന്നു. കാത്തിരിപ്പ് ദീർഘമായിരുന്നു. അവസാന മണിക്കൂറുകളുടെയും ദിവസങ്ങളുടെയും ആവേശത്താലും, പ്രത്യാശയുടെയും നൈരാശ്യത്തിന്റെയും നിരന്തരമായ അസ്ഥിരതയാലും അവശരായ ഞങ്ങൾ ഒടുവിൽ ഒഴിഞ്ഞ ഒരു ഗാർഡ് റൂമിലെ കിടക്കകളിൽ കിടന്നു. ഷൂസും വസ്ത്രങ്ങളും അഴിക്കാതെ, ഏതു നിമിഷവും യാത്രയ്ക്കു തയ്യാറായിക്കൊണ്ട് ഞങ്ങൾ ഉറങ്ങി.

പൊടുന്നനെ റൈഫിളുകളുടെയും പീരങ്കികളുടെയും ശബ്ദങ്ങൾ ഞങ്ങളെ ഉണർത്തി. വെടിയുണ്ടകളുടെയും തോക്കുകളുടെയും മിന്നൽ

കുടിലിനുള്ളിൽക്കടന്നു. മുഖ്യ ഡോക്ടർ മുറിയിലേയ്ക്ക് പാഞ്ഞു വന്ന് ഞങ്ങളോട് തറയിൽ കമിഴ്ന്ന കിടക്കാൻ ആവശ്യപ്പെട്ടു. ഒരു തടവുകാരൻ കിടക്കയിൽ നിന്ന് ഷൂസിട്ട കാലുകൾ കൊണ്ട് എന്റെ വയറിലേയ്ക്കു ചാടി. അതോടെ എന്റെ ഉറക്കച്ചടവ് അപ്രത്യക്ഷമായി. എന്താണു യഥാർത്ഥത്തിൽ സംഭവിക്കുന്നതെന്ന് പിന്നീടാണ് ഞങ്ങൾ തിരിച്ചറിഞ്ഞത്. യുദ്ധമുന്നണി ഞങ്ങളുടെ തൊട്ടടുത്തെത്തിയിരുന്നു! വെടിയൊച്ചകൾ കുറഞ്ഞു തുടങ്ങി, പ്രഭാതമായി. ക്യാംപിനു പുറത്ത് ഒരു തുവെള്ളപതാക കാറ്റിൽ പാറി.

അന്നത്തെ അവസാന മണിക്കൂറുകളിൽപ്പോലും അവശേഷിച്ച ഏതാനും തടവുകാരെ വിധി തട്ടിക്കളിക്കുകയായിരുന്നു എന്ന് നിരവധി ആഴ്ചകൾക്കു ശേഷം ഞങ്ങൾ മനസ്സിലാക്കി. മനുഷ്യന്റെ തീരുമാനങ്ങൾ എത്രമാത്രം അനിശ്ചിതത്വം നിറഞ്ഞതാണെന്ന് ഞങ്ങളറിഞ്ഞു, പ്രത്യേകിച്ച് ജീവിതത്തിന്റെയും മരണത്തിന്റെയും കാര്യത്തിൽ. ഞങ്ങളുടെ ക്യാംപിൽ നിന്ന് അധികം ദൂരെയല്ലാത്ത ചെറിയ ക്യാംപിൽ നിന്നെടുത്ത ഫോട്ടോകളുമായി ഞാൻ നേർക്കുനേർ ഏറ്റുമുട്ടി. അന്നു രാത്രിയിലെ തങ്ങളുടെ യാത്ര സ്വാതന്ത്ര്യത്തിലേക്കാണെന്ന് വിശ്വസിച്ചിരുന്ന എന്റെ സുഹൃത്തുക്കളെ ട്രക്കുകളിൽ ഈ ക്യാംപിലേയ്ക്കാണ് കൊണ്ടു പോയത്. അന്നു തന്നെ അവരെ അവിടെ പൂട്ടിയിട്ട് കത്തിക്കുകയായിരുന്നു. പകുതി കത്തിക്കരിഞ്ഞ അവരുടെ ശരീരങ്ങൾ ഫോട്ടോകളിൽ നിന്ന് തിരിച്ചറിയുവാൻ കഴിയുമായിരുന്നു. എനിക്കു വീണ്ടും ടെഹറാനിലെ മരണം ഓർമ്മ വന്നു.

പ്രതിരോധ സംവിധാനം എന്നതിനപ്പുറം തടവുകാരുടെ വികാരശൂന്യത മറ്റു ചില വസ്തുതകളുടെയും ഫലമാണ്. വിശപ്പും ഉറക്കമില്ലായ്മയും തടവുകാരുടെ മനോനിലയുടെ സവിശേഷതയായ (സാധാരണ ജീവിതത്തിലെന്ന പോലെ) അസഹിഷ്ണുതയും അവരെ വികാരശൂന്യതയിലേയ്ക്കു നയിച്ചിരുന്നു. വലിയ ആൾക്കൂട്ടത്തിലെ വൃത്തിഹീനമായ ജീവിതരീതി സൃഷ്ടിക്കുന്ന കൃമിശല്യവും ഭാഗികമായി ഉറക്കമില്ലായ്മക്കു കാരണമാകും. നിക്കോട്ടിനോ കാഫീനോ ലഭ്യമല്ലാതാവുന്നത് വികാരശൂന്യതയിലേക്കും അസഹിഷ്ണുതയിലേയ്ക്കും നയിക്കും.

ഇത്തരം ഭൗതിക സാഹചര്യങ്ങളല്ലാതെ മാനസികമായ ചില കോംപ്ലക്സുകളും കാരണമാകാം. ഭൂരിപക്ഷം തടവുകാരും

ഏതെങ്കിലും വിധമുള്ള അപകർഷതാ ബോധം അനുഭവിച്ചിട്ടുണ്ട്. നമ്മളെല്ലാവരും സ്വയം മറ്റൊരാൾ ആണെന്നു സങ്കല്പിച്ചിട്ടുണ്ട്. ഇപ്പോൾ നമ്മൾ പൂർണ്ണമായും അസ്തിത്വമില്ലാത്തവരാണ്. ഒരാളുടെ ആന്തരിക മൂല്യത്തെക്കുറിച്ചുള്ള ബോധം ഉന്നതമായ ആത്മീയ തയിൽ അധിഷ്ഠിതമാണ്, ക്യാംപിലെ ജീവിതത്തിന് അതിനെ തകർക്കുവാൻ കഴിയില്ല. എന്നാൽ, പൊതുവെ തടവുകാരെ ഒഴിച്ചു നിർത്തിയാൽത്തന്നെ എത്ര പേർക്ക് ഈ ഗുണമുണ്ട്? ബോധപൂർവ്വം ഇതേക്കുറിച്ച് ചിന്തിക്കാത്ത ശരാശരി തടവുകാർ പരിപൂർണ്ണ മായും സ്വയം നിസ്സാരവൽക്കരിച്ചിരുന്നു. ക്യാംപിലെ ഒറ്റപ്പെട്ട സാമൂഹ്യ ഘടന നിശ്ചയിച്ചിരിക്കുന്ന വൈരുദ്ധ്യങ്ങളെ നിരീക്ഷിക്കുന്ന ഒരാൾക്ക് ഇതു വ്യക്തമാണ്. ഒരു നിയമമെന്നോണം, പ്രാധാന്യമുള്ള തടവുകാരായ പ്രമാണിമാരും പാചകക്കാരും സ്റ്റോർകീപ്പർമാരും ക്യാംപ് പോലീസുകാരും ഭൂരിപക്ഷം തടവുകാരെപ്പോലെ തരം താഴ്ത്തപ്പെട്ടവരായി തങ്ങളെ കരുതിയില്ല, അതിലുപരി അവർ സ്വയം ഉന്നതരാണെന്നു കൂടി കരുതിപ്പോന്നു. അവരിൽ ചിലർ തങ്ങൾ ഏറെക്കുറെ പ്രതാപികളാണെന്ന ഒരു മിഥ്യാബോധം സ്വയം നിർമ്മിച്ചെടുത്തിരുന്നു. പ്രത്യേക അവകാശങ്ങൾ അനുഭവിച്ചിരുന്ന ഈ ന്യൂനപക്ഷത്തോട് അസൂയയും മുറുമുറുപ്പുമുണ്ടായിരുന്ന ഭൂരിപക്ഷ ത്തിന്റെ മാനസിക പ്രതികരണം വിവിധ രീതികളിൽ, ചിലപ്പോ ഴെല്ലാം നർമ്മത്തിലൂടെയും പ്രകടമായിരുന്നു. ഉദാഹരണത്തിന് ഒരു തടവുകാരൻ ഒരു പ്രമാണിയെക്കുറിച്ച് മറ്റൊരു തടവുകാരനോട് പറഞ്ഞത് ഞാൻ കേൾക്കുവാനിടയായി, “ഇയാൾ ഒരു വലിയ ബാങ്കിന്റെ വെറും പ്രസിഡന്റായിരുന്ന കാലത്ത് എനിക്കിയാളെ അറിയാമായിരുന്നു. ഒന്നു സങ്കല്പിച്ചു നോക്കൂ! ഈ ലോകത്തിൽ ഇത്ര വലിയ സ്ഥാനമെല്ലാം കിട്ടുന്നത് ഭാഗ്യമെന്നല്ലാതെ പിന്നെ യെന്താണ്?”

എപ്പോഴെല്ലാം നിസ്സാരവൽക്കരിക്കപ്പെട്ട ഭൂരിപക്ഷവും പ്രതാ പികളായി ഉയർത്തപ്പെട്ട ന്യൂനപക്ഷവും തമ്മിൽ സംഘട്ടനമുണ്ടാ യിട്ടുണ്ടോ (അത്തരം സന്ദർഭങ്ങൾക്ക് ക്ഷാമമുണ്ടായിരുന്നില്ല, അത് ആഹാരം വിതരണം ചെയ്യുമ്പോൾ മുതൽ ആരംഭിച്ചിരുന്നു) അപ്പോ ഴെല്ലാം സ്ഥിതി സ്ഫോടനാത്മകമായിരുന്നു. മുകളിൽ സൂചിപ്പിച്ചിരി ക്കുന്ന ഭൗതിക കാരണങ്ങളോടൊപ്പം മാനസിക സംഘർഷങ്ങളും കൂടിച്ചേരുമ്പോൾ പൊതുവായ അസഹിഷ്ണുത അതിതീവ്രമായിരുന്നു.

ഈ സംഘർഷം സംഘട്ടനത്തിലെത്തിയിരുന്നതിൽ അത്ഭുതമില്ലായിരുന്നു. ഈ സംഭവങ്ങളിൽ തടവുകാരൻ മാത്രം തുടർച്ചയായി മർദ്ദിക്കപ്പെട്ടിരുന്നതിനാൽ അക്രമവാസനയും വർദ്ധിച്ചു. പട്ടിണിയും തളർച്ചയും മൂലമുള്ള കോപത്താൽ എന്റെ മുഷ്ടികൾ മുറുകുന്നത് ഞാനറിയുന്നുണ്ടായിരുന്നു. കുടിലിലെ ടൈഫസ് രോഗികൾക്കായി ഒരു സ്റ്റവ് കത്തിച്ചു വയ്ക്കുവാൻ ഞങ്ങൾക്ക് അനുവാദമുണ്ടായിരുന്നു. സ്റ്റവ്വിൽ കാറ്റടിക്കേണ്ടിയിരുന്നതിനാൽ ഈ ദിവസങ്ങളിൽ ഞാൻ വളരെയേറെ തളർന്നിരുന്നു. എന്നിരുന്നാലും ഞാൻ ഏറ്റവും സ്വസ്ഥമായിരുന്നത് അർദ്ധരാത്രിയിൽ മറ്റുള്ളവർ ഉന്മാദത്തിലോ ഉറക്കത്തിലോ ആയിരുന്ന മണിക്കൂറുകളിലാണ്. സ്റ്റവ്വിനു മുന്നിലേയ്ക്കു കൈനീട്ടിക്കിടന്നു കൊണ്ട് മോഷ്ടിച്ച കൽക്കരി കത്തിച്ച് അതിൽ മോഷ്ടിച്ച ഉരുളക്കിഴങ്ങു ചുട്ടെടുക്കുവാനും എനിക്കു കഴിഞ്ഞിരുന്നു. എന്നിട്ടും അടുത്ത ദിവസം മുഴുവൻ മടുപ്പും നിർവ്വികാരതയും അസഹിഷ്ണുതയും തോന്നിയിരുന്നു.

ടൈഫസ് ബ്ലോക്കിൽ ഡോക്ടറായി പ്രവർത്തിച്ചിരുന്ന സമയത്ത് മുതിർന്ന ബ്ലോക്ക് വാർഡൻ രോഗം വന്നു കിടപ്പിലായിരുന്നതിനാൽ അയാളുടെ ഉത്തരവാദിത്വവും ഞാൻ തന്നെ നോക്കേണ്ടിയിരുന്നു. അതിനാൽ ക്യാംപ് അധികാരികളുടെ മുന്നിൽ കുടിൽ വൃത്തിയായി (ഇങ്ങനെയൊരു അവസ്ഥയെ വൃത്തി എന്നു വിളിക്കാമെങ്കിൽ) സൂക്ഷിക്കേണ്ടതിന്റെ ഉത്തരവാദിത്വവും എനിക്കുണ്ടായിരുന്നു. പരിശോധനയെന്ന നാട്യത്തിൽ കുടിലിൽ നടത്തിയിരുന്നത് വൃത്തിയാക്കലിനുപരിയായി പീഡനമായിരുന്നു. കൂടുതൽ ആഹാരവും കുറച്ചുകൂടി മരുന്നുകളും ലഭിച്ചിരുന്നെങ്കിൽ നന്നായിരുന്നു. എന്നാൽ, പ്രധാന ഇടനാഴിയിൽ ഒരു വൈക്കോൽ കഷണം കിടക്കുന്നുണ്ടോ രോഗാണുക്കൾ നിറഞ്ഞ മുഷിഞ്ഞു നാറിയ കമ്പിളി വൃത്തിയായി മടക്കി രോഗിയുടെ കാലിൽ വച്ചിട്ടുണ്ടോ എന്നതിൽ മാത്രമായിരുന്നു പരിശോധകരുടെ ശ്രദ്ധ. അന്തേവാസികളുടെ ദുരവസ്ഥയിലും വിധിയിലും അവർക്ക് അല്പം പോലും ആശങ്കയില്ലായിരുന്നു.

"കുടിൽ നമ്പർ 6/9: 52 രോഗികൾ, നഴ്സിംഗ് ഓർഡർലികൾ - 2, ഡോക്ടർ - 1" താണു വണങ്ങി, തിരുവായ്ക്കെതിർവായില്ലാതെ സമർത്ഥമായി റിപ്പോർട്ട് നൽകിയാൽ അവർ സന്തോഷത്തോടെ പിൻവാങ്ങുമായിരുന്നു. അവർ വരുന്നതു പലപ്പോഴും അറിയിച്ചിരു

ന്നതിനേക്കാൾ മണിക്കൂറുകൾ വൈകിയാകും, ചിലപ്പോൾ വരാതെയുമിരിക്കാം. എങ്കിലും കമ്പിളികൾ ചുളിയാതെ, മടക്കി സൂക്ഷിച്ചും ഒരു വൈക്കോൽത്തുണ്ട് പോലും തറയിൽ നിന്നു പെറുക്കി മാറ്റിയും, കുടിൽ വൃത്തിയായി സൂക്ഷിക്കുവാനുള്ള എന്റെ സർവ്വപ്രയത്നവും വൃഥാവിലാക്കുന്ന ഗതികെട്ട രോഗികളെ ശകാരിക്കുവാനും ഞാൻ നിർബന്ധിതനാകുമായിരുന്നു. രോഗികളായ തടവുകാരിലെ വികാരശൂന്യത മറ്റുള്ളവരുടേതിനെക്കാൾ വളരെയേറെ അധികമായിരിക്കുമെന്നതിനാൽ അവരുടെ നേരെ ഉച്ചത്തിൽ അലറുന്നതു വരെയാതൊരു പ്രതികരണവും ഉണ്ടാവുകയില്ല. ചിലപ്പോഴെല്ലാം ഇതും ഫലിക്കാതെ വന്നിരുന്നു. ഇത്തരം സന്ദർഭങ്ങളിൽ അവർക്കു നേരെ കൈ ഓങ്ങാതിരിക്കണമെങ്കിൽ അപാരമായ ആത്മനിയന്ത്രണം ആവശ്യമായിരുന്നു. നിർവ്വികാരമായ ഒരു മുഖത്തിനു മുന്നിൽ ഒരാളുടെ അസഹിഷ്ണുത ഭീമമായ അനുപാതത്തിൽ പ്രത്യക്ഷപ്പെടും. പ്രത്യേകിച്ച് അത് സൃഷ്ടിക്കുന്ന അപായത്തെ നേരിടേണ്ടി വരുന്ന ഒരാളിൽ.

കോൺസെൻട്രേഷൻ ക്യാംപിലെ ഒരു അന്തേവാസിയുടെ സവിശേഷമായ മനഃശാസ്ത്ര പ്രകാശനത്തിനും മനോരോഗ വിശദീകരണത്തിനും ശ്രമിക്കുമ്പോൾ, മനുഷ്യൻ പൂർണ്ണമായും അനിവാര്യമായും തന്റെ പരിസരങ്ങളാൽ സ്വാധീനിക്കപ്പെടുന്നതായി ഉറപ്പിക്കാവുന്നതാണെന്ന് എനിക്കു തോന്നുന്നു. (ഈ കേസിൽ പ്രത്യേകിച്ച് സാഹചര്യങ്ങൾ അസാധാരണമായ ക്യാംപ് ജീവിതമായതിനാൽ അവൻ തന്റെ സ്വഭാവം ഒരു സവിശേഷ പരിസരത്തിന് അനുയോജ്യമാകും വിധം ക്രമീകരിക്കുന്നതിനു നിർബന്ധിക്കപ്പെടുന്നുണ്ട്). അപ്പോൾ മനുഷ്യസ്വാതന്ത്ര്യത്തെക്കുറിച്ച് എന്തു പറയും? ഈ സന്ദർഭങ്ങളിൽ സ്വഭാവപരമായ പ്രതികരണത്തിനുള്ള ആത്മീയ സ്വാതന്ത്ര്യമില്ലേ? മനുഷ്യൻ പാരിസ്ഥിതികവും വ്യവസ്ഥിതിപരവുമായ സഹജാവബോധം കൊണ്ട് ജീവശാസ്ത്രപരവും, മനഃശാസ്ത്രപരവും, സാമൂഹ്യശാസ്ത്രപരവുമായ നിരവധി വസ്തുതകളുടെ ഉൽപ്പന്നമല്ലാതെ മറ്റൊന്നുമല്ല എന്നു നമ്മെ വിശ്വസിപ്പിക്കുന്ന സിദ്ധാന്തം സത്യമാണോ? മനുഷ്യൻ ഇവയുടെ ഒരു ആകസ്മിക ഉൽപ്പന്നമാണോ? സർവ്വോപരി മനുഷ്യന് തന്റെ പരിസരങ്ങളുടെ സ്വാധീനങ്ങളിൽ നിന്നു രക്ഷപെടാനാവില്ലെന്ന് കോൺസെൻ

ട്രേഷൻ ക്യാംപ് എന്ന ഒറ്റപ്പെട്ട ലോകത്തോടുള്ള തടവുകാരുടെ പ്രതികരണങ്ങൾ തെളിയിക്കുന്നുണ്ടോ? ഈ സാഹചര്യങ്ങളിൽ മനുഷ്യന്റെ മുന്നിൽ മറ്റൊരു കർമ്മ മാർഗ്ഗവും അവശേഷിക്കുന്നില്ലേ?

ഈ ചോദ്യങ്ങൾക്ക് അനുഭവങ്ങളിൽ നിന്നും താത്വികമായും നമുക്ക് ഉത്തരങ്ങൾ കണ്ടെത്താം. ഈ സാഹചര്യങ്ങളിൽ മനുഷ്യന് ഒരു തിരഞ്ഞെടുപ്പുണ്ടെന്നാണ് ഒരു ക്യാംപ് ജീവിതത്തിൽ നിന്നുള്ള അനുഭവങ്ങൾ സൂചിപ്പിക്കുന്നത്. നിർവ്വികാരതയെ തരണം ചെയ്യുവാനും അസഹിഷ്ണുതയെ അടക്കി വയ്ക്കുവാനും കഴിയുമെന്നതിന് വേണ്ടുവോളം ഉദാഹരണങ്ങളുണ്ട്. അവയിൽ ചിലത് ധീരവുമായിരുന്നു. വിഭ്രാന്തിയുടെയും ശാരീരിക ക്ലേശങ്ങളുടെയും ഭയാനകമായ അവസ്ഥകളിൽ നിന്നു പോലും ആത്മീയതയുടെ അവശിഷ്ടങ്ങളും മാനസിക സ്വാതന്ത്ര്യവും കാത്തുസൂക്ഷിക്കുവാൻ *കഴിയും*.

തങ്ങളുടെ കൈവശമുള്ള അവസാന തുണ്ട് റൊട്ടിയും നൽകിക്കൊണ്ട് കുടിലുകളിൽ നടന്ന് മനുഷ്യരെ ആശ്വസിപ്പിച്ചിരുന്ന ചിലരെ കോൺസെൻട്രേഷൻ ക്യാംപിൽ ജീവിച്ചിരുന്ന ഞങ്ങൾക്ക് ഓർമ്മിച്ചെടുക്കുവാൻ കഴിയും. അവർ എണ്ണത്തിൽ നന്നേ കുറവായിരിക്കാം, പക്ഷെ ഒന്നൊഴികെ മനുഷ്യനിൽ നിന്ന് എന്തും പറിച്ചെടുക്കുവാൻ കഴിയും. മനുഷ്യന്റെ സ്വാതന്ത്ര്യങ്ങളിൽ അവസാനത്തേത് – ഏതൊരു സാഹചര്യത്തിലും സ്വന്തം മനോഭാവവും സ്വന്തം മാർഗ്ഗവും തിരഞ്ഞെടുക്കുവാനുള്ള സ്വാതന്ത്ര്യം.

എല്ലായ്പ്പോഴും നിങ്ങൾക്കു മുന്നിൽ തിരഞ്ഞെടുപ്പുകൾ അവശേഷിക്കും. ഓരോ ദിവസവും ഓരോ മണിക്കൂറും തീരുമാനമെടുക്കുവാനുള്ള അവസരങ്ങൾ നിങ്ങൾക്കു മുന്നിൽ വയ്ക്കുന്നുണ്ട്. നിങ്ങളിൽ നിന്നു ആത്മാവും അന്തസ്ഥിതമായ നിങ്ങളുടെ സ്വാതന്ത്ര്യവും കവർന്നെടുക്കുമെന്നു ഭീഷണിപ്പെടുത്തുന്ന ശക്തിക്കു മുന്നിൽ കീഴടങ്ങേണ്ടതുണ്ടോ ഇല്ലയോ? സാഹചര്യങ്ങളുടെ കളിപ്പാട്ടമാകേണ്ടതുണ്ടോ ഇല്ലയോ? സ്വാതന്ത്ര്യവും അന്തസ്സും നിരാകരിച്ചുകൊണ്ട് ലക്ഷണമൊത്ത ഒരു കോൺസെൻട്രേഷൻ ക്യാംപ് അന്തേവാസിയെപ്പോലെ ഒരു മൂലയിൽ നിങ്ങൾ ഒതുങ്ങേണ്ടതുണ്ടോ എന്നു നിശ്ചയിക്കുവാനുള്ള അവസരമുണ്ട്.

ഈ വീക്ഷണകോണിൽ നിന്നു നോക്കുമ്പോൾ കോൺസെൻട്രേഷൻ ക്യാംപിലെ അന്തേവാസികളുടെ മാനസിക പ്രതികരണങ്ങൾ വെറും ഭൗതികവും സാമൂഹ്യശാസ്ത്രപരവുമായ സ്ഥിതിക്കപ്പുറം

മറ്റു പലതുമായിരുന്നുവെന്ന് ഞങ്ങൾ തിരിച്ചറിയുന്നു. ഉറക്കമില്ലായ്മയും ആഹാരത്തിന്റെ അപര്യാപ്തതയും മാനസിക പിരിമുറുക്കങ്ങളും മൂലം അന്തേവാസികൾ പൊതുവായി ഒരു പ്രത്യേക രീതിയിൽ പ്രതികരിക്കുവാൻ നിർബന്ധിതരാകുന്നുവെന്ന് നിരൂപിച്ചാൽപ്പോലും, തടവുകാരൻ ഏതുതരം വ്യക്തിയായി മാറിയോ അത് അയാളുടെ ആന്തരികമായ തീരുമാനമായിരുന്നുവെന്നും ക്യാംപിലെ അനുഭവങ്ങളുടെ സ്വാധീനത്തിൽ മാത്രമായിരുന്നില്ലെന്നും അവസാന വിശകലനത്തിൽ വ്യക്തമാകും. അടിസ്ഥാനപരമായി, ഏതൊരു വ്യക്തിക്കും ഏതു സവിശേഷ സാഹചര്യത്തിലും മാനസികമായും ആത്മീയമായും താൻ എന്തായി തീരണമെന്നു തീരുമാനിക്കുവാൻ കഴിയും. അയാൾ തന്റെ മാനുഷികമായ ശ്രേഷ്ഠത ഒരു കോൺസെൻട്രേഷൻ ക്യാംപിൽപ്പോലും നിലനിർത്തും. ദസ്തയേവിസ്കി ഒരിടത്തു പറയുന്നുണ്ട്, "ഒരേയൊരു കാര്യത്തിൽ മാത്രമേ ഞാൻ ഉൽകണ്ഠാകുലനാകുന്നുള്ളൂ, എന്റെ സഹനത്തിനു ഞാൻ അർഹനാണോയെന്നതിൽ മാത്രം."

ക്യാംപിൽ വച്ച് രക്തസാക്ഷികളായിത്തീർന്നവരുമായുണ്ടായ എന്റെ സൗഹൃദത്തിനിടയിലെ അവരുടെ പെരുമാറ്റവും പിന്നീടുണ്ടായ യാതനകളും മരണവും ഓർക്കുമ്പോഴെല്ലാം ദസ്തയേവിസ്കിയുടെ ഈ വാക്കുകൾ എന്റെ മനസ്സിലേക്കുയർന്നു വരുന്നു. അവസാനം വരെ നിലനിർത്തുന്ന ആന്തരിക സ്വാതന്ത്ര്യം ഒരിക്കലും നഷ്ടപ്പെടുകയില്ല എന്ന സത്യത്തിന് ഇതു സാക്ഷിയായിത്തീർന്നു. അവർ സഹനത്തിനു യോഗ്യരായിരുന്നു എന്നു പറയാം. അവർ സഹനത്തെ വരിച്ചത് സത്യസന്ധമായ ആന്തരിക നേട്ടമായിരുന്നു. കവർന്നെടുക്കുവാനാകാത്ത ഈ ആത്മീയ സ്വാതന്ത്ര്യമാണ് ജീവിതത്തിന്റെ പൊരുൾ കാണിച്ചുതരുന്നതും അതിനെ ഫലവത്താക്കുന്നതും.

കർമ്മശൂന്യവും അനുസുകവുമായ ജീവിതം മനുഷ്യന് സൗന്ദര്യവും കലയും പ്രകൃതിയും ആസ്വദിക്കുവാനുള്ള അവസരം നൽകുമ്പോൾ കർമനിരതമായ ജീവിതം അവന് സൃഷ്ടിപരതയുടെ മൂല്യം അനുഭവവേദ്യമാക്കുവാൻ അവസരമൊരുക്കുന്നു. എങ്കിലും സൃഷ്ടിയും ആസ്വാദനവും ഇല്ലാത്ത ഏകദേശം പൂർണമായും തരിശായ ജീവിതത്തിനും ഒരു ഉദ്ദേശ്യമുണ്ട്. അത്, ഉന്നതമായ ധാർമ്മിക ബോധത്തിന്റെ സാദ്ധ്യത മാത്രം കൈക്കൊള്ളുന്നതായിരിക്കും. അതായത് ബാഹ്യശക്തികളാൽ നിയന്ത്രിക്കപ്പെട്ട മനുഷ്യാസ്തിത്വത്തെക്കുറി

ച്ചുള്ള നിലപാട് മൂലം സൃഷ്ടിപരമായ ഒരു ജീവിതവും ആസ്വാദനത്തിന്റെ ജീവിതവും അയാൾക്ക് വിലക്കപ്പെട്ടിരിക്കുന്നു. സൃഷ്ടിപരതയും ആസ്വാദനവും മാത്രമല്ല, ജീവിതത്തിന് അർത്ഥമുണ്ടെങ്കിൽ സഹനത്തിനും അർത്ഥമുണ്ടായിരിക്കേണ്ടതാണ്. സഹനമെന്നത് വിധിയും മരണവും പോലെ തന്നെ ജീവിതത്തിലെ നാമാവശേഷമാക്കുവാൻ കഴിയാത്ത ഭാഗമാണ്. സഹനവും മരണവുമില്ലാതെ മനുഷ്യജീവിതം അപൂർണമാണ്.

മനുഷ്യൻ തന്റെ വിധിയും സഹനങ്ങളും ഏറ്റെടുക്കുന്നതനുസരിച്ചും തന്റെ കുരിശ് ചുമക്കുന്നതനുസരിച്ചും ഏറ്റവും ദുർഘടസന്ധിയിൽ പോലും ആഴമുള്ള പൊരുൾ അവന്റെ ജീവിതത്തിനോട് ചേർക്കപ്പെടുന്നതിന് വേണ്ടുവോളം അവസരങ്ങൾ ലഭിക്കും. ആ ജീവിതം ധീരവും അന്തസ്സാർന്നതും നിസ്വാർത്ഥവുമായി തുടർന്നേക്കും. അല്ലാത്ത പക്ഷം ആത്മരക്ഷയ്ക്കായുള്ള കയ്പ്പേറിയ പോരാട്ടത്തിൽ അവൻ തന്റെ മാനുഷികമായ അന്തസ്സത്ത ഉപേക്ഷിച്ച് മൃഗത്തിൽ നിന്ന് ഒട്ടും മെച്ചമല്ലാത്ത ഒന്നായിത്തീരും. ഇവിടെയാണ് ഒരു മനുഷ്യന് ദുർഘടസന്ധിയിൽ ലഭിക്കുന്ന ധാർമ്മികമൂല്യങ്ങൾ ഉപയോഗിക്കുവാനോ ഉപേക്ഷിക്കുവാനോ അവസരങ്ങൾ ലഭിക്കുന്നത്. ഇതാണ് അവൻ തന്റെ സഹനത്തിനു അർഹനാണോ അല്ലയോ എന്നു തീരുമാനിക്കപ്പെടുന്ന സന്ദർഭം.

ഈ പരിഗണനകൾ ലൗകികമല്ലെന്നോ യഥാർത്ഥ ലോകത്തിൽ നിന്ന് വളരെയകലെയാണെന്നോ കരുതേണ്ടതില്ല. വളരെ ചുരുക്കം മനുഷ്യർ മാത്രമേ ഉന്നതമായ ഈ ധാർമ്മിക നിലവാരത്തിലെത്തുവാൻ യോഗ്യരായിട്ടുള്ളൂ എന്നത് സത്യമാണ്. തടവുകാർക്കിടയിൽ വളരെ ചുരുക്കം പേർ മാത്രമേ പൂർണ്ണമായ ആന്തരിക സ്വാതന്ത്ര്യം സംരക്ഷിക്കുകയും സഹനത്തിന് അർഹനാകുംവിധം ധാർമ്മികമൂല്യങ്ങൾ കൈവരിക്കുകയും ചെയ്തിരുന്നുള്ളൂ. എന്നിരുന്നാലും, മനുഷ്യന്റെ ആന്തരികശേഷിയെ അവന്റെ ബാഹ്യമായ വിധിയുടെയും മുകളിലേയ്ക്ക് ഉയർത്തുവാൻ കഴിയുമെന്നതിന് ഒരു ഉദാഹരണം തന്നെ ധാരാളമാണ്. ഇത്തരം മനുഷ്യർ കോൺസെൻട്രേഷൻ ക്യാംപുകളിൽ മാത്രമല്ല കാണപ്പെടുന്നത്. തന്റെ സഹനത്തിലൂടെ എന്തെങ്കിലും നേടിയെടുക്കുവാനുള്ള അവസരത്തിനായി എവിടെയും മനുഷ്യൻ തന്റെ വിധിയുമായി സംഘട്ടനത്തിലാണ്.

രോഗികളുടെ വിധി നോക്കു, പ്രത്യേകിച്ചും ചികിത്സിച്ച് ഭേദമാക്കാനാവാത്ത രോഗങ്ങളുള്ളവർ. ഒരിക്കൽ നിത്യരോഗിയായ ഒരു കുട്ടി തന്റെ സ്നേഹിതന് എഴുതിയ കത്ത് ഞാൻ വായിക്കുവാനിടയായി. അധികനാൾ ജീവിച്ചിരിക്കില്ലെന്നും ഓപ്പറേഷനുപോലും തന്നെ രക്ഷിക്കുവാൻ കഴിയില്ലെന്നുമാണ് അവനെഴുതിയിരുന്നത്. മുമ്പൊരിക്കൽ കണ്ടിരുന്ന സിനിമയിൽ ഒരു മനുഷ്യൻ തന്റെ മരണത്തെ ധൈര്യപൂർവ്വവും അന്തസ്സോടെയും കാത്തിരിക്കുന്ന കാര്യം പോലും അവൻ തുടർന്നെഴുതിയിരുന്നു. മരണത്തെ ഇത്ര സുന്ദരമായി കണ്ടുമുട്ടുന്നത് മഹത്തായൊരു നേട്ടമാണെന്ന് ആ കുട്ടി ചിന്തിച്ചിരുന്നു. സമാനമായ ഒരവസരമാണ് വിധി തനിക്കായി ഒരുക്കിയിരിക്കുന്നതെന്നും അവൻ കത്തിൽ ചേർത്തിരുന്നു.

ടോൾസ്റ്റോയിയുടെ *ഉയർത്തെഴുന്നേൽപ്പ്* എന്ന പുസ്തകത്തെ അധികരിച്ച് നിർമ്മിച്ച ഈ സിനിമ കണ്ടിട്ടുള്ളവരിലും ഇതേ ചിന്തകളുണർന്നു കാണും. ഇവിടെയും മഹത്തായ ഭാഗധേയങ്ങളും മഹാന്മാരായ മനുഷ്യരുമുണ്ടായിരുന്നു. ഞങ്ങൾക്ക് ആ സമയത്ത് മഹത്തായ ഭാഗധേയമില്ലായിരുന്നു. ഇത്തരം മഹത്വങ്ങൾ കൈവരിക്കുവാനുള്ള അവസരവും ഉണ്ടായിരുന്നില്ല. സിനിമ കണ്ടതിനു ശേഷം ഞങ്ങൾ തൊട്ടടുത്തുള്ള കഫേയിൽ കയറി. പക്ഷെ, കാപ്പിയും സാന്റ്വിച്ചും കഴിച്ചതോടെ ഒരു നിമിഷം ഞങ്ങളുടെ മനസ്സിലൂടെ കടന്നു പോയ വിചിത്രമായ അതിഭൗതിക ചിന്തകൾ മാഞ്ഞുപോയി. എന്നാൽ പിന്നീട് ഞങ്ങൾ മഹത്തായ ഒരു ഭാഗധേയവുമായി ഏറ്റുമുട്ടുകയും അതേ ആത്മീയോന്നതിയോടെ അതിനെ മുഖാമുഖം കാണുവാനുള്ള തീരുമാനവുമായി മുന്നോട്ടു പോവുകയും ചെയ്തതോടെ ഞങ്ങളുടെ യൗവനയുക്തമായ പ്രതിജ്ഞകൾ മറക്കുകയും പരാജയപ്പെടുകയും ചെയ്തു.

ഒരുപക്ഷെ ഞങ്ങളിലൊരാൾക്ക് ആ സിനിമയോ അതിനു സമാനമായ മറ്റൊരു സിനിമയോ കണ്ടപ്പോൾ പിന്നീട് അങ്ങനെയൊരു ദിവസം കൈവന്നിരിക്കാം. അതോടെ മറ്റു ചിത്രങ്ങൾ മറ്റൊരാളുടെ അകക്കണ്ണിനു മുന്നിൽ ഒരേ സമയം തെളിഞ്ഞിട്ടുണ്ടായിരിക്കാം. അവരുടെ ജീവിതത്തിൽ ഒരു വൈകാരിക സിനിമയിൽ കാണിക്കുവാൻ കഴിയുന്നതിലും വളരെയധികം നേട്ടങ്ങളുണ്ടാക്കിയ മനുഷ്യരുടെ ചിത്രങ്ങൾ. കോൺസെൻട്രേഷൻ ക്യാംപിൽ ഞാൻ കൂടി സാക്ഷിയായ ഒരു യുവതിയുടെ മരണം പോലെ, ഒരു മനുഷ്യന്റെ

ആന്തരികമഹാത്മ്യത്തിന്റെ വിശദാംശങ്ങൾ ഒരാളുടെ മനസ്സിൽ തെളിഞ്ഞിട്ടുണ്ടാകാം. അതൊരു നിഷ്കപടമായ കഥയാണ്. അതിൽ അധികമൊന്നും പറയേണ്ടതായില്ല. ആ കഥ കേട്ടാൽ അത് ഞാൻ സൃഷ്ടിച്ചെടുത്താണെന്ന തോന്നും, എന്നാൽ എനിക്കതൊരു കവിത പോലെയാണ്.

താൻ അടുത്ത ഏതാനം ദിവസങ്ങൾക്കുള്ളിൽ മരിക്കുമെന്ന് ആ യുവതിക്കറിയാമായിരുന്നു. എന്നാൽ, ഞാനവളോട് സംസാരിക്കുമ്പോൾ ഈ അറിവുണ്ടായിരുന്നിട്ടും അവൾ സന്തോഷവതിയായിരുന്നു. "വിധിയെന്നെ ഇത്ര ക്രൂരമായി പ്രഹരിച്ചതിൽ ഞാൻ കൃതജ്ഞത ഉള്ളവളാണ്", അവളെന്നോടു പറഞ്ഞു. "പൂർവ്വകാല ജീവിതത്തിൽ ഞാൻ ആത്മീയ ജീവിതം ഗൗരവത്തിലെടുക്കാതെയും അത് നിറവേറ്റാതെയും വഷളായിപ്പോയിരുന്നു" കുടിലിന്റെ ജനലിലൂടെ കൈ ചൂണ്ടിക്കൊണ്ടവൾ പറഞ്ഞു, "എന്റെ ഏകാന്ത ജീവിതത്തിൽ അവിടെക്കാണുന്ന വൃക്ഷം മാത്രമായിരുന്നു എനിക്കുണ്ടായിരുന്ന കൂട്ട്". ജനലിലൂടെ അവൾക്ക് ഒരു ചെസ്റ്റ്നട്ട് വൃക്ഷത്തിന്റെ ഒരു ശിഖരം മാത്രമേ കാണുവാൻ കഴിഞ്ഞിരുന്നുള്ളൂ, അതിൽ രണ്ടു പൂക്കളുണ്ടായിരുന്നു. "ഞാനാ വൃക്ഷത്തോട് ഇടയ്ക്കിടെ സംസാരിച്ചിരുന്നു", അവളെന്നോടു പറഞ്ഞു. ഞാൻ ഭയന്നുവിറച്ചു. അവളുടെ വാക്കുകൾ ഏതർത്ഥത്തിലെടുക്കണമെന്ന് എനിക്കപ്പോൾ അറിയില്ലായിരുന്നു. അവൾക്ക് ഉന്മാദരോഗമായിരുന്നോ? അവൾക്ക് കൂടെക്കൂടെ മായാവിഭ്രാന്തി ഉണ്ടാകുമായിരുന്നോ? ആ വൃക്ഷം നിനക്കു മറുപടി തന്നിരുന്നോ എന്നു ഞാൻ ഉൽകണ്ഠയോടെ ചോദിച്ചു.

"ഉവ്വ്."

"ആ വൃക്ഷം എന്താണ് പറഞ്ഞത്?"

"ഞാനിവിടെയുണ്ട് – ഞാനിവിടെയുണ്ട് – ഞാൻ ജീവിതമാകുന്നു – അനശ്വരമായ ജീവിതം."

തടവുകാരുടെ അന്തരാത്മാവിന്റെ അവസ്ഥയ്ക്ക് ആത്യന്തികഹേതുവായത് അവരുടെ സ്വതന്ത്ര നിശ്ചയമാണെന്നും എണ്ണിയെണ്ണി പറയപ്പെട്ടിട്ടുള്ളതുപോലെ മനോഭൗതികനിലയല്ലെന്നും നമ്മൾ പ്രതിപാദിച്ചു കഴിഞ്ഞു. തങ്ങളുടെ ധാർമ്മികവും ആത്മീയവുമായ സത്ത പാർശ്വവൽക്കരിക്കപ്പെട്ടുവാൻ അനുവദിച്ചവർ മാത്രമാണ് ക്യാംപിലെ ധാർമ്മിക ഭ്രംശത്തിന്റെ സ്വാധീനത്തിലകപ്പെട്ടു

പോയതെന്ന് തടവുകാർക്കിടയിൽ നടത്തിയ മനഃശാസ്ത്രപരമായ നിരീക്ഷണങ്ങൾ തെളിയിക്കുന്നു. ആന്തരികമായ ഈ സ്വാധീനത്തിനുള്ള കാരണമെന്ത്, അഥവാ എന്തായിരിക്കണം എന്നതാണ് ഇപ്പോൾ ഉയർന്നു വരുന്ന ചോദ്യങ്ങൾ.

മുൻ തടവുകാരൻ അവന്റെ അനുഭവങ്ങൾ എഴുതുകയോ വിവരിക്കുകയോ ചെയ്യുമ്പോൾ, എത്ര കാലം ഈ തടവിൽ കഴിയേണ്ടിവരുമെന്ന് ആർക്കും അറിയില്ലെന്നതായിരുന്നു മനസ്സിനെ അങ്ങേയറ്റം തളർത്തിയ കാര്യമെന്ന് സമ്മതിക്കുന്നുണ്ട്. അവന്റെ മോചനമെന്നായിരിക്കുമെന്ന് അവനെ അറിയിച്ചിരുന്നില്ല (ഞങ്ങളുടെ ക്യാംപിൽ ഇതിനെക്കുറിച്ചു സംസാരിക്കുന്നത് പോലും അർത്ഥശൂന്യമായിരുന്നു). വാസ്തവത്തിൽ തടവു കാലാവധി അജ്ഞാതം മാത്രമായിരുന്നില്ല, അത് അനന്തവുമായിരുന്നു. കോൺസെൻട്രേഷൻ ക്യാംപിലെ ജീവിതം ഒരു താൽക്കാലിക അസ്തിത്വമായിരുന്നു എന്നാണ് വിഖ്യാതനായ ഒരു മനഃശ്ശാസ്ത്രജ്ഞൻ പറഞ്ഞിട്ടുള്ളത്. ഇതിനെ 'അനന്തമായ താൽകാലിക അസ്തിത്വം' എന്ന് മാറ്റിക്കുറിക്കാവുന്നതാണ്.

പുതുതായി വന്നവർക്ക് ക്യാംപിലെ അവസ്ഥയെക്കുറിച്ച് ഒന്നും തന്നെ അറിയില്ലായിരുന്നു. മറ്റു ക്യാംപുകളിൽ നിന്നു വന്നവർ നിശ്ശബ്ദത പാലിക്കുവാൻ ബാധ്യസ്ഥരായിരുന്നു. ചില ക്യാംപുകളിൽ നിന്ന് ആരും തന്നെ തിരിച്ചുപോയില്ല. ക്യാംപുകളിൽ പ്രവേശിപ്പിക്കപ്പെട്ടതോടെ, തടവുകാരുടെ മനസ്സിൽ ഒരു മാറ്റം സംഭവിച്ചിരുന്നു. അനിശ്ചിതത്വത്തിന്റെ അന്ത്യം അന്ത്യത്തിന്റെ അനിശ്ചിതത്വമായിത്തീർന്നു. അസ്തിത്വത്തിന്റെ ഈ രൂപം എന്ന്, എപ്പോൾ അവസാനിക്കുമെന്നത് മുൻകൂട്ടിക്കാണുവാൻ സാധ്യമായിരുന്നില്ല.

finis എന്ന ലത്തീൻ വാക്കിന് 'അവസാനം' എന്നും 'ലക്ഷ്യം സാക്ഷാൽകരിക്കുക'യെന്നും രണ്ടർത്ഥങ്ങളുണ്ട്. തന്റെ താൽകാലിക അസ്തിത്വം എത്ര കാലം നീണ്ടു നിൽക്കും എന്നറിയാതിരുന്ന തടവുകാരന് ആത്യന്തികമായി ഒരു ലക്ഷ്യം സങ്കൽപ്പിക്കുവാൻ പോലും കഴിഞ്ഞിരുന്നില്ല. സാധാരണ ജീവിതം നയിക്കുന്ന ഒരാളുമായുള്ള താരതമ്യത്തിൽ അയാൾ ഭാവിക്കു വേണ്ടിയുള്ള ജീവിതം അവസാനിപ്പിച്ചിരുന്നു. ആയതിനാൽ അയാളുടെ ആന്തരിക ജീവിതത്തിന്റെ ഘടന പൂർണ്ണമായും മാറിയിരുന്നു. ജീവിതത്തിന്റെ മറ്റു മേഖലകളിലെ പോലെ അപചയത്തിന്റെ ആരംഭം കുറിച്ചിരുന്നു. തൊഴിൽ നഷ്ടപ്പെട്ട തൊഴിലാളി ഇതിനു സമാനമായ ഒരവസ്ഥയിലാണ്. അയാളുടെ

അസ്തിത്വം താൽകാലികമായിത്തീരുകയും അയാൾക്ക് ഭാവിക്കു വേണ്ടി ജീവിക്കുവാനോ ലക്ഷ്യം വയ്ക്കുവാനോ കഴിയാതെയുമാകുന്നു. തൊഴിൽ നഷ്ടപ്പെട്ട ഖനിത്തൊഴിലാളികൾക്കിടയിൽ നടത്തിയ ഗവേഷണമനുസരിച്ച്, അവർ വിലക്ഷണമായ ഒരു ആന്തരിക കാലം മൂലം ക്ലേശിക്കുന്നുണ്ടായിരുന്നു. ഇതവരുടെ തൊഴിൽരാഹിത്യത്തിന്റെ ഫലമായിരുന്നു. തടവുകാരും ഈ വിചിത്രമായ കാലക്ലേശം അനുഭവിക്കുന്നുണ്ടായിരുന്നു. ഉദാഹരണത്തിന്, സമയത്തിന്റെ ചെറു യൂണിറ്റിൽ ഒരു ദിവസമെന്നത് മണിക്കൂറുകൾ നീണ്ട പീഡനത്തിന്റെ തളർച്ച മൂലം അന്തമില്ലാത്തതായി തോന്നിയിരുന്നു. ഒരു ദിവസം ഒരാഴ്ചയിലേറെ നീണ്ടു നിൽക്കുന്നതായി തോന്നി എന്നു പറഞ്ഞപ്പോൾ എന്റെ സുഹൃത്ത് അതിനോടു യോജിച്ചു. ഞങ്ങൾക്കു സമയം അനുഭവപ്പെട്ടിരുന്നത് എത്ര വിരോധാഭാസമായിരുന്നു! ഇത് മനഃശ്ശാസ്ത്രപരമായ ചില സൂക്ഷ്മസൂചനകളുള്ള തോമസ് മൻന്റെ *Magic Mountain* എന്ന നോവൽ ഞങ്ങളെ ഓർമ്മപ്പെടുത്തി. മൻ സാദൃശ്യപരമായ മാനസികനിലകളുള്ള ചില മനുഷ്യരുടെ ആത്മീയവികാസങ്ങളിൽ പഠനം നടത്തുന്നു. നോവലിൽ സാനിട്ടോറിയത്തിൽ കഴിയുന്ന ക്ഷയരോഗികളും തങ്ങളുടെ വിടുതൽ എന്നാണെന്നറിയാത്തവരാണ്. ഭാവിയോ ലക്ഷ്യമോ ഇല്ലാത്ത സമാനമായ അസ്തിത്വത്തിലൂടെയാണ് അവരും കടന്നുപോകുന്നത്.

പുതുതായി എത്തിയ തടവുകാരിലൊരാൾ സഹതടവുകാരോടൊപ്പം സ്റ്റേഷനിൽ നിന്ന് ക്യാംപിലേക്ക് വലിയൊരു സൈന്യത്തിനൊപ്പം മാർച്ചു ചെയ്യുമ്പോൾ, താൻ സ്വന്തം ശവസംസ്കാര ചടങ്ങിൽ പങ്കെടുക്കുകയാണെന്നു തോന്നിയിരുന്നതായി പിന്നീട് എന്നോടു പറഞ്ഞു. അയാൾക്കു തന്റെ ജീവിതം ഭാവിയില്ലാത്തതായി തോന്നിയിരുന്നു. താൻ അതിനകം മരിച്ചുകഴിഞ്ഞതായും അയാൾ കണക്കാക്കി. ജീവിതമില്ലെന്ന ഈ തോന്നൽ മറ്റു കാരണങ്ങളാലും തീവ്രമായിത്തീർന്നിരുന്നു. തടവുകാലാവധി സംബന്ധിച്ച അതിരില്ലായ്മയാണ് ഇതിൽ ഏറ്റവും കഠിനമായി അനുഭവപ്പെട്ടത്. അതേസമയം സ്ഥലമെന്നത് തടവറയിൽ ഇടുങ്ങിയതും ഞെരുക്കമാർന്നതുമാകുന്നു. മുള്ളുകമ്പിവേലിക്കപ്പുറമുള്ള എന്തും വിദൂരവും എത്തിപ്പെടുവാനാകാത്തതും ഒരർത്ഥത്തിൽ അയഥാർത്ഥവുമായിരുന്നു. തടവറയ്ക്കു പുറത്തുള്ള ജനങ്ങൾക്കും സംഭവങ്ങൾക്കും അവിടെയുള്ള സാധാരണ ജീവിതത്തിനും പ്രേതതുല്യമായ ഒരു ഭാവമു

ള്ളതായി തടവുകാരന് തോന്നിയിരുന്നു. അയാൾക്കു കാണുവാൻ കഴിഞ്ഞത്ര പുറംലോകമാകട്ടെ മരിച്ച ഒരാൾ മറ്റൊരു ലോകത്തു നിന്നും നോക്കുന്നതു പോലെ തോന്നി.

ഭാവിയെ സങ്കല്പിക്കുവാനോ ലക്ഷ്യം നിശ്ചയിക്കുവാനോ കഴിയാത്തതിനാൽ, സ്വയം നിരാകരിക്കുവാനൊരുങ്ങിയവർ പൂർവ്വകാലത്തെക്കുറിച്ചുള്ള ചിന്തകളിൽ രക്ഷനേടി. മുമ്പൊരിക്കൽ സൂചിപ്പിച്ചതുപോലെ ഭൂതകാലത്തേയ്ക്ക് തിരിഞ്ഞുകൊണ്ട് വർത്തമാനകാലത്തെ ഭീകരതയെ, അംഗീകരിച്ചുതന്നെ അതിന്റെ യാഥാർത്ഥ്യം കുറയ്ക്കാനുള്ള പ്രവണത കാണാം. എന്നാൽ, വർത്തമാനത്തിൽ നിന്ന് അതിന്റെ യാഥാർത്ഥ്യം മോഷ്ടിക്കുമ്പോൾ അല്പം അപകടമുണ്ട്. ക്യാംപിലെ സകാരാത്മകമായ യഥാർത്ഥ അവസരങ്ങളെ അവഗണിക്കുവാൻ അത് കാരണമാകുന്നു. തടവുകാരുടെ ജീവിതത്തിലുള്ള പിടി വിട്ടുവിച്ചതിന്റെ മുഖ്യകാരണം അയഥാർത്ഥമായ ഞങ്ങളുടെ താൽകാലിക അസ്തിത്വം തന്നെയായിരുന്നു. അതോടെ എല്ലാം തന്നെ അർത്ഥശൂന്യമായിത്തീർന്നു. ബാഹ്യമായ ഇത്തരം അസാമാന്യക്ലേശങ്ങളാണ് അവനവന്റെ പരിമിതികൾ കടന്ന് ആത്മീയമായി വളരുവാൻ അവസരമൊരുക്കുന്നതെന്ന കാര്യം ഈ മനുഷ്യർ മറന്നു പോയി. ക്യാംപിലെ ക്ലേശങ്ങൾ ആന്തരികദൃഢത പരീക്ഷിക്കുവാനുള്ള അവസരമായെടുക്കുന്നതിനു പകരം, പ്രത്യാഘാതങ്ങൾ ഇല്ലാത്ത ഒന്നാണെന്ന് നിസ്സാരവൽക്കരിച്ചുകൊണ്ട് ജീവിതത്തെ ഗൗരവത്തിലെടുത്തില്ല. അവർ കണ്ണുകളടച്ച് ഭൂതകാലത്തിൽ വസിക്കുവാനിഷ്ടപ്പെട്ടു. ഇത്തരം മനുഷ്യരുടെ ജീവിതം നിരർത്ഥകമായിത്തീർന്നു.

സ്വാഭാവികമായും വളരെ ചുരുക്കം ആളുകൾ മാത്രം മഹത്തായ ആത്മീയ ഔന്നത്യങ്ങൾ കീഴടക്കുവാൻ പ്രാപ്തരായി. ചിലർക്കു മാത്രം അവരുടെ ലൗകികജീവിത പരാജയങ്ങളിലൂടെയും മരണത്തിലൂടെയും മാനവമാഹാത്മ്യം കൈവരിക്കുവാൻ കഴിഞ്ഞു. സാധാരണ സാഹചര്യങ്ങളിൽ ഒരിക്കലും സാധ്യമല്ലാത്തതായിരുന്നു അവർ സാക്ഷാൽകരിച്ചത്. ഇടത്തരക്കാരും അല്പഹൃദയരുമായ മറ്റുള്ളവർക്ക് ബിസ്മാർക്കിന്റെ വാക്കുകൾ നന്നായിച്ചേരും. “ജീവിതമെന്നത് ഡെന്റിസ്റ്റിന്റെ ക്ലിനിക്കിൽ ഇരിക്കുന്നതു പോലെയാണ്. ഏറ്റവും കഷ്ടത നിറഞ്ഞത് ഇനിയും വരാനിരിക്കുന്നതേയുള്ളൂ എന്ന് നിങ്ങൾ കരുതും. എന്നാൽ, അത് ഇതിനകം കഴിഞ്ഞിരിക്കുന്നു”. കോൺ

സെൻട്രേഷൻ ക്യാംപിലെ മനുഷ്യർ ജീവിതത്തിലെ യാഥാർത്ഥ അവസരങ്ങൾ കഴിഞ്ഞു പോയെന്നു വിശ്വസിച്ചിരുന്നതായി ഇതിനോടു ചേർത്തു പറയാം. എന്നിരുന്നാലും യഥാർത്ഥത്തിൽ ഒരു അവസരവും ഒപ്പം വെല്ലുവിളിയും ബാക്കി നിൽക്കുന്നുണ്ടായിരുന്നു. ആന്തരികമായി ഈ അനുഭവങ്ങൾ വഴി വിജയം കരസ്ഥമാക്കുവാൻ കഴിയും. അല്ലാത്ത പക്ഷം വെല്ലുവിളികളെ അവഗണിച്ച് ക്യാംപിലെ ഭൂരിപക്ഷം തടവുകാർ ചെയ്തതുപോലെ വെറുതെ നിർജ്ജീവമായി അവസാനിക്കും.

തടവുകാർക്കു നേരെയുള്ള ക്യാംപിലെ മാനസികവിഭ്രമ സ്വാധീനത്തിനെതിരെ സൈക്കോതെറാപ്യൂട്ടിക് അല്ലെങ്കിൽ സൈക്കോഹൈജീനിക് രീതികളിലൂടെ പോരാടുന്നതിനുള്ള ഏതു ശ്രമവും അവർക്ക് ഭാവി ലക്ഷ്യമാക്കി ജീവിക്കുന്നതിനായുള്ള ആന്തരിക ശക്തി പകരേണ്ടതായിരുന്നു. സഹജാവബോധം മൂലം ചില തടവുകാർ അവരുടേതായ രീതിയിൽ ഇതിനായി ശ്രമിച്ചിരുന്നു. ഭാവിയിലേക്ക് ഉറ്റുനോക്കി മാത്രമേ ജീവിതം സാധ്യമാകൂ എന്നത് മനുഷ്യന്റെ മാത്രം സവിശേഷതയാണ് – *sub specie aeternitatis* (അനന്തതയുടെ പരിപ്രേക്ഷ്യത്തിൽ). ചില സാഹചര്യങ്ങളിൽ ഈ ഉദ്യമത്തിനായി അവനു സ്വന്തം മനസ്സിനെ നിർബന്ധിക്കേണ്ടതുണ്ടെങ്കിലും അവന്റെ അസ്തിത്വത്തിന്റെ ഏറ്റവും കഠിനമായ സന്ദർഭങ്ങളിലെ മോക്ഷപ്രാപ്തിയാണിത്.

ഞാൻ വ്യക്തിപരമായ ഒരനുഭവം ഓർക്കുന്നു. വേദന മൂലം കരച്ചിലിന്റെ വക്കോളമെത്തി, (കീറിയ ഷൂസ് ധരിച്ചതിനാൽ കാലിൽ വ്രണമുണ്ടായിരുന്നു) നീണ്ട സൈനികവ്യൂഹത്തിനൊപ്പം ക്യാംപിൽ നിന്ന് പണിസ്ഥലം വരെ ഏതാനും കിലോമീറ്ററുകൾ ഞാൻ മുടന്തി നടന്നിരുന്നു. കൊടും തണുപ്പുള്ള കാറ്റ് ഞങ്ങളെ ആക്രമിച്ചു. ഞാൻ കൊടിയ യാതനകൾ നിറഞ്ഞ ജീവിതത്തിലെ അവസാനമില്ലാത്ത കൊച്ചു കൊച്ചു പ്രശ്നങ്ങൾ ഓർത്തു. സോസേജിന്റെ ഒരു കഷണം അധിക റേഷനായി ലഭിച്ചാൽ ഒരു റൊട്ടിക്കായി അത് പകരം കൊടുക്കാമോ? ഒരു പാരിതോഷികമായി ലഭിച്ച സിഗററ്റിൽ അവസാനത്തേത് ഒരു പാത്രം സൂപ്പിനു വേണ്ടി കൈമാറ്റം ചെയ്യേണ്ടതുണ്ടോ? എന്റെ ഷൂസിന്റെ ലെയ്സിനു പകരമായി ഒരു കഷണം കമ്പി എങ്ങനെ കിട്ടും? ഞാൻ കൃത്യസമയത്തു പണിസ്ഥലത്തെത്തി

എന്റെ പതിവു സംഘത്തോടു ചേരുമോ അല്ലെങ്കിൽ എനിക്കു ക്രൂരനായ ഒരു ഫോർമാനുള്ള മറ്റൊരു കൂട്ടത്തിൽ ചേരേണ്ടി വരുമോ? ആകെ തളർത്തുന്ന നീണ്ട മാർച്ചിൽ നിന്നൊഴിവായി, ക്യാംപിൽ പണിയെടുക്കുവാൻ സഹായിച്ചേക്കാവുന്ന ആ പ്രമാണിയുമായി നല്ല ബന്ധം സ്ഥാപിക്കുവാൻ എന്താണ് ഞാൻ ചെയ്യേണ്ടത്?

ഇത്രയും ബാലിശമായ കാര്യങ്ങളെക്കുറിച്ച് ദിനംപ്രതി മണിക്കൂറുകളോളം ഓർക്കുവാൻ എന്നെ നിർബന്ധിതനാക്കിയ സ്ഥിതിഗതികളോട് എനിക്കറപ്പു തോന്നിത്തുടങ്ങി. മറ്റൊരു വിഷയത്തിലേക്ക് ചിന്തകളുടെ ശ്രദ്ധ തിരിക്കുവാൻ ഞാൻ കഠിനമായി ശ്രമിച്ചു. പെട്ടെന്ന് ഞാൻ നല്ല ചൂടും വെളിച്ചവുമുള്ള ഒരു ലെക്ചർ മുറിയുടെ പ്ലാറ്റ്ഫോമിൽ നിൽക്കുന്നതായി സങ്കൽപ്പിച്ചു. എന്റെ മുന്നിൽ പതുപതുത്ത, സുഖമുള്ള കസേരകളിൽ ശ്രദ്ധാപൂർവ്വമിരിക്കുന്നവർക്ക് കോൺസെൻട്രേഷൻ ക്യാംപുകളിലെ മനഃശാസ്ത്രത്തെക്കുറിച്ച് ലെക്ചർ കൊടുക്കുന്നു. അതുവരെ എന്നെ അടിച്ചമർത്തിയതെല്ലാം വസ്തുനിഷ്ഠവും ശാസ്ത്രത്തിന്റെ വിദൂരവീക്ഷണത്തിൽ കണ്ടവയും വിശദീകരിച്ചവയുമായി. ഈ രീതിയിൽ ഞാൻ ആ സാഹചര്യത്തിൽ നിന്ന് ഒരുവിധം ഉയർന്നു നിൽക്കുന്നതിൽ വിജയിച്ചു. സഹനത്തിന്റെ നിമിഷങ്ങളിൽ നിന്നുയർന്ന് അവയെല്ലാം ഇതിനകം ഭൂതകാലമായിക്കഴിഞ്ഞിരിക്കുന്നുവെന്ന് ഞാൻ നിരീക്ഷിച്ചു. ഞാനും എന്റെ യാതനകളും ഞാനേറ്റെടുത്ത രസകരമായ മനഃശ്ശാസ്ത്ര പഠനത്തിന്റെ ഭാഗമായിത്തീർന്നു. ഈ രീതിശാസ്ത്രത്തെ കുറിച്ച് സ്പിനോസ എന്താണു പറയുന്നത്? "യാതനയനുഭവിക്കുമ്പോഴുണ്ടാകുന്ന ഒരു വികാരം, നമ്മൾ അതിനെ കുറിച്ച് വ്യക്തവും സ്പഷ്ടവുമായ ഒരു ചിത്രം രൂപപ്പെടുത്തുന്നതോടെ യാതനയല്ലാതായിത്തീരും".

ഭാവിയെക്കുറിച്ചുള്ള വിശ്വാസം നഷ്ടപ്പെട്ട തടവുകാരൻ മരണം വിധിക്കപ്പെട്ടവനായിത്തീരും. തുടർന്ന്, അയാൾക്ക് ആത്മീയതയിലുള്ള ആശ്രയം നഷ്ടമാവുകയും സ്വയം നിരാകരിക്കുകയും മാനസികവും ശാരീരികമായ അപചയത്തിനു വിധേയനാവുകയും ചെയ്യുന്നു. സാധാരണ ഗതിയിൽ ഒരു പ്രതിസന്ധിയുടെ രൂപത്തിൽ ഇതു വളരെപ്പെട്ടെന്നു സംഭവിക്കുന്നു. ക്യാംപിലെ ഒരു അന്തേവാസിയിൽ പരിചിതമായ ലക്ഷണങ്ങളായിരിക്കും ഇവിടെ പ്രകടമാകുന്നത്. ഈ നിമിഷത്തെ ഞങ്ങളെല്ലാവരും ഒരുപോലെ ഭയന്നി

രുന്നു. ഞങ്ങൾക്കുവേണ്ടിയായിരുന്നെങ്കിൽ അത് തികച്ചും അർത്ഥ ശൂന്യമായേനെ : എന്നാൽ ഇത് ഞങ്ങളുടെ സുഹൃത്തുക്കൾക്കു വേണ്ടിയായിരുന്നു. സാധാരണഗതിയിൽ ഒരു തടവുകാരൻ രാവിലെ കുളിച്ച് വസ്ത്രം ധരിച്ച് പരേഡ് ഗ്രൗണ്ടിലേക്ക് പോകുവാൻ വിസമ്മതിക്കുന്നതോടെയാണ് ഇതിന്റെ ആരംഭം. യാചിച്ചാലും ഭീഷണിപ്പെടുത്തിയാലും മർദ്ദിച്ചാലും ഒരു ഫലവുമുണ്ടാവുകയില്ല. അയാൾ അനങ്ങാതെ ഒരേ കിടപ്പിൽക്കിടക്കും. ഏതെങ്കിലും രോഗാവസ്ഥയാണ് ഈ പ്രതിസന്ധിക്കു കാരണമായതെങ്കിൽ അയാൾ ചികിത്സാലയത്തിലേക്ക് കൊണ്ടുപോകുന്നതിനെ എതിർക്കുകയും ചെയ്യും. അയാൾ സകലത്തിലും നിന്ന് തോറ്റു പിൻവാങ്ങുകയും ചെയ്യും. സ്വന്തം വിസർജ്ജ്യത്തിൽ കിടന്നാൽ പോലും യാതൊന്നും അയാളെ അലട്ടുകയില്ല.

ഭാവിയിലുള്ള വിശ്വാസം നഷ്ടപ്പെടുന്നതും അപകടകരമായ തോറ്റുപിൻവാങ്ങലും തമ്മിൽ ചേർക്കുന്ന കണ്ണിയെ സംബന്ധിക്കുന്ന ഒരു പ്രകടനം ഒരിക്കൽ ഞാൻ കാണുവാനിടയായി. മുതിർന്ന ബ്ലോക്ക് വാർഡനും സാമാന്യം പ്രസിദ്ധനായ സംഗീതജ്ഞനും ഓപറ രചയിതാവുമായിരുന്ന എഫ്................ ഒരു ദിവസം എന്റെ മുന്നിൽ മനസ്സുതുറന്നു. "എനിക്കു ഡോക്ടറോട് ഒരു കാര്യം പങ്കുവയ്ക്കാനുണ്ട്. ഞാനൊരു വിചിത്രമായ സ്വപ്നം കണ്ടു. ഞാൻ അറിയുവാൻ ആഗ്രഹിക്കുന്നതു മാത്രം ചോദിച്ചാൽ എന്റെയെല്ലാ ചോദ്യങ്ങൾക്കും ഉത്തരം ലഭിക്കുമെന്ന് ഒരു അശരീരി കേട്ടു. ഞാൻ എന്തു ചോദിച്ചുവെന്നാണ് നിങ്ങൾ കരുതുന്നത്? ഈ യുദ്ധം എന്നു തീർന്നു കിട്ടുമെന്നാണ് എനിക്കറിയാനുള്ളത്. എനിക്ക് എന്നതുകൊണ്ട് ഞാനെന്താണുദ്ദേശിച്ചതെന്ന് ഡോക്ടർക്കു മനസ്സിലായോ? നമ്മളും നമ്മുടെ ക്യാംപും എന്നാണ് മോചിക്കപ്പെടുക, എന്നാണ് നമ്മുടെ ഈ യാതനകൾ അവസാനിക്കുക എന്നായിരുന്നു എനിക്കറിയേണ്ടിയിരുന്നത്."

"എന്നാണ് നിങ്ങൾ ഈ സ്വപ്നം കണ്ടത്?" ഞാൻ ചോദിച്ചു.

"1945 ഫെബ്രുവരിയിൽ", അയാൾ പറഞ്ഞു.

എങ്കിലത് മാർച്ച് ആരംഭത്തിലായിരുന്നിരിക്കാം.

എഫ്................ എന്നോടീ സ്വപ്നം വിവരിക്കുമ്പോൾ അയാൾ നിറഞ്ഞ പ്രതീക്ഷയിലായിരുന്നു. അയാളുടെ സ്വപ്നത്തിലെ ഈ ശബ്ദം സത്യമായിരുന്നുവെന്നത് അയാളുടെ ബോധ്യമായിരുന്നു.

"നിങ്ങളുടെ സ്വപ്നത്തിലെ അശരീരി എന്തു മറുപടിയാണ് നിങ്ങൾക്കു നൽകിയത്?"

ഒരു രഹസ്യം പറയുന്നതുപോലെ അയാൾ മന്ത്രിച്ചു, "മാർച്ച് മുപ്പത്". എഫ്............... എന്നോടയാളുടെ സ്വപ്നത്തെക്കുറിച്ചു പറയുമ്പോൾ തന്റെ സ്വപ്നത്തിലെ ശബ്ദം സത്യമാണെന്ന് അയാൾക്ക് പൂർണ്ണ ബോധ്യമുണ്ടായിരുന്നു. എന്നാൽ, ആ ദിവസം അടുത്തു വരുന്നതോടെ അയാൾക്ക് വാഗ്ദാനം ലഭിച്ച ദിവസം ഞങ്ങൾ മോചിപ്പിക്കപ്പെടുകയില്ലെന്ന് ക്യാംപിൽ ലഭ്യമായ യുദ്ധവാർത്തകൾ സൂചിപ്പിച്ചു. മാർച്ച് ഇരുപത്തിയൊമ്പതിന് എഫ്.............. പൊടുന്നനെ കടുത്ത പനി ബാധിച്ച് കിടപ്പിലായി. അയാളുടെ യുദ്ധയാതനകൾ അവസാനിക്കുമെന്ന പ്രവചനമുണ്ടായ മാർച്ച് മുപ്പതിന് അയാൾ ഉന്മാദത്തിലേക്ക് വീഴുകയും പിന്നീട് ബോധരഹിതനാവുകയും ചെയ്തു. മാർച്ച് മുപ്പത്തൊന്നിന് എഫ് മരിച്ചു. ബാഹ്യലക്ഷണമനുസരിച്ച് ടൈഫസ് ആയിരുന്നു മരണകാരണം.

ഒരു മനുഷ്യന്റെ പ്രത്യാശ, ധൈര്യം അഥവാ ഇവയുടെ അഭാവം എന്നിവയും അയാളുടെ ശരീരത്തിന്റെ പ്രതിരോധശേഷിയും തമ്മിലുള്ള അടുത്ത ബന്ധം അറിവുള്ളവർക്ക്, പൊടുന്നനെ ഒരാളുടെ പ്രത്യാശയും ധൈര്യവും നഷ്ടപ്പെടുന്നതിന്റെ മാരകമായ ആഘാതം മനസ്സിലാകും. പ്രതീക്ഷിച്ച ദിവസം മോചനം ലഭിക്കാതിരുന്നതു മൂലമുള്ള കഠിനമായ നിരാശയായിരുന്നു എന്റെ സുഹൃത്ത് മരണമടയുവാനുള്ള അടിസ്ഥാന കാരണം. ഇത് പിന്നീടുണ്ടായ ടൈഫസ് രോഗത്തെ പ്രതിരോധിക്കുവാനുള്ള അയാളുടെ ശരീരത്തിന്റെ ശേഷി പെട്ടെന്നു കുറച്ചു. ഭാവിയെക്കുറിച്ചുള്ള അയാളുടെ വിശ്വാസവും ജീവിക്കുവാനുള്ള അയാളുടെ ഇച്ഛാശക്തിയും മരവിക്കുകയും അയാളുടെ ശരീരം രോഗത്തിന് ഇരയായിത്തീരുകയും ചെയ്തു. ഒടുവിൽ മറ്റൊരു വിധത്തിലാണെങ്കിലും അയാളുടെ സ്വപ്നത്തിലെ അശരീരി സത്യമായിത്തീർന്നു.

ഈയൊരു കേസിലെ എന്റെ നിരീക്ഷണവും ക്യാംപിലെ മുഖ്യ ഡോക്ടറുടെ കണക്കിന്റെ പിന്നിലെ വസ്തുതയും തമ്മിൽ പൊരുത്തപ്പെടുന്നുണ്ട്. 1944-ലെ ക്രിസ്തുമസ്സ് കാലത്തെ മരണനിരക്കും 1945 പുതുവർഷദിനത്തിലെ മരണനിരക്കും തമ്മിൽ മുൻകാലത്തേക്കാൾ വളരെയേറെ വർദ്ധനയുണ്ട്. അദ്ദേഹത്തിന്റെ അഭിപ്രായമനുസരിച്ച്

ഈ വർദ്ധനവിനുള്ള കാരണം പണിസ്ഥലത്തെ കഠിനമായ സാഹചര്യങ്ങളോ ആഹാര വിതരണത്തിൽ വന്ന കുറവോ പ്രതികൂല കാലാവസ്ഥയോ പുതിയ മഹാമാരിയോ അല്ലായിരുന്നു. അവരിൽ ഭൂരിപക്ഷവും തങ്ങൾ അടുത്ത ക്രിസ്തുമസിനു മുമ്പായി തിരിച്ചു വീട്ടിലെത്തുമെന്ന പ്രത്യാശയിലായിരുന്നു ജീവിച്ചിരുന്നത്. കാലം മുന്നോട്ടു പോകുംതോറും വന്നിരുന്ന വാർത്തകൾ ആത്മവീര്യം കെടുത്തുന്നവയായിരുന്നു. അതോടെ തടവുകാർക്ക് ധൈര്യം നഷ്ടപ്പെടുകയും നിരാശ നിറയുകയും ചെയ്തു. ഇത് അവരുടെ രോഗപ്രതിരോധശേഷിയെ ബാധിക്കുകയും നിരവധിപ്പേർ മരിക്കുകയും ചെയ്തു.

മുമ്പ് സൂചിപ്പിച്ചതുപോലെ, മനുഷ്യന്റെ ആന്തരിക ശക്തി തിരിച്ചെടുക്കുന്നതിനുള്ള ശ്രമം അവർക്ക് ഭാവിയെക്കുറിച്ചൊരു ലക്ഷ്യം കാണിച്ചുകൊടുക്കുന്നതിലൂടെ ആയിരിക്കണം. നീച്ചേയുടെ വാക്കുകളിൽ "ജീവിതത്തിൽ '*എന്തിന്*'ജീവിക്കണം' എന്ന ചോദ്യത്തിന് ഉത്തരമുള്ള ഒരാൾക്ക് ഏതുവിധേനയും *എങ്ങനെ?* എന്ന ചോദ്യത്തെ സഹിക്കുവാൻ കഴിയും" എന്ന ഉദ്ധരണി തടവുകാരെ സംബന്ധിക്കുന്ന എല്ലാ സൈക്കോതെറാപ്യൂട്ടിക്-സൈക്കോഹൈജീനിക് പരിശ്രമങ്ങളുടെയും വഴികാട്ടിയായിരി ക്കണം. എപ്പോഴെല്ലാം ഒരു അവസരമുണ്ടാകുന്നുവോ അവരുടെ ജീവിതത്തിൽ എത്ര ഭയാനകമായ 'എങ്ങനെ' എന്ന ചോദ്യത്തിന് 'എന്തിന് ജീവിക്കണം' എന്ന ലക്ഷ്യം കൊണ്ടു കരുത്തു നൽകണം. ജീവിതത്തിന് പൊരുളില്ലെന്നു കരുതുന്നവന് ദുരിതം ഉറപ്പാണ്. ഒരു ലക്ഷ്യമോ ഉദ്ദേശ്യമോ ഇല്ലാതെ മുന്നോട്ടു പോകുന്നതിൽ അർത്ഥമില്ല. അയാൾ അതിവേഗം പരാജയപ്പെട്ടിരിക്കും. ആത്മവിശ്വാസം പകരുന്ന എല്ലാ വാദങ്ങളെയും ഈ സവിശേഷ മറുപടിയോടെ നിരാകരിക്കുന്ന ഒരാൾ 'എനിക്കിനി ജീവിതത്തിൽ പ്രതീക്ഷയില്ല' എന്ന് കരുതുന്നയാളായിരിക്കും. അത്തരം മനോനിലയുള്ള ഒരാൾക്ക് എന്തു മറുപടിയാണ് നൽകുവാൻ കഴിയുക?

യഥാർത്ഥത്തിൽ ജീവിതത്തോടുള്ള നമ്മുടെ മനോഭാവത്തിന് അടിസ്ഥാനപരമായ ഒരു മാറ്റം അനിവാര്യമാണ്. നമ്മൾ സ്വയം പഠിക്കേണ്ടിയിരുന്നതാണ്, അതിലുപരി നിരാശരായ മനുഷ്യരെ നമ്മൾ പഠിപ്പിക്കേണ്ടതുമായിരുന്നു. *നമ്മൾ ജീവിതത്തിൽ നിന്ന് എന്തു പ്രതീക്ഷിക്കുന്നു എന്നതിലല്ല, അതിലുപരി ജീവിതം നമ്മളിൽ നിന്ന് എന്തു പ്രതീക്ഷിക്കുന്നു എന്നതാണ് പ്രധാനം.* നമ്മൾ ജീവിത

ത്തിന്റെ അർത്ഥമെന്തെന്ന ചോദിക്കുന്നത് നിർത്തേണ്ടതായിരുന്നു. അതിനു പകരമായി ഓരോ ദിവസവും ഓരോ മണിക്കൂറിലും ജീവിതത്താൽ ചോദ്യം ചെയ്യപ്പെടുന്നവരായി നമ്മളെ സ്വയം കരുതേണ്ടതാണ്. നമ്മുടെ മറുപടിവാക്കുകളോ ചിന്തയോ ഉൾക്കൊള്ളുന്നവയാകരുത്, പകരം ശരിയായ സമയത്ത് ശരിയായ പ്രവൃത്തിയാണു വേണ്ടത്. ആത്യന്തികമായി ജീവിതമെന്നാൽ ഓരോ പ്രശ്നങ്ങൾക്കും അനുയോജ്യമായ പരിഹാരങ്ങൾ കണ്ടെത്തുകയും അവയിൽ നിന്ന് ഓരോ വ്യക്തിക്കും സ്ഥിരമായി കരുതിവച്ചിരിക്കുന്ന കർത്തവ്യങ്ങൾ നിറവേറ്റുക എന്നതുമാണ്.

ഇത്തരം കർത്തവ്യങ്ങളും ജീവിതത്തിന്റെ പൊരുളും ഓരോ വ്യക്തിയിലും ഓരോ നിമിഷങ്ങളിലും വ്യത്യസ്തമായിരിക്കും. ആയതിനാൽ, ജീവിതത്തിന്റെ പൊരുൾ ഒരു പൊതുനിർവ്വചനത്തിൽ ഒതുക്കുവാൻ കഴിയുന്നതല്ല. ജീവിതപ്പൊരുളിനെക്കുറിച്ചുള്ള ചോദ്യങ്ങൾ ഒരിക്കലും സങ്കീർണ്ണ അത്യുക്തികൾ ഉപയോഗിച്ച് മറയ്ക്കുവാൻ കഴിയില്ല. ജീവിതം അവ്യക്തമായ ഒന്നല്ല, അത് ജീവിതത്തിലെ കർത്തവ്യങ്ങൾ പോലെ തികച്ചും യഥാർത്ഥവും മൂർത്തവുമായ ഒന്നാണ്. അവ ഓരോ മനുഷ്യർക്കും വേണ്ടി വിശിഷ്ടവും വ്യത്യസ്തവുമായ ഭാഗധേയം രൂപപ്പെടുത്തുന്നു. ഒരു മനുഷ്യനെയും ഒരു ഭാഗധേയത്തെയും മറ്റൊരു മനുഷ്യനുമായോ മറ്റൊരു ഭാഗധേയവുമായോ താരതമ്യം ചെയ്യുവാൻ സാധ്യമല്ല. ഒരു സാഹചര്യവും പിന്നീടൊരിക്കൽ ആവർത്തിക്കുന്നില്ല. ഓരോ സാഹചര്യവും വ്യത്യസ്ത പ്രതികരണങ്ങൾ ആവശ്യപ്പെടുന്നു. ചിലപ്പോൾ ഒരു മനുഷ്യൻ, അവനെത്തപ്പെട്ടിരിക്കുന്ന സാഹചര്യത്തിൽ സ്വന്തം കർമ്മം കൊണ്ടു തന്നെ അവന്റെ ഭാഗധേയം രൂപപ്പെടുത്തേണ്ടിവരും. മറ്റു ചില സന്ദർഭങ്ങളിൽ മനനത്തിനുള്ള അവസരം കൂടുതൽ പ്രയോജനപ്രദമാക്കിക്കൊണ്ട് ഈ വിധത്തിൽ പൊരുൾ നേടാം. ചില സന്ദർഭങ്ങളിൽ മനുഷ്യന് കൈകെട്ടി നിന്നുകൊണ്ട് കുരിശു പേറുവാനുള്ള അവന്റെ ഭാഗധേയം സ്വീകരിക്കാം. ഓരോ സന്ദർഭവും അതിന്റെ വിശിഷ്ടത കൊണ്ട് വ്യതിരിക്തമാകുന്നു. ആ നിർദ്ദിഷ്ട സന്ദർഭം ഉയർത്തുന്ന പ്രശ്നത്തിന് എല്ലായ്പ്പോഴും ഒരേയൊരു ശരിയായ പരിഹാരമേ ഉണ്ടായിരിക്കൂ.

സഹനം തന്റെ ഭാഗധേയമാണെന്നു വെളിവാകുമ്പോൾ അവന് സഹനം കർത്തവ്യമായിത്തന്നെ സ്വീകരിക്കേണ്ടി വരും

- അവന്റെ ഏകവും വിശിഷ്ടവുമായ കർത്തവ്യം. എന്നാൽ സഹന ത്തിലും അവൻ അദ്വിതീയനും ഏകനുമാണെന്ന കാര്യം അവൻ പ്രഖ്യാപിക്കേണ്ടതാണ്. ഒരാൾക്കും അവന്റെ സഹനത്തിൽ നിന്ന് അവനെ മോചിപ്പിക്കുവാൻ കഴിയില്ല. അതായത്, അവന്റെ സഹനം ഏറ്റെടുക്കുവാൻ ആർക്കും കഴിയില്ല. സ്വന്തം ഭാരം സ്വയം പേറുന്ന തിലൂടെയാണ് അവൻ വിശിഷ്ടനാകുന്നത്.

തടവുകാർ എന്ന നിലയിൽ ഈ ചിന്തകൾ യാഥാർത്ഥ്യത്തിൽ നിന്ന് വേർപെടുത്തിയ വെറും ഊഹങ്ങളല്ലായിരുന്നു ഞങ്ങൾക്ക്. ഈ ചിന്തകൾ മാത്രമായിരുന്നു ഞങ്ങൾക്ക് സഹായകരമായത്. അവിടെ നിന്ന് ജീവനോടെ മടങ്ങുവാനുള്ള സാധ്യതകൾ അടഞ്ഞിരു ന്നിട്ടും അവ ഞങ്ങളെ നിരാശയിൽ നിന്നകറ്റി നിർത്തി. ഇതിനാൽ വളരെ മുമ്പ് തന്നെ ജീവിതത്തിന്റെ പൊരുൾ എന്തെന്ന ചോദ്യം ചോദിക്കുന്ന ഘട്ടം ഞങ്ങൾ കടന്നിരുന്നു. അത് അനുഭവജ്ഞാ നത്തിന്റെ അഭാവത്താലുള്ള ഒരു ചോദ്യമായിരുന്നു. ഞങ്ങൾക്ക് ജീവിതത്തിന്റെ പൊരുളെന്നാൽ ജനിമൃതികളുടെ വിശാലമായ കാലചക്രത്തെയും സഹനത്തെയും മരണത്തെയും ആലിംഗനം ചെയ്യലാണ്.

ഒരിക്കൽ ഞങ്ങൾക്കു മുന്നിൽ സഹനത്തിന്റെ പൊരുൾ തെളിഞ്ഞപ്പോൾ, മിഥ്യകളെ താലോലിച്ചും കൃത്രിമ പ്രത്യാശകൾ ആസ്വദിച്ചും ക്യാംപിലെ പീഡനങ്ങളെ നിസ്സാരവൽകരിക്കുവാനും അവഗണിക്കുവാനും ഞങ്ങൾ വിസമ്മതിച്ചു. സഹനമെന്നത് പിന്തി രിഞ്ഞുനടക്കുവാൻ അരുതാത്ത ഞങ്ങളുടെ കർത്തവ്യമായിരുന്നു. അതിൽ മറഞ്ഞിരിക്കുന്ന നേട്ടങ്ങളുടെ അവസരങ്ങൾ ഞങ്ങൾ തിരിച്ചറിഞ്ഞിരുന്നു. ഇത്തരം അവസരങ്ങളാണ് കവിയായ റിൽ ക്കെയെക്കൊണ്ട് ഇങ്ങനെ എഴുതിച്ചത്, 'എത്രയെത്ര സഹനങ്ങളാ ണിനിയും കടന്നു പോകുവാനുള്ളത്.' മറ്റുള്ളവർ കഠിന ജോലികൾ കടന്നുകിട്ടുന്നതിനെക്കുറിച്ച് എഴുതിയതുപോലെ റിൽക്കെ സഹന ങ്ങളിലൂടെ കടന്നുപോകുന്നതിനെക്കുറിച്ച് എഴുതി.

ഞങ്ങൾക്ക് എണ്ണമറ്റ സഹനങ്ങളിലൂടെ കടന്നു പോകേണ്ടി യിരുന്നു. ആയതിനാൽ ദുർബ്ബല നിമിഷങ്ങളും രഹസ്യമായൊഴു ക്കിയ കണ്ണുനീരും കുറയ്ക്കേണ്ടതായി വന്നു. സഹനത്തെ മുഴുവനായും മുഖാമുഖം കാണേണ്ടത് അനിവാര്യമായിരുന്നു. എന്നാൽ, കണ്ണുനീ രിനെ കുറിച്ച് ലജ്ജിക്കേണ്ടതില്ലായിരുന്നു, കാരണം മനുഷ്യന്

മഹത്തായ ധീരതയുണ്ടെന്നതിന്റെയും സഹനശേഷിയുണ്ടെന്ന തിന്റെയും സാക്ഷിയായിരുന്ന കണ്ണുനീർ. വളരെ കുറച്ചു പേർ മാത്രമേ ഇതു തിരിച്ചറിഞ്ഞിരുന്നുള്ളൂ. ഇടയ്ക്കെല്ലാം ലജ്ജ നിറഞ്ഞ മുഖത്തോടെ ചിലർ തേങ്ങിക്കരഞ്ഞിരുന്നതായി വെളിപ്പെടുത്തി. എങ്ങനെയാണ് നിങ്ങൾ നിങ്ങളുടെ നീർക്കെട്ട് മാറ്റിയെടുത്തത് എന്ന് എന്റെയൊരു സഖാവിനോട് ചോദിച്ചപ്പോൾ അയാൾ ഒരു കുറ്റസമ്മതം പോലെ പറഞ്ഞു, "കരഞ്ഞുകൊണ്ട് ഞാൻ അതെന്റെ ശരീരത്തിൽ നിന്നു കളഞ്ഞു" എന്ന്.

ക്യാംപിൽ സൈക്കോതെറാപ്പിയുടെയോ സൈക്കോഹൈജീന്റെയോ ആർദ്രത നിറഞ്ഞ ചികിത്സ ആരംഭിക്കുവാൻ സാധ്യമായ സന്ദർഭങ്ങളിലെല്ലാം തന്നെ അവ വ്യക്തിഗതമായോ ഒരുകൂട്ടം രോഗികൾക്കായോ വേണ്ടി മാത്രമായിരുന്നു. വ്യക്തിഗത സൈക്കോതെറാപ്പി ശ്രമങ്ങളെല്ലാം ഒരുവിധത്തിൽ ജീവൻ രക്ഷാ സമ്പ്രദായം ആയിരുന്നു. ഈ പ്രയത്നങ്ങൾ മുഖ്യമായും ആത്മഹത്യാ ശ്രമങ്ങൾ തടയുന്നതിനായിരുന്നു. ക്യാംപിലെ കർശന നിയമങ്ങൾ ആത്മഹത്യാശ്രമങ്ങളിൽ നിന്ന് മനുഷ്യരെ രക്ഷിക്കുന്നതിനെതിരായിരുന്നു. ഉദാഹരണത്തിന്, തൂങ്ങി മരിക്കുവാൻ ഒരുങ്ങുന്ന തടവുകാരനെ സഹതടവുകാർ കയർ മുറിച്ച് താഴെയിറക്കുന്നത് അനുവദിച്ചിരുന്നില്ല. ആയതിനാൽ ഈ ശ്രമങ്ങൾ ആദ്യമേ തടയേണ്ടത് അനിവാര്യമായിരുന്നു.

വിസ്മയിപ്പിക്കുന്ന സമാനതകളുണ്ടായിരുന്ന രണ്ട് ആത്മഹത്യാ പദ്ധതികൾ എനിക്ക് ഓർമ്മയുണ്ട്. രണ്ടുപേരും അവരുടെ ആത്മഹത്യാ തീരുമാനം എന്നോടു പറഞ്ഞിരുന്നു. അവർക്കു തങ്ങളുടെ ജീവിതത്തിൽ പ്രതീക്ഷ നഷ്ടപ്പെട്ടിരിക്കുന്നുവെന്നു പറഞ്ഞു. ജീവിതം അവരിൽ നിന്ന് ചിലതെല്ലാം പ്രതീക്ഷിക്കുന്നുണ്ടെന്നു രണ്ടുപേരെയും ബോധ്യപ്പെടുത്തുക എന്നതായിരുന്നു എന്റെ ഉദ്യമം. ആദ്യത്തേത് അയാൾ ഗാഢമായി സ്നേഹിച്ചിരുന്ന, ഒരു വിദേശ രാജ്യത്ത് അയാളെ കാത്തിരുന്ന കുട്ടിയായിരുന്നു: ഒരു അച്ഛന്റെ വാത്സല്യം മറ്റൊരാളിൽ നിന്നു പ്രതീക്ഷിക്കുവാൻ സാധ്യമായിരുന്നില്ല. രണ്ടാമത്തേത്, ശാസ്ത്രജ്ഞനായിരുന്ന ഒരാൾക്ക്, താനെഴുതിക്കൊണ്ടിരുന്ന പരമ്പരയായ ശാസ്ത്ര പുസ്തകങ്ങൾ പൂർത്തിയാക്കേണ്ടിയിരുന്നു : അയാളുടെ പുസ്തകങ്ങൾ മറ്റൊരാൾക്കു പൂർത്തിയാക്കുവാൻ കഴിയുമായിരുന്നില്ല.

ഓരോ വ്യക്തിയുടെയും അദ്വിതീയതയും ഏകത്വവും ഓരോരുത്തരെയും വ്യതിരിക്തരാക്കിക്കൊണ്ട് അവന്റെ അസ്തിത്വത്തിന് പൊരുളേകിയിരുന്നു. ഇത് മനുഷ്യസ്നേഹത്തിനോളം തന്നെ സൃഷ്ടിപരതയ്ക്കും ഒരു താങ്ങു നൽകുന്നു. ഒരു വ്യക്തിയെ തനിക്കു പകരം വയ്ക്കുന്നതിന്റെ അസംഭവ്യത തിരിച്ചറിയപ്പെട്ടുമ്പോൾത്തന്നെ തന്റെ അസ്തിത്വത്തോടുള്ള ഒരുവന്റെ പ്രതിബദ്ധതയെ ഗംഭീര മഹിമയോടെ അവിരാമം പ്രത്യക്ഷപ്പെട്ടുവാൻ ആ തിരിച്ചറിവ് അവനെയനുവദിക്കുന്നു. തന്നെ വാൽസല്യപൂർവ്വം കാത്തിരിക്കുന്ന മനുഷ്യജീവിയോടോ അതുമല്ലെങ്കിൽ അപൂർണ്ണമായ ഒരു പുസ്തകത്തോടോ ഉത്തരവാദിത്വമുള്ള ഒരാൾക്ക് ജീവിതം അത്രയെളുപ്പത്തിൽ വലിച്ചെറിയുവാൻ കഴിയില്ല. അയാൾക്ക് തന്റെ അസ്തിത്വം 'എന്തിനുവേണ്ടി' എന്നത് വ്യക്തമായി അറിയാമായിരുന്നതുകൊണ്ടുതന്നെ അയാൾ അതിനായി അതിന്റെ 'എങ്ങനെ?' ഏതു വിധേനയും സഹിക്കുവാൻ തയ്യാറാണ്.

ഒരു സംഘം തടവുകാർക്കായി സൈക്കോതെറാപ്പി നടത്തുവാനുള്ള സൗകര്യങ്ങൾ സ്വാഭാവികമായും ക്യാംപിൽ പരിമിതമായിരുന്നു. ശരിയായ ഒരു ഉദാഹരണം എക്കാലവും വാക്കുകളെക്കാൾ വളരെയേറെ ഫലപ്രദമായിരുന്നു. അധികാരികൾക്കൊപ്പം നിൽക്കാൻ തയ്യാറല്ലാതിരുന്ന മുതിർന്ന ഒരു ബ്ലോക്ക് വാർഡന് നീതിബോധവും പ്രസാദപൂർണ്ണമായ പെരുമാറ്റവും കൊണ്ട് തന്റെ പ്രവർത്തനമേഖലയിൽ ദൂരവ്യാപകമായ ധാർമ്മിക സ്വാധീനം ചെലുത്തുവാൻ ഒരായിരം അവസരങ്ങളുണ്ടായിരുന്നു. സ്വഭാവത്തിന്റെ പൊടുന്നനെയുള്ള സ്വാധീനം വാക്കുകളെക്കാൾ ഫലപ്രദമായിരിക്കും. എന്നാൽ, ബാഹ്യസാഹചര്യങ്ങളാൽ ഒരാളുടെ മനസ്സിന്റെ സ്വീകാര്യക്ഷമത തീവ്രമായിരിക്കുന്ന സമയത്ത് ചിലപ്പോൾ ഒരു വാക്കുപോലും ഫലപ്രദമായെന്നു വരാം. ഒരു പ്രത്യേക ബാഹ്യസാഹചര്യത്തിന്റെ സ്വാധീനം ഒരു കുടിലിലെ മുഴുവൻ അന്തേവാസികളുടെയും മനസ്സിന്റെ സ്വീകാര്യക്ഷമത തീവ്രമാക്കിത്തീർത്ത സംഭവം സൈക്കോതെറാപ്യൂട്ടിക് ചികിത്സയ്ക്ക് അനുകൂലമായ അവസരമൊരുക്കിയത് എനിക്കോർമ്മയുണ്ട്.

ക്യാംപിലെ വിധ്വംസക പ്രവർത്തനങ്ങളുടെ പട്ടികയിൽ പുതിയ കുറ്റകൃത്യങ്ങൾ കൂടി എഴുതിച്ചേർക്കപ്പെട്ട ഒരു മോശം ദിവസ

മായിരുന്നു അത്. ഈ പുതിയ കുറ്റങ്ങൾ ചെയ്തവരെ മരണം വരെ തൂക്കിലേറ്റുമെന്ന ഒരു പ്രഖ്യാപനം അന്ന് പുറപ്പെടുവിക്കപ്പെട്ടു. ചില തടവുകാർ കാലിന്റെ നെരിയാണിക്ക് താങ്ങ് വയ്ക്കുവാൻ കമ്പിളിയിൽ നിന്ന് ചെറു കഷണം മുറിച്ചെടുക്കുന്ന നിസ്സാരമോഷണം പതിവുണ്ടായിരുന്നു. ഇതും മേൽപ്പറഞ്ഞ കുറ്റകൃത്യങ്ങളിൽ ഉൾപ്പെട്ടിരുന്നു. ഏതാനും ദിവസങ്ങൾക്കു മുമ്പ് അർദ്ധപ്പട്ടിണിക്കാരനായ ഒരു അന്തേവാസി ഉരുളക്കിഴങ്ങ് സൂക്ഷിച്ചിരുന്ന മുറിയിൽ അതിക്രമിച്ചുകടന്ന് കുറെ ഉരുളക്കിഴങ്ങുകൾ മോഷ്ടിച്ചു. മോഷണം നടന്നത് തടവുകാർ അറിയുകയും കള്ളനെ തിരിച്ചറിയുകയും ചെയ്തു. ക്യാംപ് അധികാരികൾ ഇതു കേട്ടറിഞ്ഞതോടെ കുറ്റം ചെയ്തയാളെ ചൂണ്ടിക്കാണിക്കുക അല്ലാത്തപക്ഷം ക്യാംപിലെ എല്ലാവരും പട്ടിണി കിടക്കുക എന്ന് ഉത്തരവിട്ടു. സ്വാഭാവികമെന്നോണം 2500 പേർ പട്ടിണി കിടക്കുവാൻ തയ്യാറായി.

നിരാഹാരം തിരഞ്ഞെടുത്ത ആ ദിവസം വൈകുന്നേരം ഞങ്ങൾ തളർന്ന മാനസികാവസ്ഥയിൽ തറയിൽ കിടന്നു. ആളുകൾ വളരെക്കുറച്ചു മാത്രം സംസാരിച്ചു. അതുപോലും മറ്റുള്ളവരെ അലോസരപ്പെടുത്തി. കാര്യങ്ങൾ കൂടുതൽ അസഹ്യമാക്കുന്നതിനായി വെളിച്ചവും കെട്ടു. ക്ഷമ അതിന്റെ നെല്ലിപ്പലകയിലെത്തി. എന്നാൽ, ഞങ്ങളുടെ മുതിർന്ന ബ്ലോക്ക് വാർഡൻ വിവേകിയായ ഒരു മനുഷ്യനായിരുന്നു. അദ്ദേഹം ആ നിമിഷങ്ങളിൽ ഞങ്ങളുടെയെല്ലാം മനസ്സിലുണ്ടായിരുന്ന കാര്യം പറഞ്ഞു. കഴിഞ്ഞ ഏതാനും ദിവസങ്ങളിൽ രോഗം മൂലം മരിച്ചതും ആത്മഹത്യ ചെയ്തതുമായ നിരവധി സഖാക്കളെക്കുറിച്ച് അദ്ദേഹം സംസാരിച്ചു. അതോടൊപ്പം അദ്ദേഹം മറ്റൊരു കാര്യം കൂടി സൂചിപ്പിച്ചു. അവരുടെ മരണത്തിനുള്ള യഥാർത്ഥ കാരണം പ്രത്യാശ കൈവിട്ടതാണെന്നതായിരുന്നു അത്. ഇന്നത്തെ അതിരുകടന്ന ഈ അവസ്ഥയ്ക്ക് ഒരു അവസാനം കാണുകയും ഭാവിയിൽ ഇത്തരം ഇരകളുണ്ടാകുന്നത് തടയുവാൻ വഴി കണ്ടെത്തേണ്ടതുണ്ടെന്നും അദ്ദേഹം അഭിപ്രായപ്പെട്ടു. ഈ ഉപദേശം കൊടുക്കുവാൻ അദ്ദേഹം എന്നെയാണ് തിരഞ്ഞെടുത്തത്.

എന്നാൽ, മനഃശാസ്ത്രപരമായ വിശദീകരണം കൊടുക്കുവാനോ ധർമ്മോപദേശം കൊടുക്കുവാനോ അതുമല്ലെങ്കിൽ എന്റെ സഖാക്കൾക്ക് ഏതെങ്കിലും തരത്തിലുള്ള വൈദ്യസഹായം കൊടുക്കുവാനോ കഴിയുന്ന അവസ്ഥയിലായിരുന്നില്ല ഞാൻ. തണുപ്പും വിശപ്പും

മൂലം ഞാൻ അങ്ങേയറ്റം അവശനായിരുന്നു. എങ്കിലും എനിക്കീ അവസരം ഉപയോഗിച്ച് പരമാവധി ശ്രമിക്കേണ്ടതുണ്ടായിരുന്നു. മുമ്പൊരിക്കലും ഉണ്ടായിട്ടില്ലാത്തവിധം പ്രോത്സാഹനം അപ്പോഴുണ്ടായിരുന്നു.

അങ്ങനെ ഞാൻ ഏറ്റവും നിസ്സാരമായ സുഖങ്ങളെക്കുറിച്ച് സൂചിപ്പിക്കുവാൻ തുടങ്ങി. യൂറോപ്പിൽ രണ്ടാം ലോക മഹായുദ്ധത്തിലെ ആറാം ശിശിരത്തിലും ഞങ്ങളുടെ അവസ്ഥ സങ്കൽപ്പിക്കാവുന്നതിൽ വച്ചേറ്റവും ഭയാനകമായിരുന്നില്ല. മാറ്റിയെടുക്കാൻ കഴിയാത്ത എന്തു നഷ്ടമാണ് അതുവരെ നമുക്കുണ്ടായിട്ടുള്ളതെന്ന് ഓരോരുത്തരും സ്വയം ചോദിക്കേണ്ടതാണെന്നു ഞാൻ അവരോട് പറഞ്ഞു. ഞങ്ങളിൽ അധികം പേർക്കും ഇത്തരം നഷ്ടങ്ങൾ വളരെ ചുരുക്കമായിരുന്നു എന്നു ഞാൻ ഊഹിച്ചു. ജീവിച്ചിരിക്കുന്നവർക്കെല്ലാം ഇനിയും പ്രത്യാശയ്ക്കു വകയുണ്ട്. ആരോഗ്യം, കുടുംബം, സന്തോഷം, തൊഴിൽപരമായ കഴിവുകൾ, ഭാഗ്യം, സമൂഹത്തിലെ സ്ഥാനങ്ങൾ ഇവയെല്ലാം തന്നെ തിരിച്ചുപിടിക്കാവുന്നതോ ഇനിയും നേടാവുന്നതോ ആണെന്നു പറഞ്ഞു. എന്തുതന്നെയായാലും ഇപ്പോഴും നമ്മുടെ അസ്ഥികൾ ഊനം തട്ടാതെയിരിക്കുന്നുണ്ട്. നമ്മൾ ഇതിനകം അനുഭവിച്ചുകഴിഞ്ഞതെല്ലാം ഭാവിയിലേക്കുള്ള സമ്പാദ്യമായിരിക്കും. ഞാൻ വീണ്ടും നീച്ചേയിൽ നിന്ന് ഉദ്ധരിച്ചു, “എന്നെ ഇനിയും കൊന്നിട്ടില്ലാത്തതെന്തോ, അതെന്നെ കരുത്തനാക്കും”

പിന്നീട് ഞാൻ ഭാവിയെക്കുറിച്ച് സംസാരിച്ചു. വികാരരഹിതനായിത്തീർന്ന ഒരുവന് ഭാവി ആശയറ്റതായി തോന്നിയേക്കാം. നമുക്കോരോരുത്തർക്കും അതിജീവിക്കുവാൻ കിട്ടിയ അവസരങ്ങൾ എത്രയോ കുറവായിരുന്നുവെന്ന് സ്വയം ഊഹിക്കാമെന്നു ഞാൻ സമ്മതിച്ചു. ഇപ്പോൾ ക്യാംപിൽ ടൈഫസ് മഹാമാരി ഇല്ലെങ്കിലും, എന്റെ സാധ്യത ഇരുപതിൽ ഒന്നായാണു കണക്കാക്കിയിരുന്നതെന്നു ഞാനവരോടു പറഞ്ഞു. ഇതിനിടയിൽ പോലും എനിക്കു പ്രതീക്ഷ നഷ്ടപ്പെടുത്തുവാനോ അടിയറവു പറയുവാനോ ഉദ്ദേശ്യമില്ലായിരുന്നു. കാരണം ഭാവി എന്താണു കാത്തുവച്ചിരിക്കുന്നതെന്ന് ഒരാൾക്കുമറിയില്ല. അടുത്ത ഏതാനും ദിവസങ്ങളിൽ പ്രക്ഷോഭകരമായ ഒരു പട്ടാള ഇടപെടൽ പ്രതീക്ഷിക്കുവാൻ കഴിഞ്ഞിരുന്നില്ലെങ്കിലും, ക്യാംപിലെ അനുഭവങ്ങളുടെ വെളിച്ചത്തിൽ ഞങ്ങൾക്കറിയാവുന്നതുപോലെ ആർക്കറിയാം. പൊടുന്നനെ ഒരു വ്യക്തിക്കെങ്കിലും

വലിയ അവസരം തുറക്കുകയില്ലെന്ന് എങ്ങനെ പറയും? ഉദാഹരണത്തിന്, ആശ്ചര്യപ്പെടുത്തും വിധം മികച്ച സാഹചര്യങ്ങളുള്ള ഒരു പണിസ്ഥലത്തേയ്ക്ക് ഒരാളെ അപ്രതീക്ഷിതമായി മാറ്റിയേക്കാം. ഇതിൽ തടവുകാരന്റെ ഭാഗ്യമെന്ന ഘടകം പ്രവർത്തിച്ചിരുന്നു.

പക്ഷെ, ഭാവിയെക്കുറിച്ചോ അതിനെ മറയ്ക്കുന്ന ഇരുണ്ട ആവരണത്തെക്കുറിച്ചോ മാത്രമല്ല ഞാൻ പറഞ്ഞത്. അന്ധകാരത്തിലായ വർത്തമാനത്തിൽ പോലും ഭൂതകാലത്തിലെ ആനന്ദങ്ങൾ എത്രമാത്രം തിളങ്ങുന്നുവെന്നാണ് ഞാൻ സൂചിപ്പിച്ചത്. എന്നെ വെറുമൊരു ധർമ്മോപദേശകൻ എന്നു വിളിക്കാതിരിക്കുവാൻ വീണ്ടും ഞാനൊരു കവിയെ ഉദ്ധരിച്ചു, "നിങ്ങൾ അനുഭവിച്ചതൊന്നും നിങ്ങളിൽ നിന്ന് കവർന്നെടുക്കുവാൻ ലോകത്തൊരു ശക്തിക്കും കഴിയില്ല". നമ്മുടെ അനുഭവങ്ങൾ മാത്രമല്ല, നമ്മളിതുവരെ ചെയ്തതെല്ലാം, നമ്മുടെയുള്ളിൽ വിരിഞ്ഞ മഹത്തായ ചിന്തകൾ, എന്തുവേണ്ട നമ്മുടെ സഹനങ്ങളുമെല്ലാം ഇന്ന് ഭൂതകാലമാണെങ്കിലും അവയൊന്നും നഷ്ടപ്പെടുകയില്ല. അവയ്ക്കെല്ലാം നമ്മളിന്ന് അസ്തിത്വം നൽകിയിരിക്കുന്നു. അവയെല്ലാം ഒരർത്ഥത്തിൽ ഇന്നു ജീവനുള്ളവയാണ്.

പിന്നീട് ഞാൻ ജീവിതത്തിന് പൊരുളേകുന്ന നിരവധി അവസരങ്ങളെക്കുറിച്ചു പറഞ്ഞു. ഇടയ്ക്കെപ്പോഴെങ്കിലും ഒരു നെടുവീർപ്പു മാത്രമായി ചലനമറ്റുകിടക്കുന്ന എന്റെ സഖാക്കളോടു ഞാൻ പറഞ്ഞു "മനുഷ്യ ജീവിതത്തിന് അത് ഏതു സാഹചര്യത്തിൽ ത്തന്നെ ആയാലും പൊരുൾ നഷ്ടപ്പെടുന്നില്ല. അപരിമേയമായ ഈ പൊരുളിൽ സഹനവും മരണവും ഉൾപ്പെടും, എല്ലാത്തരം ദാരിദ്ര്യങ്ങളും മരണവും ഉൾപ്പെടും." കുടിലിലെ ഇരുട്ടിലും എന്റെ വാക്കുകൾ ശ്രദ്ധിച്ചിരുന്ന സാധുക്കളായ സഖാക്കളോട് ഇന്നത്തെ സാഹചര്യങ്ങളുടെ ഗുരുതരാവസ്ഥ തിരിച്ചറിഞ്ഞ് അവയെ നേരിടുകയാണ് വേണ്ടതെന്നു ഞാൻ പറഞ്ഞു. പ്രത്യാശ കൈവിടുകയല്ല, പകരം പോരാട്ടത്തിനിടയിൽ ആശാരാഹിത്യമുണ്ടെങ്കിൽപോലും പോരാട്ടത്തിന്റെ അന്തസ്സിനെ തള്ളിപ്പറയുകയില്ലെന്ന ഉറപ്പിൽ ധീരതയോടെ മുന്നോട്ടു പോവുകയാണ് വേണ്ടതെന്ന് ഞാൻ അറിയിച്ചു. ക്ലേശകാലത്ത് പുച്ഛത്തോടെ നമ്മളെ വീക്ഷിക്കുന്നത് ഒരു സുഹൃത്തോ ഭാര്യയോ മരിച്ചു പോയവരോ ജീവിച്ചിരിക്കുന്നവരോ, ദൈവം തന്നെയായാൽ പോലും നമ്മൾ അവരെ നിരാശപ്പെടുത്തുമെന്ന് പ്രതീക്ഷിക്കുന്നില്ല. ദയനീയമായല്ല, അന്തസ്സോടെയാണ്

നമ്മുടെ സഹനപർവ്വത്തെയും മരണത്തെയും നേരിടുകയെന്ന് അവർ പ്രതീക്ഷിക്കുന്നുണ്ട്.

ഒടുവിൽ ഞാൻ ഓരോ ഘട്ടവും പൊരുളാർന്ന ഞങ്ങളുടെ ത്യാഗങ്ങളെക്കുറിച്ചു സംസാരിച്ചു. ഭൗതികനേട്ടങ്ങളുടെ ലോകത്തായിരുന്നു ഈ ത്യാഗങ്ങൾ അർത്ഥശൂന്യമായി പരിഗണിക്കപ്പെട്ടത്. എന്നാൽ, യഥാർത്ഥത്തിൽ നമ്മുടെ ത്യാഗത്തിന് മൂല്യമുണ്ടായിരുന്നു. ഞങ്ങളിൽ വിവിധതരം മതവിശ്വാസങ്ങളുണ്ടായിരുന്ന തടവുകാർക്കിത് നിഷ്പ്രയാസം മനസ്സിലാകും, ഞാൻ എന്റെ സഖാക്കളോട് തുറന്നുപറഞ്ഞു. ക്യാംപിൽ എത്തിച്ചേർന്ന ഒരു തടവുകാരൻ സ്വർഗ്ഗവുമായി ഒരു കരാറുണ്ടാക്കുവാൻ ശ്രമിച്ച കഥ ഞാൻ അവരോട് പറഞ്ഞു. അയാളുടെ സഹനത്തിനും മരണത്തിനും പകരമായി അയാൾ സ്നേഹിച്ചിരുന്ന ഒരു മനുഷ്യജീവിയെ സഹനത്തിൽ നിന്നും വേദന നിറഞ്ഞ മരണത്തിൽ നിന്നും രക്ഷിക്കണമെന്നായിരുന്നു ആവശ്യം. ഈ മനുഷ്യന് തന്റെ സഹനവും മരണവും അർത്ഥപൂർണ്ണമായിരുന്നു : അയാൾ ആഴത്തിലുള്ള പൊരുളിന്റെ ബലിയായിരുന്നു. അയാൾ ഒന്നുമല്ലാതെ മരിക്കുവാൻ തയ്യാറല്ലായിരുന്നു. ഞങ്ങളിലാരും അങ്ങനെ ആഗ്രഹിച്ചിരുന്നില്ല.

കുടിലിൽ തീർത്തും ആശയറ്റു കഴിഞ്ഞിരുന്ന എന്റെ സഖാക്കളുടെ ജീവിതത്തിൽ പൊരുൾ നിറയ്ക്കുകയായിരുന്നു എന്റെ വാക്കുകളുടെ ഉദ്ദേശ്യം. ശ്രമങ്ങൾ വിജയം കണ്ടതു ഞാനറിഞ്ഞു. വൈദ്യുതവിളക്കു വീണ്ടും തെളിഞ്ഞപ്പോൾ ദുഃഖാർത്തരായിരുന്ന സഖാക്കൾ നന്ദി അറിയിക്കുവാൻ എന്റെ മുന്നിലേയ്ക്കു തളർന്ന ചുവടുകളോടെ നീങ്ങി വരുന്നതാണ് ഞാൻ കണ്ടത്. അവരുടെ കണ്ണുകൾ നിറഞ്ഞിരുന്നു. ഇവിടെ ഞാനൊരു ഏറ്റുപറച്ചിൽ നടത്തേണ്ടതുണ്ട്. എന്തെന്നാൽ, വളരെ അപൂർവ്വമായി മാത്രമേ എന്റെ സഹതടവുകാരുടെ സഹനങ്ങളിൽ അവരുമായി സംസാരിക്കുവാനുള്ള ആന്തരികശേഷി എനിക്കുണ്ടായിരുന്നുള്ളൂ. ഒരുപക്ഷെ അത്തരം നിരവധി അവസരങ്ങൾ എനിക്കു നഷ്ടപ്പെട്ടിട്ടുണ്ടാകാം.

ഇനി നമുക്ക് തടവുകാരുടെ മാനസിക പ്രതികരണങ്ങളുടെ മൂന്നാം ഘട്ടം, അതായത് മോചനം ലഭിച്ച ശേഷമുള്ള അവരുടെ മനോനില പരിശോധിക്കാം. അതിനു മുമ്പായി ഈ വിഷയത്തിൽ നേരിട്ട് പരിചയമുള്ള ഒരാൾ എന്ന നിലയ്ക്ക് ഒരു മനഃശാസ്ത്രജ്ഞൻ പതിവായി

ചോദിക്കുന്ന ഒരു ചോദ്യം പരിഗണിക്കാം. പ്രത്യേകിച്ചും ഇത്തരം ക്യാംപുകളിലെ ഗാർഡുകളുടെ മനോനിർമ്മിതിയെക്കുറിച്ച് ഞങ്ങളോട് നിങ്ങൾക്കെന്താണ് പറയാൻ കഴിയുക? മജ്ജയും മാംസവുമുള്ള ഈ മനുഷ്യർക്ക് അനേകം തടവുകാർ സങ്കടപ്പെട്ടിട്ടുള്ളതുപോലെ ക്രൂരമായി അവരോടു പെരുമാറുവാൻ കഴിയുന്നതെങ്ങനെ? ഇത്തരം സംഭവങ്ങൾ കേട്ടറിഞ്ഞ, ഇത്തരം സംഭവങ്ങൾ നടന്നിട്ടുണ്ടെന്ന് വിശ്വസിക്കേണ്ടിവന്നിട്ടുള്ള ഒരാൾ, മനഃശാസ്ത്രപരമായി ഇതെങ്ങനെ സംഭവിക്കുന്നു എന്നു ചോദിക്കുവാൻ നിർബന്ധിതനാകുന്നു. വളരെയധികം വിശദീകരിക്കാതെ ഈ സംശയം ദൂരീകരിക്കുവാൻ അതിന്റെ വിശദാംശങ്ങളിലേയ്ക്കു പോകാതെ ചില വസ്തുതകൾ ചൂണ്ടിക്കാണിക്കാം.

ആദ്യം തന്നെ ഈ ഗാർഡുകൾക്കിടയിൽ ക്രൂരതയിൽ ആനന്ദം അനുഭവിക്കുന്ന ചിലർ മനഃശാസ്ത്രപരമായി എല്ലാ അർത്ഥത്തിലും ക്രൂരന്മാർ തന്നെയായിരുന്നു.

രണ്ടാമത്തെ കാര്യം, ഈ ക്രൂരന്മാരെ തിരഞ്ഞെടുത്തത് അവർക്ക് അങ്ങേയറ്റം കർശനമായ സൈനികവ്യൂഹങ്ങൾ ആവശ്യമായിരുന്നപ്പോഴായിരുന്നു.

കൊടും തണുപ്പിൽ രണ്ടു മണിക്കൂർ കഠിനാദ്ധ്വാനം ചെയ്തശേഷം ചുള്ളിക്കമ്പുകൾ കത്തിച്ച അടുപ്പുകൾക്കു മുന്നിൽ വച്ച് ചെറിയ വ്യായാമങ്ങൾ ചെയ്യുവാനുള്ള അനുവാദം ലഭിച്ചിരുന്നത് ഞങ്ങൾക്ക് വലിയ സന്തോഷമായിരുന്നു. എന്നാൽ, ചില ഫോർമാന്മാർ ഈ സന്തോഷം ഞങ്ങളിൽ നിന്ന് കവർന്നെടുക്കുന്നതിൽ വലിയ സുഖം കണ്ടെത്തിയിരുന്നു. ഞങ്ങളെ അതിൽ നിന്നകറ്റി നിർത്തി അത് ആസ്വദിക്കുകയും ഉടൻ തന്നെ മനോഹരമായ ആ അടുപ്പിനുള്ളിൽ മഞ്ഞ് കോരിയിട്ട് കെടുത്തുമ്പോഴുമുള്ള സന്തോഷം അവരുടെ മുഖത്ത് തീ പോലെ തെളിഞ്ഞിരുന്നു. എപ്പോഴെല്ലാമാണോ ഒരു ഗാർഡിന് തടവുകാരനെ ഇഷ്ടമില്ലാതാവുന്നത്, അപ്പോഴെല്ലാം അയാൾക്ക് അമിതതാല്പര്യമുള്ള, പീഡനത്തിൽ പ്രത്യേക പഠനം നടത്തിയ ഓഫീസറുടെ അടുക്കലേയ്ക്ക് ആ തടവുകാരനെ അയച്ചിരുന്നു.

മൂന്നാമതായി വർഷങ്ങളോളം തുടർച്ചയായി ഈ കൊടിയ ക്രൂരതകൾക്ക് സാക്ഷിയായിരുന്നതു മൂലം ഭൂരിപക്ഷം ഗാർഡുകളുടെയും മാനുഷികമായ വികാരങ്ങൾ ജഡീകരിക്കപ്പെട്ടിരുന്നു. ഇങ്ങനെ മാനസികമായും മൂല്യപരമായും കഠിനഹൃദയരായി മാറിയവർ കുറഞ്ഞപക്ഷം ഇത്തരം ക്രൂര വിനോദങ്ങളിൽ പങ്കാളികളാവാതി

രിക്കാൻ ശ്രമിച്ചു. പക്ഷെ മറ്റുള്ളവർ ഇത് ചെയ്യുന്നത് തടയുവാൻ അവർ തയ്യാറായിരുന്നില്ല.

നാലാമതായി, ഗാർഡുകൾക്കിടയിൽപ്പോലും ഞങ്ങളോട് സഹതാപമുണ്ടായിരുന്ന ചിലരുണ്ടായിരുന്നു എന്ന് പ്രത്യേകം എടുത്തുപറയേണ്ടതാണ്. ക്യാംപിൽ നിന്നും എന്നെ മോചിപ്പിച്ച കമാൻഡറെക്കുറിച്ചു മാത്രം ഇവിടെ സൂചിപ്പിക്കാം. മോചനത്തിനു ശേഷം കണ്ടെത്തിയ ഈ കാര്യം മുമ്പ് അറിഞ്ഞിരുന്നത് തടവുകാരനായിരുന്ന ക്യാംപ് ഡോക്ടർ മാത്രമായിരുന്നു. ഈ മനുഷ്യൻ അയാളുടെ ഉത്തരവാദിത്വത്തിലുണ്ടായിരുന്ന തടവുകാർക്കുവേണ്ടി ചെറിയ തുകയൊന്നുമല്ല അടുത്ത മാർക്കറ്റിൽ മരുന്നുകൾക്കായി സ്വന്തം കൈയ്യിൽ നിന്ന് ചെലവഴിച്ചിരുന്നത്.[1] എന്നാൽ ഒരു തടവുകാരൻ കൂടിയായ മുതിർന്ന ക്യാംപ് വാർഡൻ ഏതൊരു എസ്. എസ്. ഗാർഡിനെക്കാളും ക്രൂരനായിരുന്നു. ഏതു നിസ്സാര കാരണവും അവസരമായിക്കണ്ട് അയാൾ മറ്റു തടവുകാരെ നിരന്തരം മർദ്ദിച്ചിരുന്നു. പക്ഷെ ക്യാംപ് കമാൻഡർ ഞങ്ങളിൽ ഒരാളുടെ നേരെയും കൈ ഉയർത്തിയതായി ഓർമ്മയിലില്ല.

ക്യാംപ് ഗാർഡ് എന്നോ തടവുകാരൻ എന്നോ ഉള്ള അറിവു കൊണ്ട് മാത്രം ഒരാളെ വിധിക്കുവാൻ കഴിയില്ല. മനുഷ്യനന്മ ഏതു ഗണത്തിലും കണ്ടെത്തുവാനാവും. എന്നാൽ, ഒരു പ്രത്യേക ഗണത്തെ ഒന്നാകെ കുറ്റപ്പെടുത്തുവാൻ എളുപ്പമാണ്. ഗണങ്ങൾക്കിടയിലെ അതിരുകൾ ഇങ്ങനെ കവിഞ്ഞു കിടക്കുകയാണ്. അതിൽ ഒരു കൂട്ടർ മുഴുവൻ മാലാഖമാരും ഒരു കൂട്ടർ മുഴുവൻ ചെകുത്താന്മാരുമാണെന്ന് ലളിതവൽകരിക്കുവാൻ പാടില്ല. തീർച്ചയായും, ക്യാംപിന്റെ

1 ഈ എസ്. എസ് കമാൻഡറോട് അയാളുടെ ചില ജൂത തടവുകാർക്കുണ്ടായിരുന്ന വികാരത്തെക്കുറിച്ച് മനോഹരമായ ഒരു സംഭവം വിവരിക്കാം : യുദ്ധം അവസാനിക്കാറായപ്പോൾ അമേരിക്കൻ സൈന്യം എല്ലാ തടവുകാരെയും മോചിപ്പിച്ചു. എന്നാൽ, ഹംഗറിക്കാരായ മൂന്ന് ജൂതന്മാർ കമാൻഡറെ ബവേറിയൻ കാടിനുള്ളിൽ ഒളിപ്പിച്ചു. എന്നിട്ടവർ നേരെ ഈ കമാൻഡറെ തിരഞ്ഞുകൊണ്ടിരുന്ന അമേരിക്കൻ ചീഫ് കമാൻഡറെ ചെന്നു കണ്ടു. തങ്ങൾ എസ്. എസ്. കമാൻഡറെ കൈമാറുവാൻ തയ്യാറാണ്. പക്ഷെ അതിനു ചില നിബന്ധനകൾ ബാധകമാണെന്ന് അറിയിച്ചു. ഈ മനുഷ്യനെ ആരും ഒരു തരത്തിലുള്ള ഉപദ്രവവും ഏൽപ്പിക്കുകയില്ലെന്ന് ഉറപ്പു വേണമെന്നായിരുന്നു മൂന്നു ജൂതന്മാരുടെയും ആവശ്യം. ഏതാനും മിനിറ്റുകൾക്കുശേഷം അമേരിക്കൻ ചീഫ് കമാൻഡർ എസ്. എസ്. കമാൻഡറെ ഏറ്റവും സുരക്ഷിതനായി പരിഗണിക്കുമെന്ന് യുവാക്കളായ മൂന്നു ജൂതർക്കും വാക്കുകൊടുത്തു. അമേരിക്കൻ ഓഫീസർ തന്റെ വാഗ്ദാനം പാലിക്കുക മാത്രമല്ല, ഒരർത്ഥത്തിൽ എസ്. എസ്. കമാൻഡറുടെ പദവി നിലനിർത്തുകയും തുടർന്ന് ബവേറിയയിലെ സമീപഗ്രാമങ്ങളിൽ നിന്ന് വസ്ത്രങ്ങൾ ശേഖരിച്ചിരുന്നതിന്റെ നേതൃത്വവും അവയുടെ വിതരണവും അദ്ദേഹത്തിൽത്തന്നെ നിലനിർത്തുകയും ചെയ്തു. ഔഷ്വിറ്റ്സിൽ നിന്ന് ലഭിച്ച വസ്ത്രങ്ങളായിരുന്നു ആ സമയത്ത് ഞങ്ങൾ ധരിച്ചിരുന്നത്. ഔഷ്വിറ്റ്സിലെ അന്തേവാസികൾ ഞങ്ങളെപ്പോലെ ഭാഗ്യവാന്മാരായിരുന്നില്ല, റെയിൽവേ സ്റ്റേഷനിൽ എത്തിയതും ഉടൻ തന്നെ അവരെ ഗ്യാസ് ചേംബറിലേയ്ക്കയച്ചിരുന്നു.

പതിവു രീതികളുടെ സ്വാധീനത്തിൽ നിന്നു മാറി ഒരു ഗാർഡോ ഒരു ഫോർമാനോ തടവുകാരോട് സഹതാപത്തോടെ പെരുമാറിയാൽ അതൊരു മഹത്തായ കാര്യമാണ്. സ്വന്തം സഹതടവുകാരോട് മോശമായി പെരുമാറുന്ന തടവുകാരനാകട്ടെ, കടുത്ത ശിക്ഷയും അർഹിക്കുന്നു. ഗാർഡുകളിൽ ദയവിന്റെ ഒരു കണിക കണ്ടാൽ മതി, തടവുകാരിൽ അളവറ്റ ആർദ്രത നിറയും. അതേസമയം തന്നെ ഒരു സഹതടവുകാരനിൽ സ്വഭാവഗുണങ്ങളുടെ അഭാവം കാണുന്നത് അവരിൽ തീർത്തും ആകസ്മിക പ്രത്യാഘാതമുണ്ടാക്കും. ഒരുദിവസം ഒരു ഫോർമാൻ രഹസ്യമായി എനിക്കൊരു കഷണം റൊട്ടി തന്നു. അയാൾക്ക് റേഷനായി കിട്ടിയ പ്രാതലിൽ നിന്ന് മാറ്റിവച്ചതായിരിക്കണം. ഒരു ചെറുകഷണം റൊട്ടിയേക്കാൾ എത്രയോ വിലപ്പെട്ടതായിരുന്നു എനിക്കത്. അതെന്റെ കണ്ണുകൾ നിറച്ചു. സമ്മാനമായി എന്റെ നേരെ നീട്ടിയ ചെറിയ കഷണം റൊട്ടിയോടൊപ്പമുണ്ടായിരുന്ന ആ മുഖഭാവവും ഒരു വാക്കും എന്നെ വല്ലാതെ ഉലച്ചു.

ഇവയിൽ നിന്നെല്ലാം നമുക്ക് പഠിക്കാവുന്നത്, മനുഷ്യർക്കിടയിൽ രണ്ടു വർഗ്ഗമേ ഉള്ളൂ - ആദരണീയരായ മനുഷ്യരുടെ വർഗ്ഗവും ആദരവ് അർഹിക്കാത്ത മനുഷ്യരുടെ വർഗ്ഗവും. രണ്ടു വർഗ്ഗത്തെയും എവിടെയും കാണാം. അവർ സമൂഹത്തിലെ എല്ലാ ഗണങ്ങളിലും കടന്നു കയറിയിട്ടുണ്ട്. ഒരു ഗണവും ആദരണീയരായ മനുഷ്യർ മാത്രമുള്ളതല്ല, ആദരവ് അർഹിക്കാത്ത മനുഷ്യർ മാത്രവും ഉള്ള തല്ല. ഒരു വർഗ്ഗവും ശുദ്ധമല്ല, ആയതിനാൽ യാദൃച്ഛികമായി ആദ രണീയനായ ഒരു മനുഷ്യനെ ക്യാംപിലെ ഗാർഡുകൾക്കിടയിൽ കാണുവാനിടയായെന്നു മാത്രം.

കോൺസെൻട്രേഷൻ ക്യാംപിലെ ജീവിതം മനുഷ്യന്റെ ആത്മാവ് തുറന്ന് അതിന്റെ ആഴങ്ങൾ വെളിവാക്കി. ഈ ആഴ ങ്ങളിൽ നമ്മൾ വീണ്ടും കണ്ടത് നന്മയും തിന്മയും കൂടിക്കലർന്ന യഥാർത്ഥ മനുഷ്യസ്വഭാവം മാത്രമാണെന്നതിൽ ആശ്ചര്യപ്പെടേ ണ്ടതുണ്ടോ? നന്മയിൽ നിന്ന് തിന്മയെ വേർപെടുത്തുന്ന വിള്ളൽ എല്ലാ മനുഷ്യരിലും സംഭവിക്കുകയും അത് അടിത്തട്ടിലെത്തുകയും ചെയ്യുന്നു. കോൺസെൻട്രേഷൻ ക്യാംപിലെ ജീവിതം മലർക്കെ തുറന്നുകാണിച്ച ഈ വിള്ളൽ ആഴങ്ങളുടെ അടിത്തട്ടിൽപ്പോലും പ്രകടമായിരുന്നു.

ഇനി കോൺസെൻട്രേഷൻ ക്യാംപിലെ മനഃശാസ്ത്രപഠനത്തിന്റെ അവസാന അദ്ധ്യായത്തിലേയ്ക്ക്, അതായത്, മോചനം ലഭിച്ച തട വുകാരന്റെ മനഃശാസ്ത്രത്തിലേയ്ക്ക്. സ്വാഭാവികമായും വ്യക്തിനിഷ്ഠ മായിരിക്കാനിടയുള്ള മോചനത്തിന്റെ അനുഭവം വിവരിക്കുവാൻ, തീവ്രസംഘർഷങ്ങളുടെ എണ്ണമറ്റ ദിവസങ്ങൾക്കു ശേഷം ഒരു പ്രഭാ തത്തിൽ ക്യാംപ് ഗേറ്റിനുമുകളിൽ ഒരു വെളുത്ത പതാക ഉയർന്നുവ ന്നതിന്റെ വിവരണം പരിശോധിക്കാം. ആന്തരിക ഉദ്വേഗത്തിന്റെ ഈ ഘട്ടത്തെത്തുടർന്ന് പരിപൂർണ്ണ വിശ്രാന്തിയായിരുന്നു. എന്നാൽ, ഞങ്ങൾ ആനന്ദത്താൽ ഉന്മാദത്തിലെത്തിയെന്ന് ഇതിനർത്ഥമില്ല. ശേഷം എന്തു സംഭവിച്ചു?

തളർന്ന ചുവടുകളോടെ ഞങ്ങൾ ക്യാംപ് ഗേറ്റിനടുത്തേക്ക് ഇഴഞ്ഞു ചെന്നു. ഭയന്ന കണ്ണുകളോടെ ചുറ്റും നോക്കി. എന്നിട്ടു, ചോദ്യഭാവത്തിൽ അതേ നോട്ടം പരസ്പരം കൈമാറി. അതിനു ശേഷം ഞങ്ങൾ സാഹസികമായിത്തന്നെ ക്യാംപിന് പുറത്തേയ്ക്ക് ഏതാനും ചുവടുകൾ വച്ചു. ഇത്തവണ ഞങ്ങൾ പിന്നിൽ നിന്ന് ആജ്ഞകളുടെ അലർച്ച കേട്ടില്ല. പ്രഹരമോ ചവിട്ടോ ഒഴിവാക്കുവാ നായി ധൃതിയിൽ പിന്തിരിഞ്ഞോടേണ്ടതായും വന്നില്ല. ഇത്തവണ ഗാർഡുകൾ ഞങ്ങൾക്ക് സിഗരറ്റുകൾ നീട്ടി. ആദ്യം ഞങ്ങൾക്കവരെ തിരിച്ചറിയാൻ കഴിഞ്ഞില്ല. അവർ അതിവേഗം സാധാരണ വേഷ ത്തിലേയ്ക്കു മാറിയിരുന്നു. ഞങ്ങൾ പതുക്കെ ക്യാംപിൽ നിന്ന് പുറ ത്തേയ്ക്കു നീളുന്ന റോഡിലൂടെ മുന്നോട്ടു നടന്നു. പൊടുന്നനെ ഞങ്ങളുടെ കാലുകൾ വേദനിക്കുകയും പേശികൾ കൊളുത്തിപിടിക്കുമോ എന്നു ഭയക്കുകയും ചെയ്തു. എന്നിരുന്നാലും, ഞങ്ങൾ മുടന്തി മുന്നോട്ടു പോയി. സ്വതന്ത്രരായ ഞങ്ങളുടെ കണ്ണുകൾ കൊണ്ട് ആദ്യമായി ക്യാംപിന്റെ പരിസരങ്ങൾ കാണണമെന്ന് ഞങ്ങൾക്ക് തോന്നി. "മോചനം" ഞങ്ങൾ സ്വയം ആവർത്തിച്ച് ഉരുവിട്ടു. ഈ വാക്ക് ഞങ്ങൾ കഴിഞ്ഞ വർഷങ്ങളിൽ ഇടയ്ക്കിടെ ഉരുവിട്ടിരുന്നു, സ്വപ്നം കണ്ടിരുന്നു, ഒടുവിൽ അതിന്റെ അർത്ഥം നഷ്ടപ്പെട്ടിരുന്നു. ഇത് മോചനമാണെന്ന വാസ്തവം ഉൾക്കൊള്ളുവാൻ കഴിഞ്ഞില്ല.

ഞങ്ങൾ നിറയെ വനപുഷ്പങ്ങൾ വിരിഞ്ഞുനിന്നിരുന്ന പുൽ മേട്ടിലെത്തി. പക്ഷെ, ഞങ്ങൾക്കാ സൗന്ദര്യം ആസ്വദിക്കുവാൻ കഴിഞ്ഞില്ല. എന്നാൽ, പല നിറങ്ങളുള്ള തൂവലുകളുമായി ഒരു പൂവൻ കോഴിയെ കണ്ടതും ആനന്ദത്തിന്റെ ആദ്യ സ്ഫുരണം ഞങ്ങൾ

അനുഭവിച്ചു. അതുവരെ ഞങ്ങൾ ഈ ലോകത്തിന്റെ സന്തതികളായിരുന്നില്ല.

വൈകിട്ട് ഞങ്ങളെല്ലാം കുടിലിൽ ഒത്തുകൂടിയപ്പോൾ ഒരാൾ രഹസ്യമായി മറ്റൊരാളോടു ചോദിച്ചു, "ഇന്നു നിങ്ങൾക്കു വാസ്തവത്തിൽ സന്തോഷമുണ്ടായിരുന്നോ?"

മറ്റുള്ളവർക്കെല്ലാം ഇതേ വിചാരം തന്നെയായിരുന്നു എന്നറിയാത്തതുപോലെ, അപരൻ ഇങ്ങനെ മറുപടി പറഞ്ഞു, "സത്യം പറഞ്ഞാൽ, ഇല്ല!"

അക്ഷരാർത്ഥത്തിൽ ഞങ്ങൾക്കു സന്തോഷം അനുഭവിക്കാനുള്ള കഴിവു നഷ്ടപ്പെട്ടിരുന്നു. അതു പതുക്കെ വീണ്ടും പഠിച്ചെടുക്കേണ്ടിയിരുന്നു.

മോചിതരായ തടവുകാർക്കു സംഭവിച്ചുകൊണ്ടിരുന്നത് മനഃശാസ്ത്രപരമായി ഡീപെർസണലൈസേഷൻ എന്നു വിളിക്കാവുന്ന മനോനിലയായിരുന്നു. സംഭവിക്കുന്നതെല്ലാം അവർക്ക് ഒരു സ്വപ്നമെന്നോണം അസാധ്യമായി തോന്നിയിരുന്നു. കഴിഞ്ഞ വർഷങ്ങളിൽ ഇടയ്ക്കിടെ എത്രയോ തവണ ഞങ്ങൾ സ്വപ്നങ്ങളാൽ വഞ്ചിക്കപ്പെട്ടിരുന്നു : മോചനത്തിന്റെ ദിവസം വന്നുവെന്നും, സ്വതന്ത്രരായെന്നും വീടുകളിലെത്തിയെന്നും സ്നേഹിതരെ ആശംസിച്ചെന്നും ഭാര്യമാരെ ആശ്ലേഷിച്ചെന്നും എന്തെല്ലാം യാതനകൾ സഹിച്ചുവെന്നും മാത്രമല്ല, മോചനത്തിന്റെ നാൾ സ്വപ്നം കണ്ടിരുന്നതെങ്ങിനെ എന്നുപോലും മേശയ്ക്കരികിലിരുന്ന് വിവരിച്ചിരുന്നു. അപ്പോൾ ഒരു വിസിലിന്റെ തുളച്ചുകയറുന്ന ശബ്ദത്തിൽ എഴുന്നേൽക്കാനുള്ള താക്കീത് കാതിലെത്തും. അങ്ങനെ ഞങ്ങളുടെ സ്വാതന്ത്ര്യത്തിന്റെ സ്വപ്നം അവസാനിക്കും. എന്നാലിപ്പോൾ സ്വപ്നം യാഥാർത്ഥ്യമായി. പക്ഷെ, സത്യത്തിൽ ഇപ്പോഴത് വിശ്വസിക്കാമോ?

മനസ്സിനെ അപേക്ഷിച്ച് ശരീരത്തിന് വിലക്കുകൾ കുറവായിരുന്നു. അത് ആദ്യനിമിഷം മുതൽ പുതിയ സ്വാതന്ത്ര്യത്തെ ഉപയോഗിച്ചു തുടങ്ങി. മണിക്കൂറുകളോളം, ദിവസങ്ങളോളം, അർദ്ധരാത്രി വരെയും അത്യാർത്തിയോടെ ആഹാരം കഴിച്ചുകൊണ്ടിരുന്നു. ഒരു മനുഷ്യന് എത്രമാത്രം ആഹാരം കഴിക്കാമെന്നത് വിസ്മയകരമാണ്. തടവുകാരിൽ ഒരാളെ അയൽവാസിയായിരുന്ന ഒരു

കർഷകൻ ക്ഷണിച്ചപ്പോൾ അയാൾ മൂക്കറ്റം തിന്നുകയും കാപ്പി കുടിക്കുകയും ചെയ്തു. അതോടെ അയാൾ വാതോരാതെ മണിക്കൂറുകളോളം സംസാരിച്ചു. അയാളുടെ മനസ്സിനുണ്ടായിരുന്ന സമ്മർദ്ദം ഒടുവിൽ അയഞ്ഞു. അയാൾ സംസാരിക്കട്ടെ എന്ന നിലപാടാണ് അടുത്തയാൾക്കുണ്ടായിരുന്നത്. കാരണം, അയാൾക്ക് സംസാരിക്കുവാൻ അപ്രതിരോധ്യമായ ആഗ്രഹമുണ്ടായിരുന്നു. ചുരുങ്ങിയ സമയത്തേക്ക് കനത്ത സമ്മർദ്ദങ്ങൾക്ക് വിധേയരായതു മൂലം ഇതിനു സമാനമായ രീതിയിൽ പ്രതികരിച്ചിരുന്ന മനുഷ്യരെ എനിക്കറിയാം (ഉദാഹരണത്തിന്: ഗെസ്റ്റപ്പോയുടെ കഠിനമായ ചോദ്യം ചെയ്യൽ). ദിവസങ്ങൾ കടന്നുപോയി. സംസാരം മാത്രമല്ല, ഉള്ളിൽ അണകെട്ടി തടഞ്ഞു നിർത്തിയിരുന്ന വികാരങ്ങളും തടസ്സങ്ങൾ ഭേദിച്ച് പുറത്തേക്കൊഴുകി.

മോചനത്തിനുശേഷം ഏതാനും ദിവസങ്ങൾ കഴിഞ്ഞ് ക്യാംപിൽ നിന്ന് ഞാൻ ഗ്രാമത്തിലെ പൂക്കൾ നിറഞ്ഞ പുൽമേടുകൾ വഴി ആദ്യത്തെ പട്ടണത്തിലെ അങ്ങാടിയിലേയ്ക്കു നടന്നു. വാനമ്പാടികൾ ആകാശത്തിലേക്കുയർന്ന് പറന്നു. എനിക്കവരുടെ ആനന്ദപൂർണ്ണമായ ഗാനാലാപനം കേൾക്കാമായിരുന്നു. മൈലുകളോളം ഒരു മനുഷ്യജീവിയുമുണ്ടായിരുന്നില്ല. അവിടെ വിസ്തൃതമായ ഭൂമിയും നീലാകാശവും വാനമ്പാടികളുടെ ഹർഷഗാനങ്ങളും അനന്തമായ സ്വാതന്ത്ര്യവുമല്ലാതെ മറ്റൊന്നുമില്ലായിരുന്നു. ഞാനൊന്നു നിന്നശേഷം ആകാശത്തേക്ക് നോക്കി, നിലത്തു മുട്ടുകുത്തി നിന്നു. ആ ഒരു നിമിഷം ഈ ലോകമോ എന്റെ സത്തയോ എന്റെയുള്ളിൽ ഇല്ലായിരുന്നു. എന്നാൽ, മാറ്റമില്ലാതെ തുടരുന്ന ഒരു വാചകമുണ്ടായിരുന്നു, "ഞാൻ ഇടുങ്ങിയ തടവറയിൽ നിന്ന് എന്റെ പിതാവിനെ വിളിച്ചു, അപ്പോഴവൻ അനന്തമായ സ്വാതന്ത്ര്യത്തിൽ നിന്ന് എനിക്കുത്തരം നൽകി".

അവിടെ എത്ര സമയം ഞാൻ മുട്ടുകുത്തി നിന്നുവെന്നോ, ഈ വാചകം ആവർത്തിച്ചുവെന്നോ ഓർമ്മിച്ചെടുക്കാൻ കഴിയുന്നില്ല. എന്നാൽ, ആ ദിവസം, എന്റെ പുതിയ ജീവിതം ആരംഭിച്ചു. വീണ്ടും ഒരു മനുഷ്യജീവിയാകുന്നതുവരെ പടിപടിയായി ഞാൻ മുന്നേറി.

ക്യാംപിലെ അവസാനദിവസങ്ങളിലെ തീവ്രമായ മാനസിക സംഘർഷത്തിൽ നിന്നു തുടങ്ങിയ യാത്ര (ഭയാകുലമായ നിമിഷങ്ങ

ളിൽ നിന്ന് വിശ്രാന്തിയിലേയ്ക്ക്) വിഘ്നങ്ങളിൽ നിന്നു മുക്തമായിരുന്നില്ല. സ്വതന്ത്രനായ ഒരു തടവുകാരന് പിന്നീടൊരിക്കലും ആത്മീയതയുടെ കരുതൽ ആവശ്യമില്ലെന്ന് ചിന്തിക്കുന്നത് തെറ്റാണ്. ദീർഘകാലം ഘോരമായ സംഘർഷം അനുഭവിച്ച ഒരാൾ അതിൽ നിന്നു മോചിതനാകുന്നതോടെ സ്വാഭാവികമായും അപകടത്തിലാകുമെന്ന കാര്യം നമ്മൾ പരിഗണിക്കേണ്ടതാണ്. പ്രത്യേകിച്ചും അയാളിലെ സമ്മർദ്ദം പൂർണ്ണമായും പൊടുന്നനെ അയയുമ്പോൾ! സൈക്കോപത്തോളജിക്കൽ ഹൈജീൻ തലത്തിൽനിന്നു നോക്കുമ്പോൾ ഈ അപകടം സൈക്കോപത്തോളജിക്കൽ ചായ്‌വുള്ള മറുപാതിയായിരിക്കാം. ഒരു കെയ്‌സ്സോൺ തൊഴിലാളി തന്റെ ഡൈവിങ്ങ് ചേംബറിൽ നിന്ന് പെട്ടെന്നു പുറത്തുവരുമ്പോൾ (അയാൾ കടുത്ത അന്തരീക്ഷമർദ്ദം താങ്ങുന്നതിനാൽ) അയാളുടെ ശാരീരിക ആരോഗ്യം അപകടത്തിലാകുന്നതു പോലെ തന്നെ, ഒരു മനുഷ്യൻ ഘോരമായ മാനസിക സമ്മർദ്ദത്തിൽ നിന്ന് പൊടുന്നനെ മുക്തനാകുമ്പോൾ അയാളുടെ ധാർമ്മികവും ആത്മീയവുമായ ആരോഗ്യം അപകടത്തിലാകും.

ക്രൂരതലായും പ്രാകൃത സ്വഭാവമുള്ള മനുഷ്യർക്ക് ക്യാംപ് ജീവിതത്തെ ചുറ്റിവരിഞ്ഞിരിക്കുന്ന ക്രൂരതയുടെ സ്വാധീനത്തിൽ നിന്ന് രക്ഷപ്പെടുവാൻ കഴിയില്ലെന്ന് മനഃശാസ്ത്രപരമായി ഈ ഘട്ടത്തിൽ നിരീക്ഷിച്ചിരുന്നു. എന്നാലിപ്പോൾ തങ്ങളുടെ സ്വാതന്ത്ര്യം തന്നിഷ്ടത്തോടെയും നിയന്ത്രണങ്ങളില്ലാതെയും ഉപയോഗിക്കാമെന്ന് അവർ കരുതിയിരുന്നു. മർദ്ദിതരായിരുന്ന അവരിപ്പോൾ മർദ്ദകരാണെന്നതാണ് ഒരേയൊരു വ്യത്യാസം. ഇച്ഛാപൂർവ്വമുള്ള അനീതിയുടെ ഇരകളായിരുന്ന അവരിപ്പോൾ ദുർബോധകരായി മാറിയിരുന്നു. അവർ തങ്ങളുടെ ഭീകരാനുഭവങ്ങൾ വിവരിച്ച് അപ്പോഴത്തെ പ്രതികരണങ്ങൾ ന്യായീകരിച്ചിരുന്നു. ഇത്തരം പ്രതികരണങ്ങൾ അപ്രസക്തമായ സന്ദർഭങ്ങളിലാണ് ക്രൂരതലായും പുറത്തെടുത്തിരുന്നത്. ഒരു സ്നേഹിതൻ എന്നോടൊപ്പം നടക്കുകയായിരുന്നു. പെട്ടെന്ന് ഞങ്ങൾ പച്ചക്കതിരുകളുടെ അടുത്തെത്തി. ഞാനതിൽ ചവിട്ടാതെ ഒഴിഞ്ഞു പോകാൻ ശ്രമിക്കുമ്പോൾ അയാളെന്നെ വലിച്ചുകൊണ്ട് അതിനു മീതെ കൊണ്ടുപോകാൻ ശ്രമിച്ചു. ഞാൻ എന്തോ വിക്കി വിക്കി പറയുവാൻ ശ്രമിക്കുമ്പോഴേയ്ക്കും അയാൾ കോപത്തോടെ എന്നെ നോക്കുകയും അലറുകയും ചെയ്തു കഴിഞ്ഞു,

"നമ്മളിൽ നിന്ന് തട്ടിയെടുത്തതൊന്നും മതിയായില്ലെന്നാണോ? നിങ്ങളൊന്നും പറയുന്നില്ല. എന്റെ കുഞ്ഞിനേയും ഭാര്യയെയും ഗ്യാസ് ചേംബറിലിട്ട് ചുട്ടുകൊന്നു, എല്ലാം ഞാനിവിടെ പറയുന്നില്ല. എന്നിട്ടും ഞാൻ ഏതാനും തണ്ട് ഓട്സിന്റെ മുകളിലൂടെ നടക്കുവാൻ പാടില്ലെന്ന് നിങ്ങൾ പറയുന്നു!"

ഈ മനുഷ്യരോട് ആരും തിന്മ ചെയ്തിട്ടില്ലെങ്കിൽപ്പോലും, ആർക്കും തെറ്റുചെയ്യാൻ അനുവാദമില്ലെന്ന ധർമ്മോപദേശം സാവകാശം മാത്രമേ ഇത്തരക്കാർക്കു നൽകാവൂ. അവരെ ഈ സത്യത്തിലേയ്ക്കു മടക്കി കൊണ്ടുവരുന്നതിന് നമ്മൾ പരിശ്രമിക്കേണ്ടതാണ്. അല്ലാത്തപക്ഷം അതിന്റെ അനന്തരഫലം ആയിരം ഓട്സ് കതിരുകളുടെ നഷ്ടത്തേക്കാൾ വലുതായിരിക്കും. തടവുകാരൻ തന്റെ ഉടുപ്പിന്റെ കൈകൾ തെറുത്തു കയറ്റി, വലതുകൈയുടെ മുഷ്ടി ചുരുട്ടി എന്റെ മൂക്കിനടുത്തുവരെയെത്തിച്ച് അലറി, "വീട്ടിലെത്തുന്ന ദിവസം ഈ കൈയ്യിൽ ഞാൻ രക്തക്കറ പുരട്ടിയില്ലെങ്കിൽ ഇത് അറുത്തെടുക്കട്ടെ", ഇത്രയൊക്കെ പറഞ്ഞ അയാൾ ഒരു മോശപ്പെട്ട മനുഷ്യനായിരുന്നില്ല. അയാൾ മുമ്പെന്നല്ല അതിനുശേഷവും ഏറ്റവും നല്ല സഖാക്കളിൽ ഒരാളായിരുന്നുവെന്ന് എനിക്കുറപ്പിച്ചു പറയുവാൻ കഴിയും.

കടുത്ത മാനസിക സമ്മർദ്ദം പൊടുന്നനെ അയയുന്നതുമൂലം രണ്ട് അനുഭവങ്ങൾകൂടി മോചിതനായ തടവുകാരന്റെ സ്വഭാവത്തെ തകർത്തിരുന്നു. പൂർവ്വജീവിതത്തിലേയ്ക്ക് മടങ്ങിയെത്തിയപ്പോൾ അയാൾ നേരിട്ട അനിഷ്ടങ്ങളും മോഹഭംഗവുമായിരുന്നു ഇവ രണ്ടും.

അയാൾ ജനിച്ചു വളർന്ന പട്ടണത്തിൽ അയാൾക്കു നേരിടേണ്ടി വന്ന അപരിചിതത്വവും വിരസത നിറഞ്ഞ മുഖങ്ങളുമായിരുന്നു അനിഷ്ടങ്ങൾ. നാട്ടിൽ തിരിച്ചെത്തിയപ്പോൾ, ഏതാണ്ടെല്ലാ സ്ഥലങ്ങളിലും അവജ്ഞയും ധിക്കാരസൂചനയുമാണ് അയാളെ എതിരേറ്റത്.

"ഞങ്ങൾ ഇതൊന്നുമറിഞ്ഞില്ല", "ഞങ്ങളും ഇതെല്ലാം അനുഭവിച്ചവരാണ്", എന്നീ മുഷിപ്പൻ വാക്കുകൾ എവിടെയും കേട്ടപ്പോൾ, വാസ്തവത്തിൽ എന്തിനുവേണ്ടിയായിരുന്നു താൻ ഈ കൊടും യാതനകൾ നേരിട്ടത് എന്നയാൾക്കു തോന്നി. എന്നോടിവർക്ക് നല്ല കാര്യങ്ങളൊന്നും പറയാനില്ലേ എന്നയാൾ ചിന്തിച്ചു.

മോഹഭംഗം തീർത്തും വ്യത്യസ്തമായ അനുഭവമായിരുന്നു, അവരുടെ നിർവ്വികാരത കണ്ടാൽ അറപ്പ് തോന്നും. അതോടെ

യാതൊന്നും കേൾക്കാതെ, ഇനിമേലിൽ ഒരു മനുഷ്യജീവിയെയും കാണാതെ മാളത്തിൽക്കയറി ഒളിച്ചിരിക്കുവാൻ തോന്നിയിരുന്നു. സഹജീവികൾ മാത്രമല്ല സ്വന്തം ശിരോലിഖിതം പോലും നിർദ്ദയമാണെന്നു തോന്നി. തനിക്കു സാധ്യമായ സഹനത്തിന്റെയെല്ലാം നെല്ലിപ്പലക കണ്ടു എന്നു വിശ്വസിച്ചിരുന്ന ഒരു മനുഷ്യൻ സഹനത്തിന് അതിരുകളില്ലെന്ന് തിരിച്ചറിഞ്ഞിരിക്കുന്നു: ഇനി ഇതിലുമേറെ കഠിനമായ സഹനം സാധ്യമാണെന്ന് ബോധ്യപ്പെട്ടിരിക്കുന്നു.

ക്യാംപിലെ ഒരു മനുഷ്യന് മനക്കരുത്തേകുവാനുള്ള ശ്രമങ്ങളെക്കുറിച്ച് പറയുമ്പോൾ അയാൾക്ക് ഭാവിയിൽ സാക്ഷാൽകരിക്കാവുന്ന ലക്ഷ്യം ചൂണ്ടിക്കാണിക്കേണ്ടതുണ്ടെന്നു സൂചിപ്പിച്ചിരുന്നു. ജീവിതം അവനെ കാത്തിരിക്കുകയാണെന്നും ഒരു മനുഷ്യജീവി അവന്റെ തിരിച്ചുവരവിനായി അഭിലഷിക്കുന്നുണ്ടെന്നും ഓർമ്മപ്പെടുത്തിയിരുന്നു. എന്നാൽ, മോചനത്തിനു ശേഷം എന്താണ് സംഭവിച്ചത്? ആരും തന്നെ തങ്ങളെ കാത്തിരിക്കുന്നില്ലയെന്നു ചില മനുഷ്യർ മനസ്സിലാക്കി. ക്യാംപിൽ തന്റെ കരുത്ത് ഓർമ്മകൾ മാത്രമായിരുന്നുവെന്ന് വിശ്വസിക്കുകയും ഇന്നു തനിക്ക് ഓർമ്മകളേയില്ലെന്നു ചിലർ തിരിച്ചറിയുകയും ചെയ്തു. ഒടുവിൽ താൻ സ്വപ്നം കണ്ടിരുന്ന ദിവസം വന്നെത്തിയപ്പോൾ, ഇതല്ലായിരുന്നു എന്റെ സ്വപ്നമെന്നു തിരിച്ചറിഞ്ഞവന് അതേ ഗതി തന്നെ. അയാൾ ഒരുപക്ഷെ ഒരു ട്രോളിയിൽ കയറി, വർഷങ്ങളോളം മനസ്സിൽ മാത്രം കണ്ടിരുന്ന തന്റെ വീട്ടിലേയ്ക്ക് ഏറെ ദൂരം യാത്ര ചെയ്തുവന്ന്, ആയിരം സ്വപ്നങ്ങളിലൂടെ ചെയ്യാൻ ആഗ്രഹിച്ചതു പോലെ മുന്നിലെ ബെൽ അമർത്തി. എന്നാൽ, വാതിൽ തുറക്കുമെന്നയാൾ സ്വപ്നം കണ്ടിരുന്ന ആൾ മാത്രം അവിടെയില്ലായിരുന്നു, ഇനിയൊരിക്കലും ഉണ്ടാവുകയുമില്ല.

ലൗകികമായ യാതൊരു ആനന്ദത്തിനും ഇതുവരെ ഞങ്ങൾ അനുഭവിച്ച യാതനകൾക്കും സഹനത്തിനും പകരമാകുവാൻ കഴിയില്ലെന്നു ക്യാംപിൽ വച്ച് പരസ്പരം പറഞ്ഞിരുന്നു. ഞങ്ങൾ സന്തോഷം പ്രതീക്ഷിച്ചിരുന്നില്ല. അതായിരുന്നില്ല ഞങ്ങൾക്കു ധൈര്യം പകർന്നതും, സഹനത്തിനും ത്യാഗത്തിനും മരണത്തിനും പൊരുളേകിയതും. എന്നിരുന്നാലും, ഞങ്ങൾ നിർഭാഗ്യങ്ങളും അസന്തുഷ്ടിയും നേരിടുവാൻ തയ്യാറെടുത്തിരുന്നില്ല. ചെറുതല്ലാത്ത ഒരു സംഘം തടവുകാരെക്കാത്തിരുന്ന ഈ മോഹഭംഗം അവർക്കു മാത്രമല്ല, അത് തരണം ചെയ്യുവാൻ അവരെ സഹായിക്കുകയെ

ന്നത് ഒരു മനഃശാസ്ത്രജ്ഞനുപോലും ഏറെ ശ്രമകരമായിരുന്നു. എന്നാൽ അയാളിതിനെ ഒരു നിരുത്സാഹപ്പെടുത്തലായി കരുതാൻ പാടുള്ളതല്ല. അതിലുപരി ഇതൊരു അധിക പ്രചോദനമായാണ് പരിഗണിക്കേണ്ടത്.

എന്നാൽ, മോചിതരായ തടവുകാരിൽ ഓരോരുത്തർക്കും തന്റെ ക്യാംപ് അനുഭവങ്ങളിലേക്ക് തിരിഞ്ഞുനോക്കുവാൻ അവസരം ലഭിക്കുന്ന ദിവസം, താനിത്രത്തോളം യാതനകൾ സഹിച്ചതെങ്ങനെയെന്ന് ഉൾക്കൊള്ളുവാൻ കഴിയില്ല. മോചനത്തിന്റെ ദിവസം എത്തിയതോടെ, ചിലതെല്ലാം ഒരു സുന്ദരസ്വപ്നമായിരുന്നുവെന്ന തോന്നുന്നതുപോലെതന്നെ ക്യാംപിലെ അനുഭവങ്ങൾ ഒരു ദുഃസ്വപ്നം മാത്രമായിരുന്നുവെന്ന് തോന്നുന്ന ദിവസവും വരും.

എല്ലാ സഹനങ്ങൾക്കും ശേഷം സ്വന്തം വീട്ടിലെത്തുന്നവന്, സഹനത്തിന്റെ പാരമ്യം കണ്ടവന്, വർഷങ്ങൾ കാത്തിരുന്ന ആ ഹൃദ്യമായ നിമിഷത്തിൽ സ്വന്തം ദൈവത്തെയല്ലാതെ ഇനി മറ്റൊന്നിനേയും ഭയപ്പെടേണ്ടതില്ല.

ഭാഗം രണ്ട്

ലോഗോ തെറാപ്പിയുടെ രത്നച്ചുരുക്കം

ആത്മകഥാപരമായ എന്റെ ചെറിയ വിവരണം വായിച്ചിട്ടുള്ളവർ പതിവായി ആവശ്യപ്പെടുന്ന ഒന്നാണ്, പൂർണ്ണവും ലളിതവും വിശദവുമായ എന്റെ ചികിത്സാസിദ്ധാന്തം. അതനുസരിച്ച് ഞാൻ, *മൃത്യുപാളയത്തിൽനിന്ന് അസ്തിത്വവാദത്തിലേക്ക്* എന്ന സംഗ്രഹം ലോഗോ തെറാപ്പിയുടെ മൂലഗ്രന്ഥത്തോടൊപ്പം ചേർത്തു. എന്നിരുന്നാലും, ആവശ്യക്കാർക്ക് അതു മതിയായിരുന്നില്ല. കൂടുതൽ വിശദമായ ഒരു ചികിത്സാവിവരണം ആവശ്യപ്പെട്ട് തുടരെത്തുടരെ നിവേദനങ്ങൾ വന്നു കൊണ്ടിരുന്നു. ആയതിനാൽ അത് ഗണ്യമായി വിപുലപ്പെടുത്തിക്കൊണ്ട് നവീകരിച്ചെഴുതിയതാണ് ഈ പുതിയ പതിപ്പ്.[2]

ഈ ഉദ്യമം അത്ര എളുപ്പമായിരുന്നില്ല. ഏകദേശം ഇരുപത് വാല്യങ്ങളോളം വലിപ്പം വരുന്ന ജർമ്മൻ ഭാഷയിലുള്ള കുറിപ്പുകൾ ഒരു ചെറിയ തലത്തിൽ ഒതുക്കിത്തീർക്കുകയെന്നത് ആശാവഹമായ ഒരു കർത്തവ്യമല്ല. വിയന്നയിലെ എന്റെ ഓഫീസിൽ വന്ന ഒരു അമേരിക്കൻ ഡോക്ടർ എന്നോട് ചോദിച്ചത് ഞാനോർക്കുന്നു, "ഡോക്ടർ, താങ്കളൊരു സൈക്കോഅനലിസ്റ്റ് ആണോ?" അതിന് ഇതായിരുന്നു എന്റെ മറുപടി, "പൂർണ്ണമായും ഞാനൊരു സൈക്കോ അനലിസ്റ്റ് അല്ല, വേണമെങ്കിൽ ഒരു സൈക്കോതെറാപ്പിസ്റ്റ് എന്നു പറയാം". പിന്നീടദ്ദേഹം ചോദ്യങ്ങൾ തുടർന്നു, "താങ്കൾ ഏതു വിഭാഗത്തിലാണ് ഉൾപ്പെടുക?" ഞാൻ പറഞ്ഞു, "ഏതെങ്കിലും പ്രത്യേക വിഭാഗത്തിലല്ല, അത് എന്റെ സ്വന്തം സിദ്ധാന്തമാണ്. *ലോഗോതെറാപ്പി* എന്നാണതിന്റെ പേര്". "ലോഗോതെറാപ്പി

2 പരിഷ്കരിച്ചതും പുതുക്കിയതുമായ Basic Concepts of Logotherapy എന്ന ഈ ഭാഗം Man's Search for Meaning എന്ന കൃതിയുടെ 1962 പതിപ്പിൽ ആയിരുന്നു ആദ്യം പ്രത്യക്ഷപ്പെട്ടത്.

എന്നത് ഒരു വാചകത്തിൽ ഒതുക്കി പറയാമോ?" അദ്ദേഹം ചോദിച്ചു. "കുറഞ്ഞപക്ഷം സൈക്കോഅനാലിസിസും ലോഗോതെറാപ്പിയും തമ്മിൽ എന്താണ് വ്യത്യാസം?"

"പറയാം", ഞാൻ അറിയിച്ചു. "എന്നാൽ, അതിനു മുമ്പായി, സൈക്കോഅനാലിസിസിന്റെ സത്തയെന്താണെന്ന് ഒറ്റവാചകത്തിൽ പറയാമോ?" ഇതായിരുന്നു അദ്ദേഹത്തിന്റെ മറുപടി. "സൈക്കോഅനാലിസിസിൽ രോഗി ഒരു ചെറുകിടക്കയിൽ കിടന്ന് (ചിലപ്പോൾ അനിഷ്ടകരം പോലുമായേക്കാവുന്ന) കാര്യങ്ങൾ പറയണം". അതിനു ഞാൻ പൊടുന്നനെ പ്രത്യുത്തരം നൽകി, "ലോഗോതെറാപ്പിയിൽ രോഗി നിവർന്നിരുന്നുകൊണ്ട് (ഒരുപക്ഷെ തീർത്തും അനിഷ്ടകരമായ) ചില കാര്യങ്ങൾ കേൾക്കും".

തീർച്ചയായും, ലോഗോതെറാപ്പിയെക്കുറിച്ച് സരസമായ ഒരു വിവരണമാണ് ഉദ്ദേശിച്ചത്. ക്യാപ്സ്യൂൾ രൂപത്തിലല്ലെങ്കിലും അതിൽ പ്രസക്തമായ ചിലതുണ്ട്. സൈക്കോഅനാലിസിസുമായി താരതമ്യം ചെയ്യുമ്പോൾ ഒരു പരിധി വരെ, ലോഗോതെറാപ്പി കുറഞ്ഞതോതിൽ ഭൂതകാലസംബന്ധിയായും ആത്മപരിശോധനാപരവുമായ ഒരു സമ്പ്രദായമാണ്. ലോഗോതെറാപ്പി ഏറെക്കുറെ ഭാവിയിൽത്തന്നെ കേന്ദ്രീകരിക്കുന്നു. അതായത് രോഗി ഭാവിയിൽ സാക്ഷാൽക്കരിക്കേണ്ടതായ കാര്യങ്ങളിൽ ശ്രദ്ധ കേന്ദ്രീകരിക്കുന്നു എന്നർത്ഥം. (ലോഗോതെറാപ്പിയെന്നത് നിശ്ചയമായും പൊരുൾ കേന്ദ്രീകൃതമായ ഒരു സൈക്കോതെറാപ്പി തന്നെയാണ്). ഇതേസമയം തന്നെ ലോഗോതെറാപ്പി നാഡീവ്യൂഹത്തകരാറു മൂലമുണ്ടാകുന്ന മാനസിക രോഗത്തിലൂടെ സംഭവിക്കുന്ന വിഷമവൃത്ത രൂപീകരണവും പ്രതികരണ രീതികളും വികേന്ദ്രീകരിക്കുന്നു. അങ്ങനെ നാഡീരോഗം ബാധിച്ച ആളെ തുടർച്ചയായി പരിപോഷിപ്പിക്കുകയും ദൃഢീകരിക്കുകയും ചെയ്യുന്നതിനു പകരം രോഗിയുടെ സ്വയം കേന്ദ്രീകൃത സ്വഭാവം തകർക്കുന്നു. ഈ രീതിയിലുള്ള പ്രസ്താവനകൾ അതിലളിതവൽക്കരണമാണെന്നത് ഉറപ്പാണ്. എന്നിരുന്നാലും, ലോഗോതെറാപ്പിയിൽ രോഗി തന്റെ ജീവിതപ്പൊരുളിനെ അഭിമുഖീകരിക്കുകയും സ്വയം നവീകരിക്കുകയും ചെയ്യുന്നു. രോഗിയെ തന്റെ ജീവിതപ്പൊരുളിനെക്കുറിച്ച് ബോധ്യപ്പെടുത്തുന്നത് മാനസികരോഗത്തെ തരണം ചെയ്യുവാനുള്ള അയാളുടെ കഴിവിനെ ഉത്തേജിപ്പിക്കുന്നു.

എന്തുകൊണ്ടാണ് എന്റെ സിദ്ധാന്തത്തിന് ഞാൻ ലോഗോ തെറാപ്പി എന്ന പേർ നൽകിയത് എന്നു വിശദീകരിക്കാം. *Logos* എന്നത് 'പൊരുൾ' എന്നർത്ഥമാക്കുന്ന ഗ്രീക്ക് പദമാണ്. ലോഗോ തെറാപ്പി അഥവാ ചില എഴുത്തുകാരാൽ വിളിക്കപ്പെട്ടതുപോലെ വിയന്നീസ് സൈക്കോതെറാപ്പിയുടെ മൂന്നാം ദർശനം, മനുഷ്യാ സ്തിത്വത്തിന്റെ പൊരുളിനോടൊപ്പം മനുഷ്യന്റെ തന്നെ സാരാംശം തിരയൽ ആകുന്നു. ലോഗോതെറാപ്പിയുടെ തത്വമനുസരിച്ച് പൊരുൾ തേടുന്നതിനുള്ള ഈ തീവ്രയത്നം ഒരു മനുഷ്യനിലെ പ്രാഥമിക പ്രചോദനമാകുന്നു. അതുമൂലമാണ് ഞാൻ പൊരുൾ തേടുന്നതിനുള്ള ഇച്ഛാശക്തിയെന്നതിനെ ആനന്ദ സിദ്ധാന്തം അഥവാ സുഖം തേടു ന്നതിനുള്ള ഇച്ഛ എന്നു വിളിക്കപ്പെടുന്ന തത്വത്തിനു വിരുദ്ധമായി കണക്കാക്കുന്നത്. ഫ്രായ്ഡിയൻ സിദ്ധാന്ത പ്രകാരം "സുഖം തേടു ന്നതിനുള്ള ഇച്ഛ" എന്നതിനും അഡ്ലേറിയൻ മനഃശ്ശാസ്ത്ര സിദ്ധാന്ത മായ "അധികാരത്തിനായുള്ള ഇച്ഛ" അഥവാ "മേൽക്കോയ്മക്കായുള്ള തീവ്രയത്നം" എന്ന സിദ്ധാന്തത്തിനും വിരുദ്ധമായ തത്വത്തിൽ ഞാൻ ശ്രദ്ധ കേന്ദ്രീകരിക്കുന്നതിന്റെ കാരണമിതാണ്.

പൊരുൾ തേടുവാനുള്ള ഇച്ഛ

പൊരുൾ തേടുന്നതിനുള്ള മനുഷ്യപ്രയാണം എന്നത് അവന്റെ പ്രാഥമിക പ്രേരണയാകുന്നു. അത് സ്ഥാപനവൽകൃത യുക്ത്യാനുസൃത മായ രണ്ടാം ഘട്ടമല്ല. ഈ പൊരുൾ അദ്വിതീയവും അവനെക്കൊണ്ടു മാത്രം സാക്ഷാൽകരിക്കുവാൻ കഴിയുന്നതുമാണ്. അപ്പോൾ മാത്രമേ അവന്റെ തന്നെ പൊരുൾ തേടുന്നതിനുള്ള ഇച്ഛയെ തൃപ്തിപ്പെടുത്തുന്ന വിധം അതിനു പ്രാധാന്യം കൈവരികയുള്ളൂ. പൊരുളും മൂല്യങ്ങളും വെറും "പ്രതിരോധ സംവിധാനങ്ങളും പ്രതികരണ രൂപീകരണങ്ങളും ഉദാത്തീകരണവും" മാത്രമാണെന്നു വാദിക്കുന്ന ചില ഗ്രന്ഥകർത്താ ക്കളുണ്ട്. എന്നാൽ, എന്നെ സംബന്ധിച്ചിടത്തോളം ഞാൻ എന്റെ പ്രതിരോധ സംവിധാനങ്ങൾക്കുവേണ്ടി മാത്രമായി ജീവിക്കുവാനോ പ്രതികരണ രൂപീകരണങ്ങൾക്കുവേണ്ടി മാത്രം മരിക്കുവാനോ തയ്യാറല്ല. എന്നിരുന്നാലും മനുഷ്യൻ അവന്റെ ആദർശങ്ങൾക്കും മൂല്യങ്ങൾക്കും വേണ്ടി ജീവിക്കുവാനും മരിക്കുവാനും തയ്യാറാണ്.

ഏതാനും വർഷങ്ങൾക്കുമുമ്പ് ഫ്രാൻസിൽ ഒരു പൊതുജനാഭി പ്രായ വോട്ടെടുപ്പ് നടന്നിരുന്നു. അതിൽ 89 ശതമാനം ആളുകളും

മനുഷ്യനു ജീവിക്കുവാൻ “ഒരു പിടിവള്ളി” ആവശ്യമാണെന്നു സമ്മതിച്ചിരുന്നു. അതിലുപരി 61 ശതമാനം പേരും മരിക്കുവാൻ പോലും തയ്യാറാകുന്നതിന് കാരണമായി ഏതെങ്കിലുമൊരു വസ്തുവോ വ്യക്തിയോ ഉണ്ടായിരുന്നുവെന്ന് ഏറ്റു പറഞ്ഞിരുന്നു. ഞാൻ ഇതേ വോട്ടെടുപ്പ് വിയന്നയിലെ എന്റെ ആശുപത്രിയിൽ രോഗികൾക്കിടയിലും വ്യക്തികൾക്കിടയിലും നടത്തിയിരുന്നു. പ്രായോഗികമായി ഇതിന്റെ ഫലം ഫ്രാൻസിൽ ആയിരക്കണക്കിനു പേരിൽ നടത്തിയിരുന്ന വോട്ടെടുപ്പിനു സമാനമായിരുന്നു. വെറും രണ്ടു ശതമാനം മാത്രമായിരുന്നു വ്യത്യാസം.

ജോൺ ഹോപ്കിൻസ് സർവ്വകലാശാലയിലെ 48 കോളേജുകളിലായി 7948 വിദ്യാർത്ഥികളിൽ സാമൂഹ്യശാസ്ത്രജ്ഞർ മറ്റൊരു സർവ്വേ നടത്തിയിരുന്നു. അവരുടെ പ്രാഥമിക റിപ്പോർട്ട് ദേശീയ മാനസികാരോഗ്യ ഇൻസ്റ്റിറ്റ്യൂട്ട് സാമ്പത്തിക സഹായം ചെയ്ത രണ്ടു വർഷത്തെ പഠനത്തിന്റെ ഭാഗമായിരുന്നു. ഏറ്റവും പ്രധാനപ്പെട്ടതായി നിങ്ങൾ കരുതുന്നതെന്താണെന്ന ചോദ്യത്തിന് 16 ശതമാനം പേർ നൽകിയ ഉത്തരം ധാരാളം പണം സമ്പാദിക്കുകയെന്നായിരുന്നു. 78 ശതമാനം പേർ ജീവിതത്തിന് ഒരു ഉദ്ദേശ്യവും പൊരുളും കണ്ടെത്തുകയാണ് അവരുടെ ആദ്യലക്ഷ്യമെന്നായിരുന്നു പറഞ്ഞത്.

തീർച്ചയായും, ചില സംഭവങ്ങളിൽ ഒരു വ്യക്തിയുടെ മൂല്യസംബന്ധമായ ആശങ്കകൾ, അയാൾ അനുഭവിക്കുന്ന ആന്തരിക സംഘർഷങ്ങളെ മറയ്ക്കുവാനുള്ള ഉപാധി ആയിരിക്കുവാനിടയുണ്ട് : അങ്ങനെയെങ്കിൽ ഇക്കൂട്ടർ നിയമത്തെ എന്നതിലുപരി നിയമത്തിൽ നിന്നുള്ള അപവാദങ്ങളെയാണ് പ്രതിനിധീകരിക്കുന്നത്.

ഇത്തരം സംഭവങ്ങളിൽ കപടമൂല്യങ്ങളോടാണ് നാം ഇടപെടേണ്ടി വരുന്നത്. ഈ ഘട്ടങ്ങളിൽ ഇവയുടെ മുഖംമൂടി നീക്കം ചെയ്യപ്പെടേണ്ടതാണെങ്കിലും, ഒരു മനുഷ്യനിൽ വിശ്വസനീയമായ ഒന്നു കണ്ടെത്തുന്നതോടെ മുഖംമൂടി നീക്കം ചെയ്യൽ നിർത്തേണ്ടതാണ്. അയാൾ സത്യസന്ധവും അർത്ഥപൂർണ്ണവുമായ ഒരു ജീവിതം ആഗ്രഹിക്കുന്ന സന്ദർഭത്തിൽത്തന്നെ അത് നിർത്തുന്നില്ലെങ്കിൽ, മുഖംമൂടി നീക്കംചെയ്യുന്ന മനഃശാസ്ത്രജ്ഞൻ വാസ്തവത്തിൽ പുറത്തെടുക്കുന്നത് തന്റെ ഗൂഢോദ്ദേശ്യം തന്നെയായിരിക്കും - മനുഷ്യനിൽ സത്യസന്ധമായുള്ളവയുടെ മാറ്റും മൂല്യവും കുറയ്ക്കുക എന്ന ബോധപൂർവ്വമല്ലാത്ത മനഃശാസ്ത്രജ്ഞന്റെ ആവശ്യമാണ് ഇവിടെ പ്രകടമാകുന്നത്.

അസ്തിത്വപരമായ മോഹഭംഗം

പൊരുളിനായുള്ള മനുഷ്യന്റെ ഇച്ഛയിലും മോഹഭംഗം സംഭവിക്കാം. ലോഗോതെറാപ്പിയിൽ അസ്തിത്വപരമായ മോഹഭംഗത്തെക്കുറിച്ച് പറയുന്നുണ്ട്. 'അസ്തിത്വം' എന്ന പദം മൂന്നു തരത്തിൽ ഉപയോഗിക്കുന്നതാണ്.

1. *അസ്തിത്വം* തന്നെ, മനുഷ്യന്റെ സവിശേഷ അസ്തിത്വം.
2. അസ്തിത്വത്തിന്റെ *പൊരുൾ.*
3. വ്യക്തിപരമായ അസ്തിത്വത്തിൽ മൂർത്തമായ പൊരുൾ കണ്ടെത്തുവാനുള്ള തീവ്രയത്നം, അതായത് പൊരുൾ തേടുന്നതിനുള്ള ഇച്ഛ.

അസ്തിത്വപരമായ മോഹഭംഗവും മാനസിക വിഭ്രാന്തിയിലേക്ക് നയിച്ചേക്കാം. 'സൈക്കോജെനിക് ന്യൂറോസിസ്'' എന്ന സാമ്പ്രദായിക അർത്ഥത്തിൽ വിളിക്കപ്പെടുന്ന ഇത്തരത്തിലുള്ള മാനസിക വിഭ്രാന്തികളെ, അതിൽനിന്നു വ്യത്യസ്തമായി 'നൂജെനിക് ന്യൂറോസിസ്'' എന്ന വാക്കിലൂടെയാണ് ലോഗോതെറാപ്പി പരിചയപ്പെടുത്തുന്നത്. നൂജെനിക് ന്യൂറോസിസിന്റെ ഉല്പത്തി മനഃശ്ശാസ്ത്രത്തിലല്ല, മറിച്ച് നൂലോജിക്കൽ എന്ന മനുഷ്യാസ്തിത്വത്തിന്റെ തലത്തിൽനിന്നാണ്. മനസ്സ് എന്നർത്ഥം വരുന്ന 'നൂസ്'' എന്ന ഗ്രീക്ക് പദത്തിൽ നിന്ന് കടം കൊണ്ടതാണ് നൂലോജിക്കൽ എന്ന പ്രയോഗം. മനുഷ്യാസ്തിത്വ സംബന്ധിയായ എന്തിനെയും പ്രത്യേകമായി പ്രതിപാദിക്കുന്ന മറ്റൊരു ലോഗോതെറാപ്യൂട്ടിക് പദമാണ് നൂലോജിക്കൽ.

നൂജെനിക് ന്യൂറോസിസ്

പ്രേരണ മൂലമോ സഹജവാസന മൂലമോ പ്രത്യക്ഷപ്പെടുന്ന ഒന്നല്ല നൂജെനിക് ന്യൂറോസിസ്. അത് അസ്തിത്വപരമായ പ്രതിസന്ധികളിൽ നിന്നാണ് ഉണ്ടാകുന്നത്. ഇത്തരം പ്രതിസന്ധികൾക്ക് പൊരുൾ തേടുമ്പോൾ സംഭവിക്കുന്ന ഇച്ഛാഭംഗങ്ങൾ ഇതിൽ വലിയ പങ്കുവഹിക്കുന്നുണ്ട്.

പൊതുവായി നൂജെനിക് രോഗികളിൽ ഏറ്റവും അനുയോജ്യവും അനിവാര്യവുമായത് സൈക്കോതെറാപ്പിയല്ല, ലോഗോ തെറാപ്പിയാ

ണെന്നത് സ്പഷ്ടമാണ്. മനുഷ്യാസ്തിത്വ സംബന്ധിയായ എന്തിനെയും പ്രത്യേകമായി പരിഗണിച്ച് അതിനുള്ളിൽക്കടക്കുവാൻ മുതിരുന്ന ചികിത്സാസമ്പ്രദായം ലോഗോതെറാപ്പിയാണെന്നതാണ് ഇതിനു കാരണം.

ഇതിനായി താഴെക്കൊടുത്തിരിക്കുന്ന ഒരു ഉദാഹരണം പരിശോധിക്കാം : അമേരിക്കൻ നയതന്ത്ര രംഗത്തെ ഒരു ഉന്നത ഉദ്യോഗസ്ഥൻ ഒരിക്കൽ വിയന്നയിലെ എന്റെ ഓഫീസിൽ വന്നു. ന്യൂ യോർക്കിലെ ഒരു മനഃശാസ്ത്രവിദഗ്ധൻ അഞ്ചു വർഷം മുമ്പ് തുടങ്ങി വച്ച സൈക്കോഅനലിറ്റിക് ചികിത്സ എന്നിലൂടെ തുടരുക എന്നതായിരുന്നു അദ്ദേഹത്തിന്റെ ആഗമനോദ്ദേശം. എന്തുകൊണ്ടായിരുന്നു ഈ സൈക്കോഅനലിറ്റിക് ചികിത്സ തുടങ്ങിയതെന്നും, ഇപ്പോൾ ചികിത്സയ്ക്ക് വിധേയനാകണമെന്ന് തോന്നിയതെന്നും ഞാനദ്ദേഹത്തോട് ചോദിച്ചു. തന്റെ തൊഴിലിൽ താൻ അസംതൃപ്തനാണെന്നും അമേരിക്കയുടെ വിദേശ നയങ്ങളോട് യോജിക്കുവാൻ പ്രയാസമാണെന്നും ഈ രോഗി വെളിപ്പെടുത്തി. എന്നാൽ, അദ്ദേഹത്തിന്റെ അച്ഛനുമായി പൊരുത്തപ്പെടുവാൻ ആവർത്തിച്ച് ആവശ്യപ്പെടുകയായിരുന്നു ചികിത്സകൻ ചെയ്തത്. അമേരിക്കൻ സർക്കാരും മേലുദ്യോഗസ്ഥരും അദ്ദേഹത്തിന്റെ അച്ഛന്റെ തനി സ്വരൂപങ്ങളായിരുന്നുവെന്നതാണ് ഈ നിർദ്ദേശത്തിനു കാരണമായത്.

അച്ഛനോട് തന്റെ അബോധമനസ്സിൽ സൂക്ഷിച്ചിരുന്ന വെറുപ്പിൽ നിന്നായിരുന്നു തൊഴിലിൽ അതൃപ്തി ഉടലെടുത്തത്. അഞ്ചു വർഷം നീണ്ടുനിന്ന ഒരു വിശകലനത്തിൽ കാര്യങ്ങളെ വേണ്ടവിധം നോക്കിക്കാണുവാൻ കഴിയാതാകുന്നതുവരെ രോഗി നിരന്തരം തന്റെ ചികിത്സകന്റെ വ്യാഖ്യാനങ്ങൾ സ്വീകരിക്കുവാൻ നിർബന്ധിതനാവുകയായിരുന്നു. പൊരുൾ തേടുന്നതിനുള്ള തന്റെ ഇച്ഛയ്ക്ക് തൊഴിൽ മോഹഭംഗം വരുത്തിയതായി ഏതാനും കൂടിക്കാഴ്ചകൾക്കുശേഷം തിരിച്ചറിയുകയുണ്ടായി. യഥാർത്ഥത്തിൽ അദ്ദേഹം മറ്റേതെങ്കിലും തൊഴിലിൽ വ്യാപൃതനാകുവാൻ ആഗ്രഹിച്ചിരുന്നുവെന്ന് വ്യക്തമായി. നിലവിലെ തൊഴിൽ ഉപേക്ഷിക്കാതിരിക്കുവാൻ ഒരു കാരണമില്ലായിരുന്നുവെന്നതുപോലെതന്നെ മറ്റൊരു പ്രവൃത്തിയിലേർപ്പെടേണ്ടതും അനിവാര്യമായിരുന്നു. അദ്ദേഹം അങ്ങനെ ചെയ്യുകയും അത് അങ്ങേയറ്റം തൃപ്തികരമായ ഫലം നൽകുകയും

ചെയ്തു. ആ തൊഴിലിൽ അദ്ദേഹം അഞ്ചു വർഷത്തിലേറെ സംതൃപ്തനായി തുടർന്നിരുന്നുവെന്ന് ഈയിടെ എന്നെയറിയിച്ചു. ഈ വ്യക്തിയിൽ മാനസിക വിഭ്രാന്തിയുടെ ലക്ഷണങ്ങൾ ഉണ്ടായിരുന്നോ എന്നു തന്നെ ഞാൻ സംശയിക്കുന്നു. അദ്ദേഹം ഒരു രോഗിയേ അല്ലായിരുന്നുവെന്ന കാരണത്താൽ ഇവിടെ സൈക്കോതെറാപ്പിയുടെയെന്നല്ല ലോഗോതെറാപ്പിയുടെപോലും ആവശ്യമുണ്ടായിരുന്നില്ല. എല്ലാ സംഘർഷങ്ങളും അനിവാര്യമായും മാനസികരോഗാവസ്ഥയല്ല, ഒരളവുവരെയുള്ള സംഘർഷങ്ങൾ സ്വാഭാവികവും ആരോഗ്യകരവുമാണ്.

സമാനമായ അർത്ഥത്തിൽ സഹനം തന്നെ എല്ലായ്പ്പോഴും ഒരു രോഗാവസ്ഥയല്ല. ഒരു രോഗലക്ഷണമെന്നതിലുപരി സഹനം മനുഷ്യന്റെ നേട്ടമാണ്. പ്രത്യേകിച്ച് അസ്തിത്വ സംബന്ധിയായ മോഹഭംഗത്തിൽ നിന്നുണ്ടാകുന്ന സഹനം. ഒരു വ്യക്തി അയാളുടെ അസ്തിത്വത്തിന്റെ പൊരുൾ തേടുന്നതു മാത്രമല്ല അയാൾ അതിന്റെയൊരു സന്ദേഹം പ്രകടിപ്പിക്കുന്നതുപോലും രോഗലക്ഷണമായോ, കാരണമായോ കാണുന്നതിനെ ഞാൻ പൂർണ്ണമായും എതിർക്കുന്നു. അസ്തിത്വസംബന്ധിയായ മോഹഭംഗം ഒരു രോഗാവസ്ഥയോ രോഗകാരണമോ ആകുന്നില്ല. ജീവിതത്തിന്റെ മൂല്യത്തെക്കുറിച്ചുള്ള ഒരു വ്യക്തിയുടെ ആശങ്കയോ നിരാശയോ അസ്തിത്വസംബന്ധിയായ മോഹഭംഗം മാത്രമാണ്. ഒരു കാരണവശാലും ഇവയെ മാനസിക രോഗാവസ്ഥകളായി പരിഗണിക്കുവാൻ കഴിയില്ല. ആദ്യത്തേതിനെ രണ്ടാമത്തേതായി വ്യാഖ്യാനിച്ചുകൊണ്ട് രോഗിയുടെ അസ്തിത്വ നൈരാശ്യത്തെ ഒരു കുന്ന് മനഃക്ഷോഭശമന മരുന്നുകളിൽ കുഴിച്ചുമൂടുവാൻ ഡോക്ടർ ഉത്സാഹം പ്രകടിപ്പിക്കും. എന്നാൽ, രോഗിക്ക് അയാളുടെ അസ്തിത്വ പ്രതിസന്ധിയിലൂടെ ശക്തി നൽകി പരിപോഷിപ്പിക്കുകയെന്നതാണ് ഈ സന്ദർഭത്തിൽ ഡോക്ടറുടെ കർത്തവ്യം.

ഒരു രോഗിയെ അയാളുടെ ജീവിതപ്പൊരുൾ കണ്ടെത്തുവാൻ സഹായിക്കുകയെന്നതാണ് ലോഗോതെറാപ്പിയുടെ നിയോഗം. ഒരു വ്യക്തിയെ തന്റെ അസ്തിത്വത്തിൽ ഒളിഞ്ഞിരിക്കുന്ന പൊരുളുകളെക്കുറിച്ച് എത്രത്തോളം ലോഗോതെറാപ്പി ബോധവാനാക്കുന്നുവോ, അത്രത്തോളം അതൊരു വിശകലന പ്രക്രിയയാണ്. ഒരു പരിധിവരെ ലോഗോതെറാപ്പിക്ക് സൈക്കോതെറാപ്പിയുമായി സാദൃശ്യമുണ്ട്. എന്നിരുന്നാലും, ചിലത് വീണ്ടും ബോധത്തിൽ

തിരിച്ചെത്തിക്കുവാനുള്ള ശ്രമത്തിനിടയിൽ ലോഗോതെറാപ്പി, വ്യക്തിയുടെ അബോധത്തിനുള്ളിലെ സഹജവാസനാപരമായ വസ്തുതകളിൽ മാത്രമായി അതിന്റെ പ്രവർത്തനം പരിമിതപ്പെടുത്തുന്നില്ല. മാത്രമല്ല, ഒരു വ്യക്തിയുടെ അസ്തിത്വത്തിന്റെ പൊരുൾ സാക്ഷാൽക്കരിക്കുന്നതിനോടൊപ്പം തന്നെ പൊരുൾ തേടുന്നതിനുള്ള ഇച്ഛ മുതലായ അസ്തിത്വപരമായ യാഥാർത്ഥ്യങ്ങളും ലോഗോതെറാപ്പി പരിഗണിക്കുന്നു. ഏതു വിശകലനവും, ന്യൂലോജിക്കൽ തലത്തിന്റേതടക്കമുള്ള ചികിത്സാ പ്രക്രിയയിൽനിന്നു വിട്ടുനിൽക്കുമ്പോൾ പോലും, എന്തിനു വേണ്ടിയാണ് ഉണ്മയുടെ ആഴങ്ങളിലും താൻ കാത്തിരിക്കുന്നതെന്ന് ലോഗോതെറാപ്പി രോഗിയെ ബോധിപ്പിക്കുവാൻ ശ്രമിക്കുന്നുണ്ട്. തന്റെ പൊരുൾ സാക്ഷാൽകാരം മുഖ്യ ആശങ്കയായിക്കാണുന്ന ഒരു ജീവിയായി മനുഷ്യനെ പരിഗണിക്കുന്നത് ലോഗോതെറാപ്പിയാകുന്നു. അതേസമയം, മനുഷ്യന്റെ പ്രേരണയെയും സഹജവാസനയെയും തൃപ്തിപ്പെടുത്തുകയും സ്വബോധത്തെയും അന്തഃകരണത്തെയും വിശിഷ്ടാന്തഃകരണത്തെയും സംഘർഷങ്ങളിൽ അനുരഞ്ജിപ്പിക്കുകയും, അതുമല്ലെങ്കിൽ സമൂഹവും പരിസ്ഥിതിയുമായി ഉപരിതലത്തിൽ വ്യക്തിയെ വ്യവസ്ഥപ്പെടുത്തുകയും മാത്രമാണ് സൈക്കോഅനാലിസിസ് ചെയ്യുന്നത്. ഇതിനാൽ ലോഗോതെറാപ്പി സൈക്കോഅനാലിസിസിൽ നിന്ന് വളരെയധികം ഗതിമാറിയാണ് സഞ്ചരിക്കുന്നത്.

നൂ-ഗതി വിജ്ഞാനീയം

പൊരുൾ തേടിയുള്ള മനുഷ്യപ്രയാണം ആന്തരിക സമചിത്തത നൽകുന്നില്ല, അതിലുപരി ആന്തരിക സംഘർഷം വർദ്ധിപ്പിക്കുമെന്നതാണ് സത്യം. ഈ സംഘർഷം മാനസികാരോഗ്യത്തിന്റെ പൂർവ്വാവശ്യക വസ്തുവാണ്. ഏറ്റവും കഠിന യാതനകൾ നിറഞ്ഞ കാലം തരണം ചെയ്യുന്നതിന് തന്റെ ജീവിതം അർത്ഥപൂർണ്ണമാണെന്ന അറിവിനോളം ഫലപ്രദമായ മറ്റൊന്നും തന്നെ ഈ ലോകത്തില്ലായെന്ന് ധൈര്യപൂർവ്വം പറയുവാൻ എനിക്കു തെല്ലും മടിയില്ല. നീചേയുടെ ഈ വാക്കുകൾ വിവേകം നിറഞ്ഞതാകുന്നു. “*എന്തിനു വേണ്ടി* ജീവിക്കണം എന്ന ചോദ്യത്തിന് ഉത്തരമുള്ളവന് *എങ്ങനെ?* എന്ന ചോദ്യത്തെ തരണം ചെയ്യുവാനും കരുത്തുണ്ടാകും” ഏതുതരം സൈക്കോതെറാപ്പിയിലും സത്യമായി ഭവിക്കുന്ന ഒരു പ്രമാണസൂക്ത

മുണ്ട് ഈ വാക്കുകളിൽ. തങ്ങൾക്ക് ചെയ്തുതീർക്കേണ്ട കാര്യങ്ങൾ ഇനിയും ബാക്കിയുണ്ട് എന്ന അറിവ് സൂക്ഷിച്ചിരുന്നവരാണ് നാത്സി കോൺസെൻട്രേഷൻ ക്യാംപിലെ നാളുകളെ അതിജീവിക്കുവാൻ യോഗ്യരായിരുന്നവർ എന്നത് ശ്രദ്ധേയമാണ്. കോൺസെൻട്രേഷൻ ക്യാംപുകളെക്കുറിച്ചെഴുതിയ മറ്റു ഗ്രന്ഥകാരന്മാരും ജപ്പാനിലെയും ഉത്തരകൊറിയയിലെയും വടക്കൻ വിയറ്റ്നാമിലെയും യുദ്ധത്തടവുകാരെ സന്ദർശിച്ചിട്ടുള്ള മനഃശ്ശാസ്ത്ര ഗവേഷകരും ഇതേ കാഴ്ചപ്പാട് തന്നെയാണ് പ്രകടിപ്പിച്ചിട്ടുള്ളത്.

എന്നെ ഔഷ്വിറ്റ്സിലെ കോൺസെൻട്രേഷൻ ക്യാംപിലേക്കയച്ചപ്പോൾ പ്രസിദ്ധീകരണത്തിനു തയ്യാറാക്കിവച്ചിരുന്ന എന്റെ കൈയ്യെഴുത്തുപ്രതി അവർ പിടിച്ചെടുക്കുകയുണ്ടായി.[3] അന്നു നഷ്ടപ്പെട്ട കൈയ്യെഴുത്തുപ്രതി വീണ്ടും എഴുതുവാനുള്ള തീവ്രമായ മോഹം ക്യാംപിലെ കൊടിയ പീഡനങ്ങളെ അതിജീവിക്കുന്നതിന് വളരെയധികം സഹായകമായിരുന്നു. ഉദാഹരണത്തിന്, ബവേറിയയിലെ ക്യാംപിൽവച്ച് എനിക്ക് ടൈഫസ് ജ്വരം ബാധിച്ചപ്പോൾ പഴയ കടലാസ് തുണ്ടുകളിൽ ഈ നോട്ടുകൾ കുത്തിക്കുറിച്ചത് എന്നെ മോചനത്തിന്റെ ദിവസം വരെ നിലനിർത്തി. നഷ്ടപ്പെട്ട എന്റെ കൈയ്യെഴുത്തുപ്രതി ബവേറിയയിലെ ഇരുണ്ട ബാരക്കുകളിൽ വച്ച് വീണ്ടും കുത്തിക്കുറിച്ചത് ഹൃദയാഘാതത്തിൽ നിന്നു രക്ഷപ്പെടുവാൻ എന്നെ സഹായിച്ചിട്ടുണ്ട്. മാനസികാരോഗ്യം ഒരു പ്രത്യേക അളവുവരെയുള്ള മാനസികസംഘർഷത്തെ അടിസ്ഥാനപ്പെടുത്തിയാണെന്ന് ഇതിൽ നിന്നു മനസ്സിലാക്കാം. ഒരാൾ അതുവരെ സാക്ഷാൽക്കരിച്ചതും ഇനിയും സാക്ഷാൽക്കരിക്കേണ്ടതുമായ കാര്യങ്ങൾക്കിടയിലെ സംഘർഷം അഥവാ അയാൾ ആയിരിക്കുന്നതും ആയിത്തീരേണ്ടതും തമ്മിലുള്ള വിടവിനെ അടിസ്ഥാനപ്പെടുത്തിയാണ് അയാളുടെ മാനസികാരോഗ്യം നിർണ്ണയിക്കേണ്ടത്. ഈ സംഘർഷം മനുഷ്യരിൽ അന്തർലീനമായതിനാൽ മനസ്സിന്റെ സുസ്ഥിതിക്ക് ഒരളവുവരെ ഇതനിവാര്യവുമാണ്. ഇതേ കാരണത്താൽ, പൊരുൾ മറഞ്ഞിരിക്കുന്ന ഒരു വ്യക്തിക്കുമേൽ അത് സാക്ഷാൽക്കരിക്കുന്നതിനാവശ്യമായ സംഘർഷം ചെലുത്തുവാൻ ചികിത്സകർ മടിയുള്ളവരാകരുത്. ഈ സംഘർഷംകൊണ്ടു

3 എന്റെ ആദ്യ പുസ്തകത്തിന്റെ ആദ്യ പതിപ്പായിരുന്നു ഇത്. 1955-ൽ *Doctor and the Soul-An Introduction to Logotherapy* എന്ന പേരിൽ ആൽഫ്രഡ് എ. നോഫ് ഈ പുസ്തകത്തിന്റെ ഇംഗ്ലീഷ് പരിഭാഷ പ്രസിദ്ധീകരിച്ചു.

മാത്രമേ പൊരുൾ തേടുന്നതിനുള്ള അയാളുടെ ഇച്ഛാശക്തിയെ മയക്കത്തിൽ നിന്നുണർത്തുവാൻ സാധിക്കൂ. മനുഷ്യന് സമനില യാണ് ആവശ്യമെന്ന ആശയം സൈക്കലോജിക്കൽ ഹൈജീൻന്റെ തെറ്റായ ഒരു വഴിയാണെന്ന് ഞാൻ കരുതുന്നു. ജീവശാസ്ത്രത്തിൽ ഇതിനെ സംഘർഷരഹിതാവസ്ഥ അഥവാ ഹോമോസ്റ്റാസിസ് എന്നു വിളിക്കുന്നു. യഥാർത്ഥത്തിൽ മനുഷ്യന് അനിവാര്യമായത് സംഘർഷരഹിതാവസ്ഥയല്ല, മറിച്ച് സ്വതന്ത്രമായി തിരഞ്ഞെടുത്ത, മൂല്യവത്തായ ജീവിതം സാധ്യമാക്കുന്ന തീവ്രപ്രയത്നം നിറഞ്ഞ ഒരു പോരാട്ടമാണ്. ഏതു വിധേനയും സംഘർഷത്തിൽ നിന്ന് മോചനം നേടുകയല്ല, പകരം പൊരുളിന്റെ സാധ്യതയെ പുറത്തെടുത്ത് അത് സ്വയം സാക്ഷാൽക്കരിക്കുകയാണ് വേണ്ടത്. മനുഷ്യന് അനിവാര്യ മായത് ഹോമോസ്റ്റാസിസ് അല്ല, ഞാനതിനെ 'ന്യൂ-ഡൈനാമിക്സ്' അതായത് സംഘർഷ ധ്രുവത്തിലുള്ള ചലനാത്മക അസ്തിത്വമെന്നു വിളിക്കുന്നു.

ഇവിടെ ഒരു ധ്രുവം സഫലീകരിക്കപ്പെടേണ്ട പൊരുളിനെ പ്രതിനിധീകരിക്കുന്നു. മറ്റൊരു ധ്രുവം പൊരുൾ സഫലീകരിക്കുവാൻ നിയോഗിക്കപ്പെട്ട മനുഷ്യനുമാണ്. ഇത് സാധാരണ ജീവിതത്തിൽ മാത്രം ബാധകമായ ഒരു സത്യമാണെന്ന് കരുതുന്നത് തെറ്റാണ്: മാനസിക വിഭ്രാന്തിയുള്ളവരിൽ ഈ തത്വം കൂടുതൽ പ്രസക്തമാണ്. ദ്രവിച്ച ഒരു പഴയ കമാനത്തിന് കരുത്തേകുവാൻ ശ്രമിക്കുന്ന വാസ്തുശി ല്പികൾ അതിനുമേലുള്ള ഭാരം വർദ്ധിപ്പിക്കും. അതോടെ അതിന്റെ വിടവുള്ള ഭാഗങ്ങൾ കൂടുതൽ അടുക്കുകയും ചേർന്നു നിൽക്കുകയും ചെയ്യും. സമാനമായി, ചികിത്സകൻ തന്റെ രോഗിയുടെ മാനസികാ രോഗ്യം പരിപോഷിപ്പിക്കുവാൻ ആഗ്രഹിക്കുന്നുണ്ടെങ്കിൽ ഒരളവു വരെ രോഗിയിൽ സമ്മർദ്ദം സൃഷ്ടിച്ച് രോഗിയുടെ ജീവിതപ്പൊരു ളിനെ നവീകരിക്കുവാൻ ഭയക്കേണ്ടതില്ല.

ജീവിതപ്പൊരുളിന്റെ നവീകരണം നാം വിവരിച്ചുകഴിഞ്ഞു. ഇനി ധാരാളം രോഗികൾ പരാതിപ്പെടുന്ന, ഏറെ ഹാനികരമാ യതും തികച്ചും വ്യർത്ഥത നിറഞ്ഞതുമായ ഒന്നിന്റെ സ്വാധീനത്തെ ക്കുറിച്ചും ഞാൻ പ്രതിപാദിക്കാം. അവർക്ക് ജീവിക്കാനുള്ള അർഹത എന്നതിന്റെ അർത്ഥം അറിയില്ലായിരുന്നു. തങ്ങളെ ആന്തരികമായ ശൂന്യത വേട്ടയാടിയതിന്റെ ഭീതിയിലായിരുന്നു അവർ. അവരുടെ യുള്ളിൽ നിറഞ്ഞിരുന്നത് നിരർത്ഥകതയായിരുന്നു. അവർ അക

പ്പെട്ടിരിക്കുന്ന ഈ അവസ്ഥയെ ആണ് ഞാൻ അസ്തിത്വപരമായ ശൂന്യതാ ബോധം എന്നു വിളിക്കുന്നത്.

അസ്തിത്വപരമായ ശൂന്യതാ ബോധം

ഇരുപതാം നൂറ്റാണ്ടിൽ വ്യാപകമായ ഒരു പ്രതിഭാസമാണ് അസ്തിത്വപരമായ ശൂന്യതാബോധം. ഇതിന്റെ കാരണങ്ങൾ മനസ്സിലാക്കുവാൻ എളുപ്പമാണ്. ഇത് മനുഷ്യൻ ശരിയാംവിധം ഒരു മനുഷ്യജീവിയായപ്പോൾ സംഭവിച്ച ഇരട്ടനഷ്ടങ്ങൾ മൂലം അവനു കടന്നുപോകേണ്ടിവന്ന അവസ്ഥയാകാം. മനുഷ്യചരിത്രത്തിന്റെ ആരംഭത്തിൽ മനുഷ്യന് അവനോടൊപ്പമുണ്ടായിരുന്ന നൈസർഗ്ഗിക മൃഗവാസനകൾ നഷ്ടപ്പെട്ടു. അവന്റെ സുരക്ഷാകവചം കൂടിയായിരുന്നു ഇത്. ഈ സുരക്ഷ സ്വർഗ്ഗമെന്നതുപോലെ എന്നന്നേയ്ക്കുമായി അവന്റെ മുന്നിൽ കൊട്ടിയടയ്ക്കപ്പെട്ടു. ഇതോടൊപ്പംതന്നെ അടുത്തിടെയുള്ള സംഭവവികാസങ്ങളിൽ മനുഷ്യന് മറ്റൊരു നഷ്ടം കൂടി സഹിക്കേണ്ടതായി വന്നിട്ടുണ്ട്. അവന്റെ സ്വഭാവത്തിന്റെ ഊന്നുവടിയായിരുന്ന പാരമ്പര്യങ്ങൾ ഇപ്പോൾ അതിവേഗം അപ്രത്യക്ഷമാവുകയാണ്. അതു ചെയ്യണമെന്ന് ഒരു നൈസർഗ്ഗിക മൃഗവാസനയും അവനോടു പറയുന്നില്ല. എന്താണ് ചെയ്യേണ്ടിയിരുന്നതെന്ന് പുരാവൃത്തവും പറയുന്നില്ല. ചില സന്ദർഭങ്ങളിൽ അവൻ എന്താണ് ചെയ്യാൻ ആഗ്രഹിച്ചതെന്നുപോലും അവനറിയില്ല. ഇതിനു പകരം അവൻ ഒന്നുകിൽ മറ്റുള്ളവർ ചെയ്യുന്നത് ചെയ്യാൻ ഇഷ്ടപ്പെടുകയോ (അനുസരണശീലം) അല്ലെങ്കിൽ അവൻ എന്തു ചെയ്യണമെന്ന് മറ്റുള്ളവർ ആഗ്രഹിക്കുന്നുവോ (സർവ്വാധിപത്യപരം) അതു ചെയ്യുന്നു.

അടുത്തകാലത്ത് എന്റെ യൂറോപ്യൻ വിദ്യാർത്ഥികൾക്കിടയിൽ നടത്തിയ ഒരു സർവേ ഫലമനുസരിച്ച് 25 ശതമാനത്തോളം വിദ്യാർത്ഥികളിൽ ഏറിയോ കുറഞ്ഞോ അസ്തിത്വപരമായ ശൂന്യതാബോധം ഉണ്ടായിരുന്നു. എന്റെ തന്നെ അമേരിക്കൻ വിദ്യാർത്ഥികളിൽ ഇത് 25 ശതമാനമല്ല, 60 ശതമാനമായിരുന്നു.

അസ്തിത്വപരമായ ഈ ശൂന്യതാബോധം പ്രധാനമായും മടുപ്പിലൂടെയാണ് പ്രത്യക്ഷമാകുന്നത്. മനുഷ്യവംശം സ്പഷ്ടമായും നിരാശയുടെയും മടുപ്പിന്റെയും പാരമ്യത്താൽ എക്കാലത്തേയ്ക്കുമായി ചഞ്ചലപ്പെടുക എന്ന ദുർവ്വിധിക്ക് കീഴ്പ്പെട്ടുകഴിഞ്ഞു എന്നു ഷോപ്പൻഹോവർ പറഞ്ഞത് ഇപ്പോൾ നമുക്ക് മനസ്സിലാകുന്നുണ്ട്.

മടുപ്പ് കൂടുതലാളുകളെ മനഃശാസ്ത്രവിദഗ്ധരുടെ പക്കലെത്തിക്കുന്നുണ്ടെന്നതാണ് യഥാർത്ഥ വസ്തുത. വിഷാദം സംബന്ധിച്ച പ്രശ്നങ്ങളെക്കാൾ കൂടുതൽ മടുപ്പ് മൂലമുള്ള പ്രശ്നങ്ങളാണ് പരിഹരിക്കേണ്ടത്. മാത്രമല്ല ഇത് ആപൽകരമായി വളർന്നു കൊണ്ടിരിക്കുകയാണ്. യന്ത്രവൽക്കരണത്തിന്റെ ആധിക്യം മൂലം ശരാശരി തൊഴിലാളികളുടെ വിശ്രമവേള അനുമാത്രയിൽ വർദ്ധിച്ചുകൊണ്ടിരിക്കുകയാണ്. തങ്ങൾ പുതുതായി നേടിയിരിക്കുന്ന അധികസമയം എങ്ങനെ പ്രയോജനപ്പെടുത്തണമെന്ന് ഈ തൊഴിലാളികളിൽ ഭൂരിപക്ഷത്തിനും അറിയില്ല എന്നതാണ് പരിതാപകരം.

ഉദാഹരണമായി 'സൺഡേ ന്യൂറോസിസ്' എന്ന വിഷാദ രോഗം പരിഗണിക്കാം. പ്രവൃത്തി ദിവസങ്ങളിലെ തിക്കിത്തിരക്കുകൾ അവസാനിക്കുന്നതോടെ തങ്ങളുടെ ഉള്ളിലെ സ്വത്വമില്ലായ്മ വെളിവാകുന്നു. അസ്തിത്വപരമായ ശൂന്യതാബോധം മൂലം ഒട്ടും കുറവല്ലാത്തത്ര ആത്മഹത്യകൾ നടക്കുന്നുണ്ട്. ഇവ തിരിച്ചറിയുവാൻ കഴിഞ്ഞില്ലെങ്കിൽ വിഷാദം, ആക്രമണോത്സുകത, ആസക്തി എന്നിവയെ മനസ്സിലാക്കുവാൻ കഴിയില്ല. പെൻഷൻ വാങ്ങുന്നവരിലും വാർദ്ധക്യത്തിലേക്ക് കടക്കുന്നവർക്കിടയിലും ഇത് സത്യമായിരിക്കുന്നു.

അതിലുപരി പലതരം മുഖപടങ്ങൾ അണിഞ്ഞും വേഷപ്രച്ഛന്നതയിലും അസ്തിത്വപരമായ ശൂന്യതാ ബോധം പ്രത്യക്ഷപ്പെടുന്നുണ്ട്. പൊരുൾ കണ്ടെത്തുവാനാകാതെ മോഹഭംഗത്തിലായ ഇച്ഛാശക്തി ഒരുപക്ഷെ ഏറ്റവും പ്രാകൃതമായ അധികാരവാഞ്ഛയിലൂടെയോ ധന സമ്പാദന വാഞ്ഛയിലൂടെയോ പരിഹാരം നേടുവാൻ ശ്രമിച്ചേക്കാം. മറ്റുചില രോഗികളിൽ പൊരുൾ കണ്ടെത്താനാകാതെ മോഹഭംഗത്തിലായ ഇച്ഛാശക്തി സുഖം തേടുന്ന ഇച്ഛാശക്തിയായി പ്രത്യക്ഷപ്പെട്ടേക്കാം. ഇതു മൂലമാണ് അസ്തിത്വപരമായ ശൂന്യതാബോധം ലൈംഗികമായി നഷ്ടപരിഹാരത്തിനു ശ്രമിക്കുന്നത്. അസ്തിത്വപരമായ ശൂന്യതാബോധമുള്ള ചില രോഗികളിൽ ലൈംഗികാസക്തി വളരെക്കൂടുതലായി കാണാൻ കഴിഞ്ഞിട്ടുണ്ട്.

സമാനമായ സംഭവങ്ങൾ നാഡീസംബന്ധരോഗികളിലും കാണാവുന്നതാണ്. ചില പ്രത്യേകതരം പ്രതികരണരീതികളെക്കുറിച്ചും ദൂഷിതവലയ രൂപീകരണങ്ങളെക്കുറിച്ചും പിന്നീട് പ്രതിപാദിക്കാം. ഇത്തരം അസ്തിത്വപരമായ ശൂന്യതാബോധത്തെ രോഗ നിദാനശാസ്ത്രം നേരിട്ടിട്ടുണ്ടെങ്കിലും ഈ രോഗാവസ്ഥ വർദ്ധിത

മായി തുടരുകയാണ്. ഇത്തരം രോഗികളിൽ തേടേണ്ടിവരുന്നത് ന്യൂജെനിക്ക് ന്യൂറോസിസ് ആയിരിക്കുകയില്ല. സൈക്കോതെറാപ്പിയോടൊപ്പം ലോഗോതെറാപ്പിയും ചേർത്തുള്ള ചികിത്സ നൽകാത്തിടത്തോളം രോഗിയെക്കൊണ്ട് ഈ അവസ്ഥ തരണം ചെയ്യിക്കുന്നതിൽ നാം ഒരിക്കലും വിജയിക്കുകയില്ല. അസ്തിത്വപരമായ ശൂന്യതാബോധത്തെ ഇല്ലായ്മ ചെയ്യുന്നതോടെ വീണ്ടും രോഗാവസ്ഥയിലേക്ക് വഴുതി വീഴുന്നതിൽ നിന്ന് രോഗിയെ രക്ഷിക്കാനാകും. ആയതിനാൽ ലോഗോതെറാപ്പി ന്യൂജെനിക്ക് രോഗികളിൽ മാത്രമല്ല സൈക്കോജെനിക്ക് രോഗികളിലും, ചിലപ്പോൾ സോമറ്റോജെനിക്ക് അഥവാ സ്യൂഡോ മനോരോഗികളിലും പ്രയോഗിക്കാറുണ്ട്. ഈ സന്ദർഭത്തിൽ മഗ്ഡാ ബി. ആർനോൾഡിന്റെ പ്രസ്താവന നീതീകരിക്കാവുന്നതാണ്, "ഓരോ ചികിത്സയും, അതെത്ര തന്നെ നിയന്ത്രിതമായിരുന്നാലും അതോടൊപ്പം ലോഗോതെറാപ്പിയും നൽകേണ്ടതാണ്."[4] അടുത്തതായി ജീവിതത്തിന്റെ പൊരുൾ എന്താണെന്ന് ഒരു രോഗി ചോദിക്കുകയാണെങ്കിൽ എന്തു ചെയ്യാനാകുമെന്ന് പരിശോധിക്കാം.

ജീവിതത്തിന്റെ പൊരുൾ

ഒരു ഡോക്ടർക്ക് സാധാരണ ഈ ചോദ്യത്തിന് ഉത്തരം നൽകാനാകുമോ എന്ന കാര്യം സംശയമാണ്. കാരണം ജീവിതത്തിന്റെ പൊരുൾ എന്നത് ഓരോ വ്യക്തിയിലും ഓരോ ദിവസത്തിലും ഓരോ മണിക്കൂറിൽപ്പോലും വ്യത്യസ്തമായിരിക്കും. ആയതിനാൽ ജീവിതപ്പൊരുൾ പൊതുവായി എന്തെന്നല്ല, പകരം ഒരു വ്യക്തിയിൽ, ഒരു പ്രത്യേക ഘട്ടത്തിൽ എന്ത് എന്നതാണ് ചിന്താവിഷയം. സാധാരണ സംജ്ഞകൾ ഉപയോഗിച്ച് ഈ ചോദ്യം ചോദിക്കുന്നതിനെ ഒരു ചെസ്സ് ചാമ്പ്യനോട് "മാസ്റ്റർ, ചെസ്സിലെ ഏറ്റവും നല്ല നീക്കമേതാണ്?" എന്നു ചോദിക്കുന്നതിനോട് ഉപമിക്കാം. വാസ്തവത്തിൽ അങ്ങനെ ഏറ്റവും നല്ല നീക്കം എന്നൊന്നില്ല. ഓരോ നീക്കവും ഓരോ സന്ദർഭത്തിനും എതിരാളിയുടെ കളിയുടെ സ്വഭാവത്തിനും അനുസരണമായി മാറിക്കൊണ്ടിരിക്കും. ഇതു മനുഷ്യാസ്തിത്വത്തിന്റെ കാര്യത്തിലും ബാധകമാണ്. ഒരാളും ജീവിതത്തിന്റെ അമൂർത്തമായ

4 Magda B. Arnold and John A. Gasson, The Human Person, Ronald Press, New York, 1954, p. 618

പൊരുൾ അന്വേഷിക്കരുത്. ഓരോ വ്യക്തിക്കും സവിശേഷമായ സ്വന്തം തൊഴിൽ, അഥവാ നിയോഗവും സാക്ഷാൽക്കരിക്കുവാൻ മൂർത്തമായ ഒരു കർത്തവ്യവും ഉണ്ടായിരിക്കും. ആയതിനാൽ, ആ വ്യക്തിയെ മറ്റൊരു വ്യക്തിയെക്കൊണ്ട് പകരം വയ്ക്കുവാനോ, ആ വ്യക്തിയുടെ ജീവിതം ആവർത്തിക്കുവാനോ കഴിയില്ല. ആയതിനാൽ ഓരോ വ്യക്തിയുടെയും ദൗത്യം, അത് പൂർത്തീകരിക്കപ്പെടുവാൻ അയാൾക്കു ലഭിക്കുന്ന അവസരമെന്നതുപോലെ തന്നെ വിശിഷ്ടമായിരിക്കും.

ജീവിതസാഹചര്യങ്ങൾ മനുഷ്യനു മുന്നിലെ വെല്ലുവിളികളെ പ്രതിനിധീകരിക്കുന്നതിനാലും, അവൻ തന്നെ പരിഹരിക്കേണ്ടതായ സമസ്യയുടെ രൂപത്തിൽ പ്രത്യക്ഷപ്പെടുന്നതിനാലും ജീവിതത്തിന്റെ പൊരുളെന്ത് എന്ന ചോദ്യത്തെ നമുക്ക് തിരിച്ചു ചോദിക്കാം. ജീവിതത്തിന്റെ പൊരുളെന്ത് എന്ന ചോദ്യം ആത്യന്തികമായി മനുഷ്യൻ ചോദിക്കുവാൻ പാടുള്ളതല്ല – പകരം, ആ ചോദ്യം തന്റെയുള്ളിലുണ്ടെന്ന യാഥാർത്ഥ്യം സ്വയം തിരിച്ചറിയുകയാണ് വേണ്ടത്. ഒരർത്ഥത്തിൽ ഓരോ വ്യക്തിയും ജീവിതത്താൽ ചോദ്യം ചെയ്യപ്പെടുന്നുണ്ട്. ഈ ചോദ്യത്തിന് ഉത്തരം നൽകുകയെന്നാൽ സ്വന്തം ജീവിതത്തിന് ഉത്തരം നൽകുകയെന്നാണർത്ഥം. സ്വന്തം കർത്തവ്യം നിറവേറ്റിക്കൊണ്ടു മാത്രമേ ഒരു വ്യക്തിക്ക് ജീവിതത്തോട് പ്രതികരിക്കാനാകൂ. കർത്തവ്യബോധത്തിലാണ് ലോഗോതെറാപ്പി മനുഷ്യാസ്തിത്വത്തിന്റെ സാരാംശം ദർശിക്കുന്നതെന്ന് ഇതു വ്യക്തമാക്കുന്നു.

അസ്തിത്വത്തിന്റെ സാരാംശം

"നിങ്ങൾ ഇതിനകം തന്നെ രണ്ടാമതൊരു ജീവിതം ജീവിക്കുകയാണെന്ന രീതിയിൽ ജീവിക്കുക. ആദ്യജീവിതത്തിൽ നിങ്ങൾ തെറ്റായി പെരുമാറിയെങ്കിൽ, ഇനിയെങ്ങനെയാണോ ജീവിക്കുവാൻ ആഗ്രഹിക്കുന്നത് അതനുസരിച്ചു തന്നെ ജീവിക്കുക!" എന്ന കർത്തവ്യബോധത്തിലുള്ള ഊന്നിപ്പറയൽ ലോഗോതെറാപ്പിയുടെ നിസ്സന്ദേഹമായ ആധികാരികതയിൽ പ്രതിഫലിക്കുന്നുണ്ട്. ഒന്നാമതായി ആ വ്യക്തിയുടെ ഇന്ന് ഇന്നലെകളാണെന്നും, രണ്ടാമതായി, ഇന്നലെകൾ ഇനിയും മാറ്റപ്പെടേണ്ടതും ഭേദഗതി ചെയ്യപ്പെടേണ്ടതുമാണെന്നും സങ്കൽപ്പിക്കുവാൻ ഒരു വ്യക്തിയുടെ മനസ്സിനെ ക്ഷണിക്കുന്നതിൽ ഈ ആപ്തവാക്യത്തിനുപരിയായി

ആ വ്യക്തിയുടെ കർത്തവ്യബോധത്തെ ഉത്തേജിപ്പിക്കുന്ന മറ്റൊന്നുമില്ലെന്നാണ് ഞാൻ മനസ്സിലാക്കുന്നത്. അത്തരമൊരു കല്പന ആ വ്യക്തിയുടെ ജീവിതത്തിന്റെ പരിമിതിയുമായും, ആ വ്യക്തി തന്റെ ജീവിതത്തിൽ നിന്നും അവനവനിൽ നിന്നും ഉൾക്കൊള്ളുന്ന തീർപ്പുമായും സംഘട്ടനത്തിലാകുന്നു.

ലോഗോതെറാപ്പി രോഗിയെ അയാളുടെ കർത്തവ്യത്തെക്കുറിച്ച് പൂർണ്ണ ബോധവാനാക്കുവാൻ ശ്രമിക്കുന്നു. ഇതിലൂടെ, എന്തിനുവേണ്ടി, എന്തിനോട്, ആരോട് താൻ ഉത്തരവാദപ്പെട്ടിരിക്കുന്നു എന്നീ ചോദ്യങ്ങൾ രോഗിക്കുതന്നെ വിട്ടുകൊടുക്കുന്നു. ഇതുമൂലം സൈക്കോതെറാപ്പിസ്റ്റുകളുമായി താരതമ്യം ചെയ്യുമ്പോൾ ലോഗോതെറാപ്പിസ്റ്റ് രോഗിക്കുമേൽ മൂല്യാധിഷ്ഠിതമായ വിധി പ്രസ്താവങ്ങൾ നടത്തുന്നതിന് ഒരിക്കലും പ്രലോഭിതരാകുന്നില്ല. വിധി പ്രസ്താവിക്കുന്നതിനുള്ള ബാധ്യത രോഗി തന്റെ ഡോക്ടർക്കു വിട്ടു കൊടുക്കുന്നുമില്ല.

ഇതുമൂലം, തന്റെ ജീവിതോദ്യമം സമൂഹത്തോട് ഉത്തരവാദിത്വമുള്ള വ്യക്തിയെന്ന നിലയിലാണോ സ്വന്തം മനസ്സാക്ഷിയോടെന്ന നിലയിലാണോ വ്യാഖ്യാനിക്കേണ്ടതെന്ന് രോഗിക്കുതന്നെ തീരുമാനിക്കാം. എന്നിരുന്നാലും തനിക്കുമുന്നിലുള്ള കർത്തവ്യങ്ങളുടെ പേരിലോ, ആ കർത്തവ്യങ്ങൾ തന്നെ ഏൽപ്പിച്ചിരിക്കുന്ന ടാസ്ക് മാസ്റ്ററുടെ പേരിലോ അവയെ വ്യാഖ്യാനിക്കാത്ത ചിലരുണ്ട്.

ലോഗോതെറാപ്പി ഒരു വ്യക്തിയെ പഠിപ്പിക്കുകയോ ധാർമ്മികോദ്ബോധനം നടത്തുകയോ ചെയ്യുന്നില്ല. അത് ധാർമ്മിക അനുശാസനത്തിൽ നിന്നെന്നപോലെതന്നെ യുക്തിവാദങ്ങളിൽ നിന്നും വലിയ അകലം പാലിക്കുന്നു. രൂപകമായി പറയുകയാണെങ്കിൽ ഒരു ലോഗോതെറാപ്പിസ്റ്റിന്റെ ഭാഗം ഒരു ചിത്രകാരന്റേതിനെക്കാൾ ഒരു നേത്രരോഗവിദഗ്ദ്ധന്റേതാണ്. ചിത്രകാരൻ ലോകത്തെ താൻ കാണുന്ന വിധം നമുക്കു കാണിച്ചുതരുവാൻ ശ്രമിക്കുന്നു, ഒരു നേത്രരോഗവിദഗ്ദ്ധനാവട്ടെ, യഥാർത്ഥത്തിൽ ലോകം എന്താണോ അതു കാണുവാൻ നമ്മെ പ്രാപ്തരാക്കുന്നു. രോഗിയുടെ വീക്ഷണം വിപുലവും വിസ്തൃതവുമാക്കിത്തീർക്കുക എന്ന കർത്തവ്യം കൂടി ലോഗോതെറാപ്പിസ്റ്റിലുണ്ട്. ഇതോടെ, മനുഷ്യരിൽ അന്തർലീനമായിരിക്കുന്ന പൊരുളിന്റെ വർണ്ണപ്രപഞ്ചം സചേതനവും പൂർണ്ണവുമായി രോഗിക്ക് ദൃഷ്ടിഗോചരമാകുന്നു.

മനുഷ്യൻ ഉത്തരവാദിത്വബോധമുള്ളവനും ജീവിതപ്പൊരുൾ യാഥാർത്ഥ്യമാക്കേണ്ടവനുമാണെന്ന് ഞാൻ പ്രഖ്യാപിക്കുന്നു. ജീവിതത്തിന്റെ യാഥാർത്ഥ്യത്തെ പൊരുളടഞ്ഞ സംവിധാനമായ മനുഷ്യന്റെ ഉള്ളിൽ നിന്നോ അവന്റെ മനസ്സിൽ നിന്നോ അല്ല, പകരം ലോകത്തിൽ നിന്നാണ് കണ്ടെടുക്കേണ്ടത്. രൂപവൽകൃതമായ ഈ സ്വഭാവത്തെ ഞാൻ 'സ്വയം അതീതമാകുന്ന മനുഷ്യാസ്തിത്വം' എന്നാണ് വിളിക്കുന്നത്. മനുഷ്യനായിരിക്കുക എന്നത് അവനവനിലേക്കല്ലാതെ എപ്പോഴും ഒരു വസ്തുവിലേക്കോ ഒരു വ്യക്തിയിലേക്കോ കേന്ദ്രീകരിക്കുകയും നിയന്ത്രിക്കുകയും ചെയ്യുന്നു. ഒരു പൊരുൾ സാക്ഷാൽക്കരിക്കുകയായാലും മറ്റൊരു മനുഷ്യജീവിയുമായുള്ള ആകസ്മിക സമാഗമം ആയാലും ഇത് ബാധകമാകും. ഒരു വ്യക്തി മറ്റൊരാൾക്കു വേണ്ടി സേവനം ചെയ്യുകയോ സ്നേഹിക്കുകയോ ചെയ്യുമ്പോൾ എത്രത്തോളം സ്വയം മറക്കുന്നുവോ അത്രത്തോളം മനുഷ്യനായിത്തീരുകയും സ്വയം സാക്ഷാൽക്കരിക്കുകയും ചെയ്യും. ആത്മസാക്ഷാൽക്കാരം എന്നത് നേടിയെടുക്കാവുന്ന ഒരു ലക്ഷ്യമേയല്ല. എത്രത്തോളം ഒരാൾ അതിനായി പരിശ്രമിക്കുന്നുവോ അതനുസരിച്ച് അതു നഷ്ടപ്പെടുവാനുള്ള സാധ്യതയും ഏറിവരുന്നു. മറ്റൊരു വിധത്തിൽ പറഞ്ഞാൽ അതീതമാകുന്ന മനുഷ്യാസ്തിത്വത്തിന്റെ ഉപോൽപ്പന്നമായി മാത്രമാണ് ആത്മസാക്ഷാൽക്കാരം സാധ്യമാകുന്നത്.

ജീവിതപ്പൊരുൾ എപ്പോഴും മാറിക്കൊണ്ടിരിക്കുന്നു എന്ന കാര്യം ഇവിടെ നേരത്തേ തന്നെ വ്യക്തമാക്കിക്കഴിഞ്ഞു. എങ്കിലും, അതൊരിക്കലും നിലയ്ക്കുന്നില്ല. ലോഗോതെറാപ്പിയനുസരിച്ച് മൂന്നു വിധത്തിൽ ജീവിതപ്പൊരുൾ സാക്ഷാൽക്കരിക്കുവാൻ കഴിയും. 1) ഒരു പ്രവൃത്തി ചെയ്യുന്നതു വഴി. 2) ഒരനുഭവം സാധ്യമാകുമ്പോൾ അഥവാ ഒരു വ്യക്തിയുമായുള്ള ആകസ്മിക സമാഗമത്തോടെ. 3) നാം സ്വീകരിക്കുന്ന മനോഭാവത്തിലൂടെ അനിവാര്യമായിത്തീരുന്ന സഹനം വഴി. ആദ്യത്തേതിൽ സാക്ഷാൽക്കാരത്തിന്റെ മാർഗ്ഗം തികച്ചും വ്യക്തമാണ്. രണ്ടാമത്തേതും മൂന്നാമത്തേതും കൂടുതൽ വിശദീകരണം ആവശ്യപ്പെടുന്നു. പൊരുൾ കണ്ടെത്തുന്നതിന്റെ രണ്ടാമത്തെ മാർഗ്ഗം നന്മ, സത്യം, സൗന്ദര്യം എന്നിങ്ങനെ പ്രകൃതി, സംസ്കാരം തുടങ്ങിയവയിൽ നിന്നു ലഭിക്കുന്ന അനുഭവങ്ങൾ. എന്തിനെക്കാളും പ്രധാനമായി മറ്റൊരു മനുഷ്യജീവിയെ ആ

വ്യക്തിയുടെ അദ്വിതീയത മൂലം സ്നേഹിക്കുന്നതിലൂടെയും പൊരുൾ കണ്ടെത്തുന്നത് സാധ്യമാണ്.

സ്നേഹത്തിന്റെ പൊരുൾ

മറ്റൊരു മനുഷ്യജീവിയുടെ വ്യക്തിത്വത്തിനുള്ളിൽ കടന്ന് അയാളുടെ ശ്രദ്ധ നേടുന്നതിനുള്ള ഒരേയൊരു മാർഗ്ഗം സ്നേഹമാകുന്നു. ഒരു വ്യക്തിയെ സ്നേഹിക്കുന്നതിലൂടെയല്ലാതെ മറ്റൊരു മനുഷ്യജീവിയുടെ ആത്മസത്തയെ പൂർണ്ണമായും മനസ്സിലാക്കുവാൻ സാധ്യമല്ല. സ്നേഹത്തിലൂടെ പ്രിയപ്പെട്ടയാളുടെ അനിവാര്യമായ സ്വഭാവ സവിശേഷതകളും പ്രത്യേകതകളും കണ്ടനുഭവിക്കുവാൻ കഴിയും. അതിലുപരി ആത്മസാക്ഷാൽക്കാരത്തിനുള്ള സാധ്യതകളും അയാൾ കാണുന്നു. അതിനുമപ്പുറം അയാളുടെ സ്നേഹത്തിലൂടെ ആ വ്യക്തി തന്റെ പ്രിയപ്പെട്ട വ്യക്തിയെ സാധ്യതകൾക്കു പ്രാപ്തനാക്കുന്നു. അയാൾക്ക് എന്താകുവാൻ കഴിയുമെന്നും എന്താകേണ്ടതാണെന്നുമുള്ള സാധ്യതകൾ അയാൾ പൂർത്തീകരിക്കുന്നു.

ലോഗോതെറാപ്പിയിൽ സ്നേഹമെന്നത് ലൈംഗികചോദനകളുടെയും സഹജവാസനയുടെയും ഉപോൽപ്പന്നമായല്ല[5] വ്യാഖ്യാനിച്ചിരിക്കുന്നത്. സ്നേഹം ലൈംഗികതപോലെതന്നെ ഒരു പ്രാഥമിക പ്രതിഭാസമാണ്. സാധാരണയായി സ്നേഹപ്രകടനത്തിന്റെ ഒരു മാർഗ്ഗം മാത്രമാണ് ലൈംഗികത. സ്നേഹത്തിന്റെ വാഹനമെന്ന നിലയിൽ ലൈംഗികത ന്യായീകരിക്കപ്പെടുന്നുണ്ട്, അതിലുപരി പവിത്രീകരിക്കപ്പെടുന്നുമുണ്ട്. സ്നേഹത്തിന്റെ വെറുമൊരു പാർശ്വഫലമായി മാത്രമല്ല ലൈംഗികതയെ ഗ്രഹിച്ചിരിക്കുന്നത്, ആത്യന്തികസ്നേഹമെന്ന ഒരുമ അനുഭവിക്കുവാനും പ്രകടിപ്പിക്കുവാനുമുള്ള മാധ്യമമാണ് ലൈംഗികത.

ജീവിതപ്പൊരുൾ കണ്ടെത്തുവാനുള്ള മൂന്നാമത്തെ മാർഗ്ഗമാണ് സഹനം.

സഹനത്തിന്റെ പൊരുൾ

നൈരാശ്യം നിറഞ്ഞ ഒരു സന്ദർഭവുമായി ഏറ്റുമുട്ടുമ്പോഴും വിധിയെ മറികടക്കുവാൻ കഴിയാത്തപ്പോഴും ജീവിതത്തിന്റെ പൊരുൾ

5 പ്രാഥമിക പ്രതിഭാസത്തിന്റെ ഫലമായി സംഭവിക്കുന്ന ഒരു പ്രതിഭാസം.

കണ്ടെത്തുവാൻ കഴിയുമെന്ന കാര്യം നാം മറക്കരുത്. അപ്പോൾ പ്രധാനമായത് അദ്വിതീയമായ, ഏറ്റവും മികച്ച മനുഷ്യസാധ്യതയ്ക്ക് ദൃക്സാക്ഷിയാവുക എന്നതാണ്. വ്യക്തിപരമായ ഒരു ദുരന്തത്തെ വിജയമാക്കിത്തീർക്കുക അഥവാ ഒരാളുടെ വിഷമസന്ധിയെ മനുഷ്യന്റെ ഏറ്റവും വലിയ നേട്ടമാക്കുക എന്നർത്ഥം. ഒരു സാഹചര്യത്തെ മാറ്റിയെടുക്കുവാൻ നമുക്കു കഴിയാതിരിക്കുമ്പോൾ ചികിത്സിച്ചു ഭേദമാക്കാൻ കഴിയാത്തതും ഓപ്പറേഷൻ നടത്തുവാൻ സാധിക്കാത്തതുമായ ഒരു രോഗത്തെക്കുറിച്ച് ചിന്തിക്കുക. അപ്പോൾ നാം സ്വയം മാറുന്നതിനുള്ള വെല്ലുവിളി ഏറ്റെടുക്കും.

ഏറ്റവും വ്യക്തമായ ഒരു ഉദാഹരണം പറയാം. ഒരിക്കൽ പ്രായം ചെന്ന ഒരു ജനറൽ പ്രാക്ടീഷ്ണർ അദ്ദേഹത്തിന്റെ കടുത്ത വിഷാദരോഗത്തിനു പരിഹാരം തേടി എന്നെ സമീപിച്ചു. മറ്റെന്തിനെക്കാളും അദ്ദേഹം സ്നേഹിച്ചിരുന്ന ഭാര്യയുടെ രണ്ടു വർഷം മുമ്പുള്ള മരണത്തിന്റെ ആഘാതത്തെ തരണം ചെയ്യുവാൻ കഴിഞ്ഞില്ല എന്നതായിരുന്നു കാരണം. ഇപ്പോൾ എങ്ങനെയാണ് ഞാനിദ്ദേഹത്തെ സഹായിക്കുക?

എന്താണ് ഞാനദ്ദേഹത്തോട് പറയുക? ഒന്നും തന്നെ പറയാതിരിക്കുക എന്നായിരുന്നു എന്റെ തീരുമാനം. പകരം ഞാനദ്ദേഹത്തെ ഒരുചോദ്യം കൊണ്ട് നേരിട്ടു. "ആദ്യം മരിച്ചത് ഡോക്ടറായിരുന്നുവെങ്കിൽ എന്ത് സംഭവിക്കുമായിരുന്നു? അതിനുശേഷം ഡോക്ടറുടെ ഭാര്യ ജീവിച്ചിരുന്നെങ്കിൽ?" അദ്ദേഹം പറഞ്ഞു "ഓഹ്, അവൾക്കത് താങ്ങാൻ കഴിയുമായിരുന്നില്ല. അവളെത്രമാത്രം ദുഃഖിതയായേനെ", അതിന് ഞാൻ നല്കിയ മറുപടിയിതാണ്, "ഡോക്ടർ, അത്തരമൊരു സഹനത്തിൽ നിന്ന് അവർ ഒഴിവാക്കപ്പെട്ടു. അവരെ അത്തരം സഹനത്തിൽ നിന്ന് ഒഴിവാക്കിയത് താങ്കളാണ്. അതിന്റെ ഫലമായി ഡോക്ടറിപ്പോൾ അവരെയോർത്തു ദുഃഖിക്കുന്നു". ഡോക്ടർ ഒരു വാക്കുപോലും പറയാതെ എനിക്ക് ഹസ്തദാനം നൽകിയശേഷം ശാന്തമായി ഓഫീസ് വിട്ടുപോയി. സഹനത്തിന് പൊരുൾ ഉണ്ടെന്നറിയുന്നതോടെ സഹനം അപ്രത്യക്ഷമാകുന്നു.

തീർച്ചയായും അത് ചികിത്സയായിരുന്നില്ല. ഒന്നാമതായി അദ്ദേഹത്തിന്റെ നിരാശ ഒരു രോഗമായിരുന്നില്ല. രണ്ടാമതായി അദ്ദേഹത്തിന്റെ വിധിയെ മാറ്റിയെടുക്കുവാൻ എനിക്കു കഴിയുമായിരുന്നില്ല. അദ്ദേഹത്തിന്റെ ഭാര്യയെ പുനർജീവിപ്പിക്കുവാനും എനിക്കു

കഴിയുമായിരുന്നില്ല. എന്നാൽ, ആ നിമിഷം മുതൽ തന്റെ *സഹന ത്തിന്* ഒരു അർത്ഥം കൈവന്നതായി അദ്ദേഹത്തിനു മനസ്സിലായി. അങ്ങനെ അദ്ദേഹത്തിന്റെ മനോഭാവം മാറ്റിയെടുക്കുന്നതിൽ ഞാൻ വിജയിച്ചു. ഇത് ലോഗോതെറാപ്പിയുടെ അടിസ്ഥാന പ്രമാണങ്ങളി ലൊന്നാണ്. മനുഷ്യന്റെ പ്രധാന ആശങ്ക സുഖം കണ്ടെത്തുന്നതിലോ വേദന ഒഴിവാക്കുന്നതിലോ അല്ല, പകരം തന്റെ ജീവിതത്തിന് പൊരുൾ കണ്ടെത്തുക എന്നതിലാണ്. അതുകൊണ്ടാണ് മനുഷ്യൻ ഒരു നിബന്ധനയോടെ സഹനത്തിനു പോലും തയ്യാറാകുന്നത്, തന്റെ സഹനത്തിന് അർത്ഥമുണ്ടായിരിക്കണം എന്ന നിബന്ധന.

എന്നാൽ വ്യക്തതയോടെ ഞാൻ പറയാം, പൊരുൾ തേടിയുള്ള പ്രയാണത്തിൽ സഹനം *അനിവാര്യമല്ല*. സഹനമില്ലാതെ തന്നെ പൊരുൾ കണ്ടെത്തുവാനാകുമെന്ന് മാത്രമാണ് ഞാൻ സൂചിപ്പിച്ചത്. അനാവശ്യമായി സഹനം ഏറ്റുവാങ്ങുന്നത് ഹീറോയിസമല്ല – ആത്മ പീഡനത്വരയാകുന്നു. സഹനം ഒഴിവാക്കുവാൻ സാധ്യമായ സാഹ ചര്യത്തിൽ, അത് മനഃശാസ്ത്രപരമോ ജീവശാസ്ത്രപരമോ രാഷ്ട്രീയ പരമോ ആയാൽപ്പോലും ഏറ്റവും അർത്ഥപൂർണ്ണമായ പ്രവൃത്തി സഹനം ഒഴിവാക്കുക എന്നതു തന്നെയാണ്.

ജോർജിയ സർവ്വകലാശാലയിലെ മനഃശാസ്ത്രം പ്രഫസറായി രുന്ന എഡിത് വൈസ്കഫ് ജോൽസൺ അവരുടെ മരണത്തിനു മുമ്പ് ലോഗോതെറാപ്പിയെക്കുറിച്ച് എഴുതിയ ലേഖനത്തിൽ ഇങ്ങനെ വാദിച്ചിരുന്നു, "മനുഷ്യർ സന്തോഷത്തോടെയിരിക്കേണ്ടതുണ്ടെന്നും, ദുഃഖം അഥവാ സന്തോഷരാഹിത്യമെന്നത് അനുചിതമായ ഒന്നിന്റെ ലക്ഷണമാണെന്നും ഇന്നത്തെ നമ്മുടെ മെന്റൽ ഹൈജീൻ തത്വ ശാസ്ത്രം ഊന്നിപ്പറയുന്നു. ഒഴിവാക്കുവാൻ കഴിയാത്ത സന്തോ ഷരാഹിത്യത്തിന്റെ ഭാരമുണ്ടെന്ന സന്തോഷരഹിതമായ ചിന്ത സന്തോഷരാഹിത്യം വർദ്ധിപ്പിക്കുമെന്ന വസ്തുതയ്ക്ക് മേൽ സൂചിപ്പിച്ച മൂല്യവ്യവസ്ഥ കാരണമായേക്കാം."[6] മാത്രമല്ല, "രോഗശമനം അസാ ധ്യമായ രോഗികൾക്ക്, അവരുടെ സഹനത്തിൽ അഭിമാനിക്കു വാൻ വളരെക്കുറഞ്ഞ അവസരങ്ങൾ മാത്രമേ അമേരിക്ക നൽകു ന്നുള്ളൂ. ഈ പ്രവണതയെ അപലപിക്കുന്നതിനുപകരം അതിനെ മഹത്വപ്പെടുത്തുന്നതാണ് ഇപ്പോൾ കണ്ടുവരുന്ന രീതി. മനുഷ്യൻ സന്തോഷരഹിതനായിരിക്കുന്നു എന്നു മാത്രമല്ല, സന്തോഷവാ

6 "Some Comments on a Viennese School of Psychiatry", *The Journal of Abnormal and Social Psychology*, 51 [1955], pp. 701-3.

നായിരിക്കുന്നതിൽ ലജ്ജിക്കുക കൂടി ചെയ്യുന്നു". അമേരിക്കയിൽ കണ്ടുവരുന്ന ഇത്തരം ചില അനാരോഗ്യകരമായ ശീലങ്ങളെ തിരുത്തുവാൻ ലോഗോതെറാപ്പിക്കു കഴിയുമെന്ന് മറ്റൊരു പ്രബന്ധം[7] അവതരിപ്പിക്കുന്നതിനിടയിൽ അവർ പ്രത്യാശ പ്രകടിപ്പിച്ചു.

സ്വന്തം തൊഴിൽ ചെയ്യുവാനോ ജീവിതം ആസ്വദിക്കുവാനോ കഴിയാത്തവിധം മനുഷ്യരെ പറിച്ചെറിയുന്ന സാഹചര്യങ്ങൾ നിലവിലുണ്ട്. എന്നാൽ, സഹനത്തിന്റെ അനിവാര്യത ഒരിക്കലും തള്ളിക്കളയാനാകാത്ത വസ്തുതയാണ്. ധീരതയോടെ ഈ സഹനം സ്വീകരിക്കുന്നതിനായി ജീവിതം അവസാനനിമിഷം വരെ അതിന്റെ പൊരുൾ നിലനിർത്തുന്നു. മറ്റൊരുരീതിയിൽ പറഞ്ഞാൽ ജീവിതപ്പൊരുൾ നിരുപാധികമായ ഒന്നാണ്. കാരണം അനിവാര്യമായ സഹനത്തിലൂടെ സാധ്യമായ പൊരുൾപോലും അതിൽ ഉൾക്കൊള്ളിക്കുന്നുണ്ട്.

ഞാൻ കോൺസെൻട്രേഷൻ ക്യാംപിലെ എന്റെ ഏറ്റവും തീവ്രമായ അനുഭവം ഓർത്തെടുത്തു വിവരിക്കാം. കൃത്യമായ സ്ഥിതിവിവര ശാസ്ത്രപ്രകാരം ക്യാംപ് ജീവിതത്തെ അതിജീവിക്കുവാൻ 28/1 മാത്രമായിരുന്നു എന്റെ സാധ്യത. ഔഷ്വിറ്റ്സിൽ എത്തിച്ചേർന്നപ്പോൾ ഞാൻ കോട്ടിനുള്ളിൽ ഒളിച്ചുവച്ചിരുന്ന എന്റെ ആദ്യപുസ്തകത്തിന്റെ കൈയ്യെഴുത്തുപ്രതി വീണ്ടെടുക്കുവാൻ തീർത്തും സാധ്യമായിരുന്നില്ല എന്നതാണ് സത്യം.

അങ്ങനെ എനിക്ക് എന്റെ മാനസസന്തതിയെ നഷ്ടപ്പെട്ടതിന്റെ ദുഃഖം തരണം ചെയ്യേണ്ടിവന്നു. അപ്പോൾ എനിക്കുശേഷം ഒരാളും ബാക്കിയാവില്ല - എന്റെ സ്വന്തം ഭൗതികസന്താനമോ മാനസസന്തതിയോ പോലും! ആയതിനാൽ ഞാനാ ചോദ്യത്തെ ഇങ്ങനെ നേരിട്ടു. ഈയവസ്ഥയിൽ എന്റെ ജീവിതം ആത്യന്തികമായി വ്യർത്ഥമാണോ?

ഇത്രയും കാലമായി ഞാൻ മനസ്സിൽ പോരാട്ടം നടത്തിയിരുന്ന ചോദ്യത്തിന് ഒരു മറുപടി ഇതിനകം തന്നെ തയ്യാറായിരുന്നുവെന്നോ താമസിയാതെ ഈ ഉത്തരം ലഭിക്കുമെന്നോ എനിക്കറിയില്ലായിരുന്നു. എന്റെ വസ്ത്രങ്ങൾ അഴിച്ചുകൊടുക്കേണ്ടി വന്നപ്പോഴും അതിനകം ഔഷ്വിറ്റ്സ് റെയിൽവേ സ്റ്റേഷനിലെത്തിയ ഉടനെ ഗ്യാസ് ചേംബറിലേയ്ക്ക് പറഞ്ഞയക്കപ്പെട്ട ഒരു തടവുകാരന്റെ

7 "Logotherapy and Existential Analysis", *Acta Psychotherapeutica*, 6 [1958], pp. 193-204.

പഴന്തുണി വസ്ത്രം ധരിക്കേണ്ടിവന്നപ്പോഴും ഇതേ അവസ്ഥയിലായിരുന്നു ഞാൻ. നിരവധി പേജുകളുണ്ടായിരുന്ന എന്റെ കൈയ്യെഴുത്തുപ്രതിക്കു പകരം അപ്പോൾ കിട്ടിയ കോട്ടിനുള്ളിലെ ഒരു പോക്കറ്റിൽ ഹീബ്രൂ പ്രാർത്ഥനാപുസ്തകത്തിൽ നിന്നു കീറിയ ഒരു പേജ് *ഷേമാ ഇസ്രായേൽ!* വെറുതെ കടലാസ്സിലെഴുതി വയ്ക്കുന്നതിനു പകരം ജീവിച്ചിരിക്കുവാനുള്ള ഒരു വെല്ലുവിളിയായല്ലാതെ ഈ ആകസ്മികതയെ ഞാൻ എങ്ങനെയാണ് വ്യാഖ്യാനിക്കേണ്ടിയിരുന്നത്?

ഏതാനും നിമിഷങ്ങൾക്കുശേഷം ഞാൻ അടുത്തുതന്നെ മരിച്ചുപോകുമെന്നെനിക്കു തോന്നി. എന്നാൽ, നിർണ്ണായകമായ ആ സന്ദർഭത്തിൽ എന്റെ ആശങ്ക ഒപ്പമുണ്ടായിരുന്ന സഖാക്കളുടേതിൽ നിന്നു വ്യത്യസ്തമായിരുന്നു. "നമ്മളീ ക്യാംപിൽനിന്ന് ജീവനോടെ പുറത്തുപോകുമോ? അല്ലാത്തപക്ഷം ഈ സഹനമെല്ലാം വ്യർത്ഥമാവുകയില്ലേ?" ഇതായിരുന്നു അവരുടെ ചോദ്യം. എന്നാൽ എന്നെ ഞെരുക്കിയ ചോദ്യം ഇതായിരുന്നു : "ഈ സഹനങ്ങൾക്കും ഈ മരണങ്ങൾക്കും ഒരു പൊരുളുണ്ടോ?" ഇല്ലാത്ത പക്ഷം ഇതിനെ അതിജീവിക്കുന്നത് വ്യർത്ഥമാണ്. ഈ അവസ്ഥയിൽ നിന്നു രക്ഷപ്പെടുമോ ഇല്ലയോ എന്ന യാദൃച്ഛികതയെ ഇത്രമേൽ ആശ്രയിക്കേണ്ടി വരുന്ന ഒരു ജീവിതം പൊരുൾ നിറഞ്ഞതായിരുന്നാൽപ്പോലും ആത്യന്തികമായി ജീവിതയോഗ്യമല്ല.

മെറ്റാ-ക്ലിനിക്കൽ വിഷമപ്രശ്നങ്ങൾ

അടുത്ത കാലത്തായി അധികം പേരും ഒരു മനഃശാസ്ത്ര വിദഗ്ധനെ സമീപിക്കുന്നത് മാനസിക രോഗലക്ഷണങ്ങളുമായല്ല, പകരം ജീവിതപ്രശ്നങ്ങൾക്ക് പരിഹാരം തേടിയാണ്. മനഃശാസ്ത്ര വിദഗ്ധനെ കാണാനെത്തുന്ന ചില രോഗികൾ അതിനു മുമ്പായി ഒരു പാസ്റ്ററെയോ പുരോഹിതനെയോ ഒരു റാബിയെയോ കണ്ടിരുന്നവരാണ്. ഇപ്പോഴവർ പുരോഹിതരെ കാണുവാൻ വിസമ്മതിക്കുന്നു. അതിനു പകരമായി "എന്റെ ജീവിതത്തിന്റെ പൊരുളെന്താണ്?" എന്നതുപോലുള്ള ചോദ്യങ്ങളുമായി ഒരു ഡോക്ടറെ നേരിടുകയാണ് ചെയ്യുന്നത്.

ഒരു ലോഗോഡ്രാമ

ഞാൻ ചില ഉദാഹരണങ്ങൾ താഴെ ചേർക്കാം. ഒരിക്കൽ പതിനൊന്നാം വയസ്സിൽ മകൻ മരിച്ച പോയ ഒരമ്മയെ ആത്മഹത്യാശ്രമത്തിനു ശേഷം എന്റെ ആശുപത്രിയിൽ പ്രവേശിപ്പിച്ചു. ഡോക്ടർ കർട്ട് കൊക്കുരെക് അവരെ ഒരു തെറാപ്യൂട്ടിക് ഗ്രൂപ്പിൽ ചേരുവാൻ ക്ഷണിച്ചു. അദ്ദേഹം സൈക്കോഡ്രാമ നടത്തിക്കൊണ്ടിരുന്ന ഒരു മുറിയിലേയ്ക്ക് ഞാൻ ചെന്നുകയറി. ആ അമ്മ അവരുടെ കഥ പറയുകയായിരുന്നു. അവരുടെ മകന്റെ മരണത്തോടെ മുടന്തനായ മൂത്ത മകനോടൊപ്പമായിരുന്നു അവർ താമസിച്ചിരുന്നത്. കുട്ടിക്കാലത്ത് തളർവാതം ബാധിച്ച കുട്ടിയായിരുന്നു അവൻ. ആ പാവം കുട്ടിയെ ഒരു വീൽ ചെയറിലായിരുന്നു കൊണ്ടുവന്നിരുന്നത്. എന്നിരുന്നാലും, അവന്റെ അമ്മ വിധിക്കെതിരെ പോരാടി. അവർ അവനെയും ചേർത്ത് ആത്മഹത്യയ്ക്കു ശ്രമിച്ചപ്പോൾ ആ കുട്ടിയായിരുന്നു അവരെ ആ ഉദ്യമത്തിൽ നിന്ന് പിന്തിരിപ്പിച്ചത് : അവൻ ജീവിക്കുവാൻ ആഗ്രഹിച്ചു. അവനെ സംബന്ധിച്ചിടത്തോളം ജീവിതം അർത്ഥപൂർണ്ണമായിരുന്നു. എന്തുകൊണ്ടായിരുന്നു അവന്റെ അമ്മയ്ക്ക് ജീവിതം വ്യർത്ഥമായിപ്പോയത്? ഇപ്പോഴെങ്ങനെയാണ് അവരുടെ ജീവിതം പൊരുളാർന്നതായത്? അവരെ എങ്ങനെയാണിത് ബോധ്യപ്പെടുത്തുക?

തൽക്കാലത്തേയ്ക്ക് ഞാൻ അവിടത്തെ ചർച്ചയിൽ പങ്കെടുക്കുകയും ഗ്രൂപ്പിലെ മറ്റൊരു സ്ത്രീയെ ചോദ്യം ചെയ്യുകയും ചെയ്തു. അവൾക്കെത്ര വയസ്സായെന്നു ഞാൻ ചോദിച്ചപ്പോൾ മുപ്പത് എന്നു പറഞ്ഞു. എന്നാൽ, അതിനു മറുപടിയായി ഞാൻ പറഞ്ഞു,

“അല്ല, നിനക്ക് എൺപതു വയസ്സായി. നീയിപ്പോൾ മരണക്കിടക്കയിലാണ്. നീയിപ്പോൾ നിന്റെ ഭൂതകാലത്തേയ്ക്ക് നോക്കുകയാണ്. കുട്ടികളില്ലാത്ത, സാമ്പത്തികമായി വൻവിജയവും സാമൂഹത്തിൽ വലിയ മതിപ്പും നേടിയ ജീവിതം”. അതിനുശേഷം ഈ അവസ്ഥയിൽ എന്തു തോന്നുമെന്ന് സങ്കൽപ്പിച്ചു നോക്കുവാൻ ഞാനവളോട് നിർദ്ദേശിച്ചു. “ഇതിനെക്കുറിച്ച് നീയെന്താണ് കരുതുന്നത്? നീ നിന്നോടു തന്നെ എന്തു പറയും?”

അപ്പോൾ റെക്കോർഡ് ചെയ്തിരുന്നത് ഞാനിവിടെ ഉദ്ധരിക്കാം.

"ഞാനൊരു കോടീശ്വരനെയായിരുന്നു വിവാഹം കഴിച്ചത്. ഒരുപാട് സമ്പത്തുള്ള സുഖകരമായ ജീവിതമായിരുന്നു. ഞാൻ നന്നായി ആസ്വദിച്ചു. ഞാൻ ആണുങ്ങളുമായി പ്രേമചാപല്യത്തോടെ ഇടപഴകി, അവരെ കളിയാക്കി. എനിക്ക് സ്വന്തമായി കുട്ടികളില്ലായിരുന്നു. ഈ പ്രായത്തിൽ തിരിഞ്ഞുനോക്കുമ്പോൾ അതെല്ലാം വ്യർത്ഥമായിരുന്നുവെന്ന് തോന്നുന്നു. എന്റെ ജീവിതം ഒരു പരാജയമായിരുന്നുവെന്ന് തന്നെ പറയാം!"

അതിനുശേഷം ഞാൻ ശരീരം തളർന്ന കുട്ടിയുടെ അമ്മയെ ക്ഷണിച്ച് തന്റെ കഴിഞ്ഞകാലത്തെക്കുറിച്ച് സങ്കൽപ്പിക്കുവാൻ ആവശ്യപ്പെട്ടു. അവർ പറഞ്ഞതെന്താണെന്നു നമുക്ക് പരിശോധിക്കാം : "എനിക്കു കുട്ടികളുണ്ടാകണമെന്ന് ഞാൻ ആഗ്രഹിച്ചു. അത് സഫലമായി. ഒരു മകൻ മരിച്ചുപോയി. അടുത്തയാൾ തളർന്നവനാണെങ്കിലും അവനെ ഞാൻ തന്നെ ഏറ്റെടുത്തില്ലായിരുന്നെങ്കിൽ ഏതെങ്കിലും ഇൻസ്റ്റിട്യൂഷനിൽ അയക്കുമായിരുന്നു. അവൻ തളർന്നവനും നിസ്സഹായനുമാണെങ്കിലും എന്റെ മകൻ തന്നെയാണ്. അതുകൊണ്ട് മുഴുവൻ സമയവും അവനു വേണ്ടി ഞാൻ ജീവിക്കുന്നു. എന്റെ മകനെ ഒരു നല്ല മനുഷ്യനായി ഞാൻ വളർത്തി". ആ നിമിഷം തന്നെ വികാരാധിക്യത്താൽ അവർ പൊട്ടിക്കരഞ്ഞു. കരഞ്ഞു കൊണ്ട് തന്നെ അവർ തുടർന്നു. "എനിക്കിപ്പോൾ എന്റെ കഴിഞ്ഞ കാലത്തേയ്ക്ക് സമാധാനപൂർവ്വം തിരിഞ്ഞുനോക്കാം. എന്റെ ജീവിതം പൊരുളാർന്നതാണെന്ന് എനിക്കു പറയാം. അതു സാക്ഷാൽക്കരിക്കുവാൻ വേണ്ടി ഞാനൊരുപാട് കഷ്ടതകൾ അനുഭവിച്ചു. ഞാൻ നന്നായി പ്രയത്നിച്ചു - എന്റെ മകനുവേണ്ടി എല്ലാം ചെയ്തു. എന്റെ ജീവിതം ഒരു പരാജയമല്ല.

മരണക്കിടക്കയിൽനിന്ന് തന്റെ ജീവിതം നോക്കിക്കാണുമ്പോൾ അവർക്കത് അർത്ഥപൂർണ്ണമായിരുന്നുവെന്ന് കാണാൻ കഴിയുന്നുണ്ട്. അവരുടെ സഹനങ്ങൾ ഉൾപ്പെടെ എല്ലാം പൊരുളാർന്നതായിരുന്നു. ഇതേ സൂചകം ഉപയോഗിച്ച് ഹ്രസ്വമായ, അവരുടെ മരിച്ചുപോയ മകന്റെ ജീവിതം അത്രമേൽ ധന്യവും സ്നേഹവും ആനന്ദവും നിറഞ്ഞതായിരുന്നു. കാരണം അതിന് എൺപതു വർഷം നീണ്ട ജീവിതത്തെക്കാൾ പൊരുളുണ്ട്.

ഏതാനും നിമിഷങ്ങൾക്കുശേഷം ഗ്രൂപ്പിലെ എല്ലാവരെയും അഭിസംബോധന ചെയ്തുകൊണ്ട് ഞാൻ മറ്റൊരു ചോദ്യത്തിലേയ്ക്കു

കടന്നു. ആ ചോദ്യമിതായിരുന്നു, "പോളിയോമൈലൈറ്റിസ് സീറം നിർമ്മിക്കുവാൻ ഉപയോഗിച്ച ഒരു കുരങ്ങിനെ അതേ ആവശ്യത്തിനായി കുത്തി മുറിവേൽപ്പിച്ചാൽ അത് സഹനത്തിന്റെ പൊരുൾ അറിയുമോ?" കുരങ്ങിന് അതിന്റെ പരിമിതമായ ബുദ്ധികൊണ്ട് അതു മനസ്സിലാക്കുവാൻ കഴിയില്ലെന്ന് ഗ്രൂപ്പിലെ എല്ലാവരും ഒരേ ശബ്ദത്തിൽ മറുപടി പറഞ്ഞു. സഹനത്തിന്റെ പൊരുൾ തിരിച്ചറിയുന്ന മനുഷ്യലോകത്തു പ്രവേശിക്കുവാൻ കുരങ്ങുകൾക്കു സാധിക്കുകയില്ല. അപ്പോൾ ഞാൻ അടുത്ത ചോദ്യം ചോദിച്ചു. "മനുഷ്യനെക്കുറിച്ച് എന്താണ് നിങ്ങളുടെ അഭിപ്രായം? പ്രപഞ്ച പരിണാമത്തിന്റെ അവസാനത്തേതാണ് മാനവലോകം എന്നു നിങ്ങൾക്ക് ഉറപ്പുണ്ടോ? മനുഷ്യന്റെ ഈ ലോകത്തിനുമപ്പുറം മറ്റൊരു ലോകമുണ്ടെന്ന് സങ്കൽപ്പിക്കാനാവില്ലേ? മനുഷ്യസഹനത്തിന്റെ ആത്യന്തികമായ പൊരുളിനെക്കുറിച്ച് അവിടെ നിന്ന് ഒരു മറുപടി ലഭിക്കുമോ?"

വിശിഷ്ട പൊരുൾ

ആത്യന്തികമായ ഈ പൊരുൾ അനിവാര്യമായും മനുഷ്യന്റെ പരിമിതമായ ബുദ്ധിശക്തിയെ അതിലംഘിക്കുന്നു. ഈ പശ്ചാത്തലത്തിലാണ് ലോഗോതെറാപ്പി ഒരു വിശിഷ്ട പൊരുളിനെക്കുറിച്ച് പ്രതിപാദിക്കുന്നത്. മനുഷ്യനിൽനിന്ന് ആവശ്യമായത്, ചില അസ്തിത്വ തത്വജ്ഞാനികൾ നിർദ്ദേശിച്ചിട്ടുള്ളതുപോലെ നിരർത്ഥകത സഹിക്കുകയല്ല, പകരം നിരുപാധികമായ പൊരുൾ ഗ്രഹിക്കുവാനുള്ള യുക്ത്യാധിഷ്ഠിതമായ പ്രാപ്തിക്കുറവ് സഹിക്കുകയാണ് വേണ്ടത്. *ലോഗോസ്* തർക്കശാസ്ത്രത്തെക്കാൾ ആഴമേറിയതാണ്.

എന്റെ മകൾ അവൾക്ക് ആറു വയസ്സുള്ളപ്പോൾ എന്നോടൊരു ചോദ്യം ചോദിച്ചു, "എന്തുകൊണ്ടാണ് നമ്മൾ *ഗുഡ് ലോർഡ്* എന്നു പറയുന്നത്?" അതിനു ഞാനിങ്ങനെ മറുപടി നൽകി, "കുറച്ച് ദിവസങ്ങൾക്കു മുമ്പ് നിനക്ക് അഞ്ചാം പനി വന്നു, അപ്പോൾ *ഗുഡ് ലോർഡ്* നിന്റെ രോഗം പൂർണ്ണമായും മാറ്റിത്തന്നു". എന്നിട്ടും മകൾക്ക് തൃപ്തിയായില്ല, അവൾ തിരിച്ചടിച്ചു. "പക്ഷെ, ആദ്യം തന്നെ ദൈവം എനിക്ക് അഞ്ചാം പനി വരുത്തിയത് മറക്കരുത്". അന്നെനിക്കു സംഭവിച്ചതുപോലെ പൊരുൾ എന്ന ആശയത്തിനുമപ്പുറം സഞ്ച

രിക്കുന്ന ഒരു മനഃശ്ശാസ്ത്ര വിദഗ്ധനെ ഇന്നല്ലെങ്കിൽ നാളെ തന്റെ രോഗികൾ സംഭ്രമത്തിൽപ്പെടുത്തും.

എന്നിരുന്നാലും രോഗി തന്റെ മതവിശ്വാസത്തിൽ ഉറച്ചുനിൽക്കുമ്പോഴും രോഗിയുടെ ആത്മീയ സ്രോതസ്സും മതപരമായ ബോധ്യങ്ങളും ചികിത്സ ഫലപ്രദമാക്കുമെങ്കിൽ അതിനെ അംഗീകരിക്കുക. ഇതിനായി മനഃശാസ്ത്രജ്ഞൻ രോഗിയുടെ സ്ഥാനത്ത് സ്വയം സങ്കല്പിക്കാവുന്നതാണ്. ഉദാഹരണത്തിന്, കിഴക്കൻ യൂറോപ്പിൽ നിന്നുള്ള ഒരു റാബി എന്നെ സമീപിച്ച് അദ്ദേഹത്തിന്റെ കഥ പറഞ്ഞത് പരിശോധിക്കാം. അദ്ദേഹത്തിന്റെ ഭാര്യയെയും ആറു മക്കളെയും ഔഷ്വിറ്റ്സിലെ ഗ്യാസ് ചേംബർ കവർന്നെടുത്തിരുന്നു. എന്നാൽ, രണ്ടാമത്തെ ഭാര്യയാവട്ടെ വന്ധ്യയുമായിരുന്നു. സന്താനോൽപാദനം മാത്രമായിരുന്ന ജീവിതത്തിന് പൊരുളേകിയിരുന്നതെന്ന് ഞാൻ വിശ്വസിച്ചിരുന്നില്ല. ആ ഒരു കാരണത്താൽ തന്നെ ജീവിതം വ്യർത്ഥമാകുന്നെങ്കിൽ വെറും പിന്തുടർച്ചകൊണ്ടു മാത്രം ജീവിതം അർത്ഥപൂർണ്ണമാകുന്നില്ല. എന്നാൽ, ഓർത്തഡോക്സ് വിശ്വാസിയായ റാബിയുടെ പ്രശ്നം തന്റെ മരണശേഷം തനിക്കായി കാദീശ് പ്രാർത്ഥന[8] സമർപ്പിക്കുവാൻ സ്വന്തമായി ഒരു മകൻ ഇല്ലെന്നതാണ്.

എന്നാൽ, ഞാൻ പിൻവാങ്ങുവാൻ തയ്യാറായില്ല. അദ്ദേഹം തന്റെ മക്കളെ സ്വർഗ്ഗത്തിൽ വച്ച് കാണുമെന്ന പ്രത്യാശ സൂക്ഷിക്കുന്നില്ലേ എന്നു ചോദിച്ചു. എന്റെ ചോദ്യത്തിന് ഒരു പൊട്ടിക്കരച്ചിൽ മാത്രമായിരുന്നു മറുപടി: ഏതാനും നിമിഷങ്ങൾ കണ്ണീരൊഴുക്കിയശേഷം അദ്ദേഹം അത് വിശദമാക്കി. അവർ നിഷ്കളങ്ക രക്തസാക്ഷികളായിരുന്നതിനാൽ[9] അവർക്ക് സ്വർഗ്ഗത്തിലെ ഏറ്റവും ഉന്നതമായ സ്ഥാനമായിരിക്കും ലഭിച്ചിരിക്കുക. പാപിയായ ഒരു വൃദ്ധന് അവരോടൊപ്പമുള്ള സ്ഥാനം ലഭിക്കില്ലെന്നായിരുന്നു റാബി വിശ്വസിച്ചിരുന്നത്. അപ്പോഴും ഞാൻ പിന്തിരിയാൻ തയ്യാറാവാതെ ഇങ്ങനെ മറുപടിനൽകി. "റാബി, അങ്ങ് മക്കൾക്കുശേഷം ജീവിച്ചിരിക്കുന്നത്, ഇനിയുള്ള വർഷങ്ങളുടെ സഹനത്തിലൂടെ അങ്ങയുടെ പാപങ്ങൾ ശുദ്ധീകരിക്കപ്പെട്ട് ജീവിതം പൊരുളാർന്നതാകുവാൻ ആയിരിക്കുമെന്ന് വ്യക്തമല്ലേ? അതോടെ അങ്ങയും മക്കളെപ്പോലെ കളങ്കങ്ങളില്ലാതെ അതേ സ്ഥാനത്തിന് അനുയോജ്യനാവുക

8 മരിച്ചവർക്കായുള്ള പ്രാർത്ഥന.
9 L'kiddush basbem, എന്നാൽ ദൈവനാമം വാഴ്ത്തുന്നതിനായി.

യില്ലേ? ദൈവം നിങ്ങളുടെ കണ്ണീർ കാണുന്നുവെന്ന് സങ്കീർത്തന പുസ്തകത്തിൽ പറയുന്നില്ലേ?[10] ഒരു പക്ഷെ അങ്ങയുടെ സഹനങ്ങളിലൊന്നുപോലും വ്യർത്ഥമാവുകയില്ല".

വർഷങ്ങൾക്കു ശേഷം ആദ്യമായി ഈ റാബി, ഞാൻ തുറന്നു കൊടുത്ത ഈ പുതിയ കാഴ്ചപ്പാടിലൂടെ തന്റെ സഹനങ്ങളിൽ നിന്ന് ആശ്വാസം കണ്ടെത്തി.

ജീവിതത്തിന്റെ ക്ഷണഭംഗുരത

സഹനം മാത്രമല്ല, മരണംകൂടിയാണ് മനുഷ്യജീവിതത്തിന്റെ പൊരുൾ കവർന്നെടുക്കുന്നത്. തുടർന്നു വരാനിരിക്കുന്ന സംഭവ്യതകളിലും സാധ്യതകളിലുമാണ് ജീവിതത്തിലെ യഥാർത്ഥ ക്ഷണഭംഗുരത എന്നത് എത്രതന്നെ ആവർത്തിച്ചു പറഞ്ഞാലും എനിക്കു മതിയാവുകയില്ല. എന്നാൽ, ഇത് സാക്ഷാൽക്കരിക്കപ്പെടുന്നതോടെ ആ നിമിഷം അത് യാഥാർത്ഥ്യമാകുന്നു. അവ സംരക്ഷിക്കപ്പെട്ട് ഭൂതകാലത്തിലേയ്ക്കുള്ള കൈമാറ്റത്തോടെ ക്ഷണഭംഗുരതയിൽ നിന്ന് കാത്തു പരിപാലിക്കപ്പെടുകയും ചെയ്യും.

അതിനാൽ നമ്മുടെ അസ്തിത്വത്തിന്റെ ക്ഷണഭംഗുരത ഒരുവിധത്തിലും അതിനെ അർത്ഥശൂന്യമാക്കുന്നില്ല. എന്നാൽ, അവ നമ്മുടെ ഉത്തരവാദിത്വങ്ങൾക്ക് ശരിയായ രൂപം കൊടുക്കുന്നു. എന്തെന്നാൽ സർവ്വവും ക്ഷണഭംഗുരതയുടെ സാധ്യതകളെ ആശ്രയിച്ചിരിക്കുന്നു. മനുഷ്യൻ സാധ്യതകളനുസരിച്ച് സ്ഥിരമായി അവന്റെ തിരഞ്ഞെടുപ്പുകൾ നടത്തുന്നു. ഇവയിലേതായിരിക്കും അനസ്തിത്വത്തിനു വിധിക്കപ്പെടുക, ഇവയിലേതാണ് പ്രത്യക്ഷപ്പെടുക, ഇവയിൽ ഏതാണ് എന്നത്തേയ്ക്കുമായി യാഥാർത്ഥ്യമാവുക അഥവാ ഇവയിലേതാണ് ശാശ്വതമായി കാലത്തിന്റെ മണലിലെ പാദമുദ്രകളാവുക? നല്ലതാവട്ടെ ചീത്തയാവട്ടെ, ഏതെങ്കിലും ഒരു നിമിഷത്തിൽ മനുഷ്യൻ അവന്റെ അസ്തിത്വത്തിന്റെ സ്മാരകം എന്തായിരിക്കണമെന്നുള്ള തീരുമാനമെടുക്കേണ്ടതാണ്.

തീർച്ചയുള്ള ഒരു കാര്യം പറയാം, ധാന്യങ്ങൾ വിളഞ്ഞ വയലുകൾ അവഗണിച്ച്, കൊയ്ത്തുകഴിഞ്ഞു കറ്റകൾ ഉണങ്ങിയ ക്ഷണഭംഗുരമായ നിലം തന്നെയാണ് മനുഷ്യർ പതിവായി പരിഗണി

10 "നീ എന്റെ ഉഴൽച്ചകളെ എണ്ണുന്നു; എന്റെ കണ്ണുനീർ നിന്റെ തുരുത്തിയിൽ ആക്കിവെക്കേണമേ; അതു നിന്റെ പുസ്തകത്തിൽ ഇല്ലയോ?" (Ps. 56:8)

ക്കുന്നത്. അതേ സമയം തന്നെ ഇന്നലെകളിലെ ജീവിതം കൊയ്തു നിറച്ച ധാന്യപ്പുരകളും ചെയ്ത കർമ്മങ്ങളും, സഹനങ്ങൾപോലും നഷ്ടാവശിഷ്ടങ്ങളിൽ നിന്ന് എന്നെന്നേക്കുമായി അവൻ വീണ്ടെടുത്തിരുന്നു. ഒന്നും തന്നെ ഇല്ലാതാക്കുവാൻ കഴിയില്ല, ഒന്നും തന്നെ അവസാനിപ്പിക്കുവാനും കഴിയില്ല. ഉണ്മയിലായിരിക്കുക എന്നതിന്റെ ഏറ്റവും നല്ല രൂപമാണ് ഉണ്ടായിരുന്നതായിരിക്കുകയെന്നത്.

മനുഷ്യാസ്തിത്വത്തിന്റെ അനിവാര്യമായ ക്ഷണഭംഗുരതയെക്കുറിച്ച് ഓർമ്മിക്കുമ്പോൾ ലോഗോതെറാപ്പി പെസ്സിമിസ്റ്റിക് അല്ല, പകരം കർമ്മോത്സുകമാണ്. ഒരു ഉദാഹരണത്തിലൂടെ ഈ വസ്തുത ആലങ്കാരികമായി വ്യക്തമാക്കാം. ചുമരിലെ കലണ്ടറിൽ നിന്ന് ഓരോ താളുകൾ കീറിമാറ്റുമ്പോഴും കലണ്ടർ കൂടുതൽ നേർത്തു വരുന്നത് ഭയത്തോടെയും ദുഃഖത്തോടെയും നോക്കി നിൽക്കുന്ന ഒരാൾക്കു തുല്യനാണ് പെസ്സിമിസ്റ്റ്. ഇതിനു വിരുദ്ധമായി ജീവിതപ്രശ്നങ്ങളെ നേരിടുന്നയാളും കലണ്ടർ താളുകൾ കീറി അവയുടെ പിന്നിൽ ചില ഡയറിക്കുറിപ്പുകളോടെ തീയതികളനുസരിച്ച് കൃത്യമായി അടുക്കി വയ്ക്കുന്നയാളും ഒരുപോലെയാണ്. താൻ പൂർണ്ണതയോടെ ജീവിച്ചു തീർത്ത, ജീവസ്സുറ്റ ധന്യദിനങ്ങളെക്കുറിച്ചോർത്ത് അഭിമാനിക്കുവാനും ആനന്ദിക്കുവാനും അയാൾക്കു കഴിയും. അയാൾ തനിക്കു പ്രായമാകുന്നുവെന്ന കാര്യം ശ്രദ്ധയിൽപ്പെട്ടാൽ അതിലെന്തു പ്രശ്നം എന്നു ചിന്തിക്കും. അയാൾക്കു യുവാക്കളെ നോക്കി അസൂയപ്പെടുവാനോ നഷ്ടപ്പെട്ട യൗവനത്തെയോർത്ത് ഗൃഹാതുരത്വം തോന്നേണ്ടതിനോ കാരണമുണ്ടോ? ഒരു യുവാവിന് അവന്റെ ഭാവിയിൽ കാത്തിരിക്കുന്ന സാധ്യതകളെയോർത്ത് അയാൾ അസൂയപ്പെടേണ്ടതുണ്ടോ? അയാളിങ്ങനെ കരുതും, "ഇല്ല, നന്ദി. സാധ്യതകൾക്കുപകരം എനിക്ക് ഭൂതകാല യാഥാർത്ഥ്യങ്ങളുണ്ട്. പൂർത്തീകരിച്ച കർമ്മങ്ങളും സ്നേഹിച്ച സ്നേഹങ്ങളും മാത്രമല്ല, ധീരതയോടെ സഹിച്ചുതീർത്ത സഹനങ്ങളുമുണ്ട്. ഈ സഹനങ്ങളെക്കുറിച്ചാണ് ഞാനേറ്റവും അഭിമാനിക്കുന്നത്. ഈ സഹനങ്ങൾ അസൂയയ്ക്ക് പ്രേരകമല്ല."

ലോഗോതെറാപ്പി എന്ന സങ്കേതം

മരണഭയം എന്ന യാഥാർത്ഥ്യത്തെ അതിന്റെ സൈക്കോഡൈനാമിക് വ്യാഖ്യാനം കൊണ്ട് ശമിപ്പിക്കുവാൻ കഴിയില്ല. നേരേമറിച്ച് നാഡീരോഗം ബാധിച്ചവരുടെ ഭയം, തുറസ്സായ സ്ഥലങ്ങളിൽ ഇരി

ക്കുമ്പോൾ അകാരണമായുണ്ടാകുന്ന ഭയം (agoraphobia) എന്നിവയെ തത്വചിന്താപരമായ ധാരണകൾകൊണ്ട് ഭേദമാക്കുവാനും കഴിയില്ല. എന്നിരുന്നാലും ഇത്തരം രോഗങ്ങൾപോലും കൈകാര്യം ചെയ്യുന്നതിന് ലോഗോതെറാപ്പി ഒരു പ്രത്യേക വിദ്യ വികസിപ്പിച്ചെടുത്തിട്ടുണ്ട്. ഈ വിദ്യ ഉപയോഗിക്കുമ്പോൾ രോഗിയിൽ എന്താണ് സംഭവിക്കുന്നതെന്നറിയുവാൻ മാനസിക രോഗികളിൽ 'മുൻകൂട്ടി കാണുന്ന ഉൽകണ്ഠ' എന്ന പതിവായി പ്രത്യക്ഷപ്പെടുന്ന ഒരു മാനസികാവസ്ഥയുടെ പ്രത്യേക ബിന്ദുവിനെ പഠനവിഷയമാക്കും. രോഗി എന്താണോ ഭയക്കുന്നത് അതിന്റെ സ്വഭാവം തന്നെയായിരിക്കും ഈ ഉത്കണ്ഠയ്ക്കും ഉണ്ടാകുക. ഉദാഹരണത്തിന് വലിയൊരു മുറിയിൽ പ്രവേശിക്കുമ്പോഴും ഒരു സംഘം ആളുകളെ അഭിമുഖീകരിക്കുമ്പോഴും ലജ്ജകൊണ്ട് മുഖം ചുടുക്കുമെന്ന് ഉത്കണ്ഠയുള്ള ഒരു വ്യക്തി ഇതേ സ്വഭാവമുള്ള മറ്റു സന്ദർഭങ്ങളിൽ കൂടുതൽ ലജ്ജിച്ചു മുഖം ചുടുക്കുവാൻ സാധ്യതയുണ്ട്. ഈ പശ്ചാത്തലത്തിൽ "ആഗ്രഹം ചിന്തയുടെ പിതാവാകുന്നു" എന്ന പ്രയോഗത്തെ "ഭയം സംഭവത്തിന്റെ മാതാവാകുന്നു" എന്ന് ഭേദഗതി ചെയ്യാവുന്നതാണ്.

വിരോധാഭാസമെന്നോണം ഒരാൾ ഭയക്കുന്നതിനെ ഭയം കൊണ്ടു തന്നെ തരണം ചെയ്യിക്കുന്നു. ഇതിനു സമാനമായി ഒരാൾ അതിശക്തമായി ആഗ്രഹിക്കുന്ന ഒന്നിനെ ആ മോഹം തന്നെ ബലമായി ഇല്ലാതാക്കുന്നു. അമിതമായ ഇത്തരം ഇംഗിതങ്ങൾ അഥവാ ഹൈപ്പർ ഇന്റെൻഷനുകൾ പ്രത്യേകിച്ചും ലൈംഗികപരമായ ഞരമ്പുരോഗങ്ങളിൽ കാണപ്പെടുന്നുണ്ട്. ഒരു പുരുഷൻ അവന്റെ ലൈംഗികശേഷി പ്രകടിപ്പിക്കുവാൻ അധികമായി ശ്രമിക്കുമ്പോഴും ഒരു സ്ത്രീ രതിമൂർച്ഛ അനുഭവിക്കാനുള്ള തന്റെ കഴിവു പ്രകടിപ്പിക്കുമ്പോഴും അതിൽ അവർ വിജയിക്കുവാനുള്ള സാധ്യത കുറയുന്നു. സുഖം ഒരു ഉപോൽപ്പന്നമാണ്, അതേ ആകാവൂ. സുഖം ഒരു ലക്ഷ്യം മാത്രമാക്കിയാൽ ലക്ഷ്യത്തിന്റെ അത്രയും അളവിൽത്തന്നെ അതു തകർക്കപ്പെടുകയും നശിക്കുകയും ചെയ്യും.

ഇംഗിതത്തിന്റെ ആധിക്യത്തിനുമപ്പുറം അമിതമായ ആശങ്ക അഥവാ ലോഗോതെറാപ്പിയിൽ ഹൈപ്പർ റിഫ്ലെക്ഷൻ എന്നു വിളിക്കുന്ന അവസ്ഥയും രോഗാവസ്ഥയായി മാറിയേക്കാം. താഴെ ചേർക്കുന്ന ക്ലിനിക്കൽ റിപ്പോർട്ടിലൂടെ ഞാൻ അതു വ്യക്തമാക്കാം. ലൈംഗിക പ്രതികരണ ശേഷി നഷ്ടപ്പെട്ടു എന്ന സംശയവുമായി ഒരു യുവതി എന്നെ സമീപിച്ചു. ഈ യുവതി തന്റെ കുട്ടിക്കാലത്ത്

അച്ഛനിൽ നിന്ന് ലൈംഗികപീഡനത്തിന് ഇരയായിട്ടുണ്ട്. എന്നിരുന്നാലും യുവതിയെ മാനസികരോഗത്തിലേക്ക് നയിച്ചതിന് ഈ ആഘാതം ഒരു കാരണമായിരുന്നില്ലെന്ന് വേഗത്തിൽ വ്യക്തമായി. എന്നാൽ, ജനകീയമായ മനഃശാസ്ത്രവിശകലന സാഹിത്യങ്ങളിൽ നിരന്തരം ഈ ആഘാതത്തെക്കുറിച്ച വായിക്കുന്നതിലൂടെ ഒരിക്കൽ ഈ അപകടം നേരിടേണ്ടിവരുമെന്ന ഭയം യുവതിയെ പിന്തുടർന്നു കൊണ്ടിരുന്നു. തന്റെ സ്ത്രീത്വം ഉറപ്പാക്കുവാനുള്ള അമിത താല്പര്യവും ഈ മുൻകൂർ ആശങ്കയോടൊപ്പം തന്റെ പങ്കാളിയോടുള്ളതിനെക്കാൾ അമിത ശ്രദ്ധ സ്വന്തം ആശങ്കകളിലേയ്ക്ക് കേന്ദ്രീകരിക്കപ്പെടുകയും ചെയ്തു. ഇവിടെ രതിമൂർച്ഛ ഒരു ലക്ഷ്യമാക്കിക്കൊണ്ടുള്ള ഉദ്ദേശ്യമായി മാറുകയും ഇച്ഛാപൂർവ്വമല്ലാതെയും പ്രതിച്ഛായപരമല്ലാതെയും പങ്കാളിക്കു തന്നെ സമർപ്പിക്കുവാൻ കഴിയാതെ വരികയും ചെയ്തു. ലൈംഗിക സംതൃപ്തിയുടെ മൂർധന്യത്തിലെത്തുന്നതിൽ നിന്ന് രോഗിയെ അശക്തയാക്കുവാൻ ഇത്രമാത്രം മതിയായിരുന്നു. ലോഗോതെറാപ്പിയുടെ ഒരു ഹ്രസ്വകാല ചികിത്സയിലൂടെ രതിമൂർച്ഛ നേടുന്നതിലുള്ള രോഗിയുടെ അമിത ആശങ്കയും അമിത ഇംഗിതവും മറ്റൊരു ലോഗോതെറാപ്പി സാങ്കേതിക രീതിയായ 'ഡീറിഫ്ലെക്ട്' മുഖേന ഭേദമാക്കി. ആ യുവതിയുടെ ശ്രദ്ധ രതിമൂർച്ഛയിൽ നിന്ന് പങ്കാളിയിലേക്ക് പുനർ കേന്ദ്രീകരിച്ചതോടെ സ്വാഭാവികതയോടെ രതിമൂർച്ഛ സംഭവിച്ചു.[11]

ഒരാൾ എന്താണോ ഭയക്കുന്നത് ആ ഭയത്തെ മുൻനിർത്തിക്കൊണ്ടുതന്നെ ഭയത്തെ നേരിടുക എന്ന ദ്വിമാന വസ്തുതയിലൂടെയാണ് ലോഗോതെറാപ്പിയുടെ സങ്കേതം വികസിപ്പിച്ചിരിക്കുന്നത്. എതിർദിശാപരമായ ഇംഗിതം എന്ന ഈ സങ്കേതത്തെ ആസ്പദമാക്കിയാണ് ലോഗോതെറാപ്പിയുടെ ചികിത്സാരീതി. ഒരാളുടെ അമിത ഇംഗിതം അയാളുടെ മോഹസാഫല്യത്തെ ഇല്ലാതാക്കുന്നു. 1939-ന്റെ ആദ്യകാലത്ത് തന്നെ ജർമ്മൻ ഭാഷയിൽ എതിർദിശാപരമായ ഇംഗിതം എന്തെന്ന് ഞാൻ വിവരിച്ചിട്ടുണ്ട്.[12] ഈ സമീപനമനുസരിച്ച് ഭയമുള്ള ഒരു രോഗിയോട് അയാൾ ഭയക്കുന്നതെന്താണോ,

---

11 മുകളിൽ വിവരിച്ചിട്ടുള്ളതുപോലെ, ഹൈപ്പർ റിഫ്ലക്ഷൻ സിദ്ധാന്ത പ്രകാരം, ലൈംഗികശേഷിയില്ലാത്തവരുടെ ചികിത്സയ്ക്കായി ലോഗോ തെറാപ്പിയിൽ ഒരു പ്രത്യേക സങ്കേതം ഒരുക്കിയിട്ടുണ്ട്. (Viktor E. Frankl, "The Pleasure Principle and Sexual Neurosis", *The International Journal of Sexology*, Vol. 5, No.3 [1952], pp.128-30). ലോഗോ തെറാപ്പിയുടെ ഈ ചെറിയ അവതരണത്തിൽ ഇത് ഉൾപ്പെടുത്തുവാൻ കഴിയുന്നതല്ല എന്ന പ്രത്യേകം അറിയിക്കുന്നു.

12 Viktor E. Frankl, "ZurmedikamentosenUnterstutzung der Psychotherapiebei Neurosen", *Schweizer Archiv fur Neurologie und Psychiatrie*, Vol.43, pp.26-31.

ഒരു നിമിഷത്തേക്കായാൽപ്പോലും അതു തന്നെ മോഹിക്കുവാൻ ചികിത്സകന് ആവശ്യപ്പെട്ടും.

ഒരു രോഗിയുടെ സ്ഥിതി വിവരിക്കാം. യുവാവായ ഒരു ഫിസിഷ്യൻ, താൻ അമിതമായി വിയർക്കുമെന്നോർത്തുള്ള തന്റെ ഭയത്തെപ്പറ്റി എന്നോട് പറഞ്ഞു. എപ്പോഴാണോ അദ്ദേഹം വിയർക്കുന്നതിനെക്കുറിച്ച് ഓർക്കുകയും ഭയക്കുകയും ചെയ്യുന്നത്, ഈ മുൻകൂർ ഭയം മതിയാകും അമിതമായി വിയർക്കുവാൻ. ഈ വൃത്തം രൂപപ്പെടുന്നത് തടയുവാൻ ഞാൻ രോഗിയോട് വിയർക്കേണ്ട സമയത്ത് എത്രമാത്രം വിയർക്കുമോ അത്രയും വിയർക്കട്ടെ എന്നു നിർദ്ദേശിച്ചു. ഒരാഴ്ച്ചക്കുശേഷം അദ്ദേഹം വന്നു. എപ്പോഴാണോ വിയർക്കുമെന്ന മുൻകൂർ ആശങ്കയുണ്ടാകുന്നത്, അപ്പോൾ അദ്ദേഹം സ്വയം പറയും, "സാധാരണയായി ഞാൻ 1/4 ഗാലൺ മാത്രമേ വിയർത്തിരുന്നുള്ളൂ, എന്നാൽ ഇത്തവണ അതിന്റെ പത്തിരട്ടി വിയർക്കും!" ഇതിന്റെ ഫലമായി നാലു വർഷം സഹിച്ചിരുന്ന ഭയത്തിന് ഒരാഴ്ച്ചക്കുള്ളിൽ എന്നെന്നേയ്ക്കുമായി ശമനം ലഭിച്ചു.

വായനക്കാർ ശ്രദ്ധിക്കുക, ഈ ചികിത്സാസമ്പ്രദായമെന്നത് ഒരു രോഗിയുടെ ഭയത്തെ നേരെ വിപരീതമായ ഒരു ആഗ്രഹം കൊണ്ട് തന്നെ അയാളുടെ മനോഭാവത്തെ തിരിച്ചിടുന്ന രീതിയാണ്. ഈ ചികിത്സയിലൂടെ മുള്ളിനെ മുള്ളുകൊണ്ട് തന്നെ എടുക്കുക എന്ന നയത്തിലൂടെയാണ് ഭയം ഇല്ലാതാക്കിയത്.

എന്നിരുന്നാലും ഇത്തരം ഒരു ചികിത്സാസമ്പ്രദായത്തിലൂടെ മനുഷ്യനിൽ ഉറങ്ങിക്കിടക്കുന്ന നർമ്മബോധത്തിലെ സ്വയം വേർപെടുത്തുവാനുള്ള കഴിവിനെ ഉപയോഗപ്പെടുത്തേണ്ടതാണ്. ലോഗോതെറാപ്പിയിലെ എതിർദിശാപരമായ ഇംഗിതം പ്രയോഗിക്കുമ്പോഴെല്ലാം ഒരാളിൽ നിന്ന് സ്വയം വേർപെടുത്തുവാനുള്ള കഴിവ് പ്രത്യക്ഷപ്പെടും. ഇതേസമയം തന്നെ രോഗിയെ തന്നിലെ മാനസികരോഗത്തിൽ നിന്ന് വേറിട്ടു നിൽക്കുവാനും പ്രാപ്തനാക്കുന്നുണ്ട്. ഗോർഡൻ ഡബ്ല്യൂ. ആൾപ്പോർട്ടിന്റെ *The Individual and His Religion* എന്ന പുസ്തകത്തിൽ ഇങ്ങനെയൊരു പ്രസ്താവനയുണ്ട്, "സ്വയം പരിഹസിച്ചുനിൽക്കുവാൻ കഴിവുള്ള മാനസികരോഗി സ്വന്തം ജീവിതത്തെ സ്വയം പരിപാലിക്കുവാനും – ഒരുപക്ഷെ സുഖപ്പെടുത്തുവാൻ പോലും പ്രാപ്തനായേക്കും".[13] ഗോർഡൻ ഡബ്ല്യൂ.

13 New York, The Macmillan Co., 1956. p.92.

ആൾപ്പോർട്ടിന്റെ പ്രസ്താവനയുടെ പ്രയോഗസിദ്ധാന്ത മനസരിച്ചുള്ള നിർണ്ണയവും ക്ലിനിക്കൽ പ്രയോഗവുമാണ് എതിർദിശാപരമായ ഇംഗിതമെന്നത്.

ഈ സമ്പ്രദായം കൂടുതൽ വ്യക്തമാക്കുന്നതിനായി ഏതാനും രോഗികളുടെ വിവരങ്ങൾകൂടി കുറിക്കുന്നത് ഉചിതമായിരിക്കും. ഇതിലെ രോഗി ധാരാളം ക്ലിനിക്കുകളിൽ നിരവധി ഡോക്ടർമാർ ചികിത്സിച്ചിട്ടും സുഖം പ്രാപിക്കാതിരുന്ന ഒരു പുസ്തക പ്രസാധന സ്ഥാപനത്തിലെ തൊഴിലാളിയായിരുന്നു. എന്റെ ആശുപത്രിയിൽ പ്രവേശിപ്പിക്കപ്പെട്ടുമ്പോൾ അയാൾ അങ്ങേയറ്റം നിരാശനായിരുന്നു. അയാൾ ആത്മഹത്യയുടെ വക്കിലായിരുന്നുവെന്ന് ഏറ്റുപറയുകയും ചെയ്തു. വർഷങ്ങളായി അയാൾ റൈറ്റേർസ് ക്രാംപ് എന്ന രോഗം സഹിക്കുകയാണ്. അടുത്ത കാലത്തായി അത് രൂക്ഷമായിരുന്നതിനാൽ തൊഴിൽ നഷ്ടപ്പെട്ടുമെന്ന അപകടാവസ്ഥവരെ എത്തിയിരുന്നു. അതിനാൽ പെട്ടെന്നു ഫലിക്കുന്ന ഹ്രസ്വചികിത്സ തന്നെ ആവശ്യമായിരുന്നു. ചികിത്സയുടെ ആരംഭത്തിൽ അയാൾ അതിനുമുമ്പ് ചെയ്തിരുന്നതിനു വിരുദ്ധമായതു ചെയ്യുവാൻ ഡോക്ടർ ഇവാ കൊസ്ഡെറാ രോഗിയോട് നിർദ്ദേശിച്ചു. നന്നായി വായിക്കാവുന്ന വിധം വൃത്തിയായി എഴുതുന്നതിനു പകരം, എത്രയും മോശമായി എഴുതുവാനായിരുന്നു അവർ ആവശ്യപ്പെട്ടത്.

ഇതോടൊപ്പം തന്നെ "എത്ര നല്ല എഴുത്തുകാരനാണ് ഞാനെന്ന് ഇപ്പോൾ കാണിച്ചു കൊടുക്കാം" എന്നു സ്വയം മന്ത്രിക്കുവാനും ഡോക്ടർ ഇവാ രോഗിയോട് നിർദ്ദേശിച്ചു.

ആ നിമിഷം മുതൽ അയാൾ വളരെ മോശമായി എഴുതുവാൻ ശ്രമിച്ചുവെങ്കിലും അയാൾക്കതിനു കഴിഞ്ഞില്ല. "എത്ര ശ്രമിച്ചിട്ടും എനിക്കു മോശമായി എഴുതുവാൻ കഴിയുന്നില്ല", അയാൾ പറഞ്ഞു. അടുത്ത 48 മണിക്കൂറിനുള്ളിൽ അയാൾ റൈറ്റേർസ് ക്രാംപിൽ നിന്ന് മോചിതനാവുകയും നിരീക്ഷണസമയം കഴിഞ്ഞും അതേപടി തുടരുകയും ചെയ്തു. അയാൾ സന്തുഷ്ടനും മികച്ച രീതിയിൽ ജോലി ചെയ്യുവാൻ പ്രാപ്തിയുള്ളവനുമായിത്തീർന്നു.

ഇതിനു സമാനമായ മറ്റൊരു കഥ പറയാം. എഴുത്തിനു പകരം ഇതിൽ സംസാരമായിരുന്നുവെന്ന വ്യത്യാസം മാത്രം. വിയന്ന പോളി ക്ലിനിക്ക് ആശുപത്രിയിലെ ലാറിംഗോളജി വകുപ്പിൽ പ്രവർത്തിച്ചിരുന്ന സഹപ്രവർത്തകനാണ് എന്നോട് ഈ സംഭവം വിവ

രിച്ചത്. അദ്ദേഹത്തിന്റെ വർഷങ്ങൾ നീണ്ട പ്രാക്ടീസിനിടയിലെ ഏറ്റവും തീവ്രമായ വിക്കൽ കേസായിരുന്നു അത്. ആ രോഗിക്ക് ഓർക്കുവാൻ കഴിയുമെങ്കിൽ, അവന്റെ ജീവിതത്തിൽ ഒരൊറ്റത്തവണയൊഴികെ, അവന് വിക്കലിൽ നിന്ന് സ്വതന്ത്രമാകാൻ കഴിഞ്ഞിരുന്നില്ല. പന്ത്രണ്ടാം വയസ്സിൽ അവനൊരു ട്രാം യാത്രയിൽ ഹരം പിടിച്ചു. കണ്ടക്ടർ പിടിച്ചപ്പോൾ സഹതാപം പിടിച്ചുപറ്റുക മാത്രമാണ് രക്ഷപ്പെടാനുള്ള ഒരേയൊരു മാർഗ്ഗം എന്നു കരുതി, താൻ വിക്കുള്ള ഒരു പാവം കുട്ടിയാണെന്ന് കാണിച്ചു. ആ നിമിഷം വിക്കാൻ ശ്രമിച്ചപ്പോൾ അവനതു കഴിഞ്ഞില്ല. ചികിത്സാവശ്യത്തിനല്ലാതെ തന്നെ അവനറിയാതെ എതിർദിശാപരമായ ഇംഗിതം പ്രയോഗിച്ചു.

എന്നിരുന്നാലും, എതിർദിശാപരമായ ഇംഗിതം ഏകലക്ഷണ രോഗാവസ്ഥകളിൽ മാത്രമേ ഫലപ്രദമാകൂ എന്ന ധാരണ തെറ്റാണ്. ലോഗോതെറാപ്പിയുടെ ഈ സമ്പ്രദായമുപയോഗിച്ച് ഒബ്സെസ്സീവ് കംപൽസീവ് ന്യൂറോസിസിന്റെ ഏറ്റവും തീവ്രവും ദീർഘവുമായ അവസ്ഥയിൽ നിന്നു പോലും വിജയകരമായി ആശ്വാസമേകുവാൻ വിയന്ന പോളിക്ലിനിക് ഹോസ്പിറ്റലിലെ എന്റെ കീഴ്ജീവനക്കാർക്ക് കഴിഞ്ഞിട്ടുണ്ട്. അറുപത്തിയഞ്ച് വയസ്സായ ഒരു സ്ത്രീ അറുപത് വർഷമായി നിർബന്ധപ്രേരണയാൽ കൈ കഴുകുന്ന സ്വഭാവം അനുഭവിച്ചിരുന്നു. ഡോക്ടർ ഇവാ കൊസ്ഡേറ അവർക്ക് ലോഗോതെറാപ്പിയുടെ എതിർദിശാപരമായ ഇംഗിതം പ്രയോഗിച്ചു തുടങ്ങി. രണ്ടു മാസത്തിനു ശേഷം രോഗി സാധാരണ ജീവിതത്തിലേക്ക് എത്തിച്ചേർന്നു. വിയന്ന പോളിക്ലിനിക് ഹോസ്പിറ്റലിൽ പ്രവേശിപ്പിക്കപ്പെടുന്നതിനു മുമ്പ് തന്റെ ജീവിതം നരകതുല്യമായിരുന്നുവെന്ന് അവർ ഏറ്റുപറഞ്ഞിരുന്നു. ബാക്ടീരിയാ ഭയം മൂലം വീട്ടിലെ ജോലികളെല്ലാം ഒഴിവാക്കി അവർ ദിവസം മുഴുവൻ കിടക്കയിൽത്തന്നെ കഴിച്ചുകൂട്ടിയിരുന്നു. എങ്കിലും അവർ എല്ലാ ലക്ഷണങ്ങളിൽനിന്നും പരിപൂർണ്ണമായി വിടുതൽ നേടിയെന്ന് പറയുന്നത് സൂക്ഷ്മമായും ശരിയായിരിക്കുകയില്ല. എതിർദിശാപരമായ ഇംഗിതം പ്രയോഗിച്ചതുകൊണ്ട് പഴയ രോഗാവസ്ഥയെ നർമ്മത്തോടെ ഓർക്കാൻ കഴിയുന്നുവെന്ന് അവർ പറയുന്നു.

എതിർദിശാപരമായ ഇംഗിതം ഉറക്കക്കുറവിനും ഫലപ്രദമായ ചികിത്സയാണ്. ഉറക്കം ലഭിക്കാതാവുമ്പോഴുണ്ടാകുന്ന ഹൈപ്പർടെൻഷൻ ഉറങ്ങുവാനുള്ള രോഗിയുടെ സ്വാഭാവിക കഴിവിനെ പ്രതി

കുലമായി ബാധിക്കുന്നു.[14] ഈ ഭയത്തെ തരണം ചെയ്യുവാൻ രോഗിയോട് ഉറങ്ങുവാൻ ശ്രമിക്കാതെ അതിന്റെ നേർവിപരീതം ചെയ്യുവാൻ, അതായത് കഴിയുന്നത്ര ഉണർന്നിരിക്കുവാൻ ശ്രമിക്കുക എന്ന് ഞാൻ ആവശ്യപ്പെട്ടു. ഉറങ്ങുവാൻ കഴിയാത്തതിനെക്കുറിച്ചുള്ള ഭയം മൂലം ഉറങ്ങുവാൻ അമിത ഇംഗിതം സൃഷ്ടിക്കപ്പെടുന്നു. ഇതിനെ എതിർദിശാപരമായ ഇംഗിതം പ്രയോഗിച്ച് ഉറങ്ങാതിരിക്കുവാനുള്ള ഇംഗിതം സൃഷ്ടിച്ചെടുക്കുന്നതോടെ രോഗി ഉറക്കത്തിലേക്ക് വീഴുന്നു.

എതിർദിശാപരമായ ഇംഗിതമെന്നത് ഒരു സർവ്വരോഗനിവാരണിയല്ല. ഇത് ഒബ്സെസ്സീവ് കംപൽസീവ് - ഫോബിക് അവസ്ഥകളെ ചികിത്സിക്കുവാനുള്ള മികച്ച മാർഗ്ഗമാണ്, പ്രത്യേകിച്ച് മുൻകൂർ ആശങ്ക മൂലമുണ്ടാകുന്ന രോഗാവസ്ഥകളിൽ. ഇതൊരു ഹ്രസ്വകാല ചികിത്സാ ഉപാധിയാണ്. പക്ഷെ, ഇതിന്റെ ഫലം ഹ്രസ്വമായിരിക്കുമെന്ന് വിലയിരുത്തുന്നത് തെറ്റാണ്. സർവ്വസാധാരണമായ ഫ്രായിഡിന്റെ 'യാഥാസ്ഥിതിക സങ്കല്പം' അനുസരിച്ച് 'ചികിത്സയുടെ സുദീർഘതയനുസരിച്ചായിരിക്കും ഫലം പ്രത്യക്ഷപ്പെടുന്നത്"[15] എന്നാണ് എമിൽ എ. ഗുതീൽ പറഞ്ഞിരിക്കുന്നത്. ഇരുപത് വർഷം മുമ്പ് എതിർദിശാപരമായ ഇംഗിതമനുസരിച്ച് ചികിത്സിച്ച ഒരു രോഗിയുടെ സംഭവവിവരണം എന്റെ ഫയലിലുണ്ട്. ഇതിലെ രോഗിയുടെ ചികിത്സാഫലം തികച്ചും സ്ഥായിയായ ഒന്നായിരുന്നു.

കേസിനാസ്പദമായ രോഗകാരണത്തിനതീതമായിത്തന്നെ എതിർദിശാപരമായ ഇംഗിതം ഫലപ്രദമാണെന്നതാണ് ഏറ്റവും സ്തുത്യർഹമായ വസ്തുത. എഡിത് വൈസ്കഫ് ജോസൺ ഇതു സംബന്ധിച്ച് നടത്തിയ പ്രസ്താവന ഇതിനെ ഊട്ടിയുറപ്പിക്കുന്നു. "രോഗകാരണം സംബന്ധിച്ച കണ്ടെത്തലുകളെ അടിസ്ഥാനപ്പെടുത്തി മാത്രമേ ചികിത്സാരീതി നിർണ്ണയിക്കാവൂ എന്ന് പരമ്പരാഗത സൈക്കോതെറാപ്പി ശഠിക്കുന്നുണ്ടെങ്കിലും, ബാല്യത്തിന്റെ ആരംഭകാലത്തുണ്ടായ നാഡീസംബന്ധമായ ഘടകങ്ങൾ രോഗത്തിനു കാരണമായേക്കാം. തികച്ചും വ്യത്യസ്തമായ വസ്തുതകൾ മാന

14 ഏതൊരു ജീവിയ്ക്കും അതിന് അനിവാര്യമായ കുറഞ്ഞ ഉറക്കം പ്രകൃതി തന്നെ ലഭ്യമാക്കുന്നുണ്ട് എന്ന വസ്തുതയെക്കുറിച്ചുള്ള രോഗിയുടെ അജ്ഞത മൂലമാണ് ഉറക്കമില്ലായ്മ സംബന്ധിച്ച ഭയവുമായി ഭൂരിഭാഗം കേസുകളും എത്തുന്നത്.

15 *American Journal of Psychotherapy*, 10 [1956], p.134.

സികരോഗത്തെ സുഖപ്പെടുത്തുന്നതിന് സഹായകമായേക്കാൻ സാധ്യതയുണ്ട്."[16]

രോഗം സ്വഭാവപരമായി ശാരീരികമോ മാനസികമോ ആയാലും, പരമ്പരാഗത ഘടകങ്ങൾക്കു പുറമേ മുൻകൂറായുണ്ടാകുന്ന ഭയം പോലുള്ള പ്രതികരണ രീതികൾ മനോരോഗത്തിന്റെ പ്രധാന രോഗജനക ഘടകമായി കണ്ടു വരുന്നുണ്ട്. പ്രകടമായ ലക്ഷണം ഭയത്തിന്റെ രൂപത്തിലാണ് പ്രത്യക്ഷപ്പെടുന്നത്. ഭയം ലക്ഷണത്തെ ഉത്തേജിപ്പിക്കുന്നു, ഒപ്പം തന്നെ ലക്ഷണം ഭയത്തെ ദൃഢീകരിക്കുകയും ചെയ്യുന്നു. എന്നിരുന്നാലും ഇതിനു സമാനമായ സംഭവങ്ങളുടെ ഒരു ശൃംഖല ഒബ്സെസ്സീവ്-കംപൽസീവ് കേസുകളിലും നിരീക്ഷിക്കാനാകും. ഇതിൽ രോഗിയെ വേട്ടയാടുന്ന അന്തർഗതങ്ങളെ രോഗി തിരിച്ചും ആക്രമിക്കുന്നു.[17] മർദ്ദം പ്രതിമർദ്ദം ഉൽപാദിപ്പിക്കുന്നതിനാൽ ഈ പ്രത്യാക്രമണത്തിലൂടെ രോഗി അവയുടെ ശക്തി വർദ്ധിപ്പിക്കുകയാണ് ചെയ്യുന്നത്. ഇതോടെ രോഗലക്ഷണം വീണ്ടും കൂടുതലായി ദൃഢീകരിക്കപ്പെടുന്നു. എന്നാൽ, ഇതിനു വിരുദ്ധമായി രോഗി തന്റെ ബാധയെ ആക്രമിക്കുന്നത് നിർത്തുകയും, ഒപ്പം തന്റെ ബാധയെ എതിർദിശാപരമായ ഇംഗിതം പ്രയോഗിച്ച് പരിഹാസപൂർവ്വം കൈകാര്യം ചെയ്യുകയും ചെയ്യുന്നു. ആ നിമിഷം മുതൽ വിഷമവൃത്തം ഛേദിക്കപ്പെടുകയും ലക്ഷണങ്ങൾ മങ്ങി ക്ഷയിക്കുകയും ചെയ്യുന്നു. ഭാഗ്യം ഏറിയ സന്ദർഭങ്ങളിൽ, ലക്ഷണത്തെ ക്ഷണിച്ചുവരുത്തുന്ന അസ്തിത്വശൂന്യതയില്ലാത്ത സന്ദർഭങ്ങളിൽ രോഗി ഭയത്തെ പരിഹസിക്കുന്നതിൽ മാത്രമല്ല അതിനെ പരിപൂർണ്ണമായി അവഗണിക്കുന്നതിലും വിജയിക്കുന്നു.

മുൻകൂറായുണ്ടാകുന്ന ഭയത്തെ എതിർദിശാപരമായ ഇംഗിതം കൊണ്ട് പരിഹരിക്കേണ്ടതുണ്ട്: അമിത ഇംഗിതം എന്നതുപോലെ ഹൈപ്പർ റിഫ്ലെക്ഷനെയും ഡീറിഫ്ലെക്ഷൻ ഉപയോഗിച്ച് പരിഹരിക്കേണ്ടതാണ്. എന്നിരുന്നാലും ആത്യന്തികമായി രോഗിയുടെ

16 "Some Comments on a Viennese School of Psychiatry", *The Journal of Abnormal and Social Psychology*, 51 [1995], pp. 701-3.

17 ഉടൻ സംഭവിച്ചേക്കാവുന്നതോ അഥവാ യഥാർത്ഥ മനോരോഗത്തെ സൂചിപ്പിക്കുന്നുവെന്നതോ ആയ ആസക്തി രോഗിയുടെ ഭയം മൂലം ഇടയ്ക്കിടെ പ്രചോദിപ്പിക്കപ്പെടുന്നു: ഒരു ഒബ്സെസ്സീവ് കംപെൽസീവ് മാനസികരോഗം രോഗിയെ ഈ ദിശയിൽ അപായപ്പെടുത്തുന്നതിനുപകരം, ബാഹ്യമായ മാനസികരോഗത്തിനെതിരെയുള്ള ഒരു പ്രതിരോധ കുത്തിവയ്പ്പ് നടത്തുന്നു എന്ന പ്രയോഗസിദ്ധമായ വസ്തുത രോഗി അറിയുന്നില്ല.

തൊഴിൽപരവും ജീവിത ദൗത്യപരവുമായ അഭിവിന്യാസമില്ലാതെ ഇത് സാധ്യമല്ല.[18]

ഇത് മാനസികരോഗിയുടെ സ്വന്തം ആശങ്കയല്ല. ഈ വിഷമവൃത്തത്തെ ഛേദിക്കുന്നത് സഹതാപമോ, പുച്ഛം തന്നെയോ ആയാലും, രോഗശമനത്തിനുള്ള സ്വയംശ്രേഷ്ഠത കൈവരിക്കലാണ് ആവശ്യം.

സമൂഹത്തിന്റെ മാനസിക രോഗം

ഓരോ യുഗത്തിനും അതിന്റേതു മാത്രമായ മാനസികരോഗമുണ്ട് : ഓരോ യുഗവും അതിനു മാത്രമായ സൈക്കോതെറാപ്പി ആവശ്യപ്പെടുന്നുണ്ട്. ഇന്നത്തെക്കാലത്തിന്റെ "സമൂഹ മാനസിക രോഗമായ" അസ്തിത്വശൂന്യതയുടെ വ്യക്തിപരവും സ്വകാര്യവുമായ രൂപമാണ് നിഹിലിസം. "ജീവിതത്തിന് പൊരുളില്ല" എന്ന വാദന്യായത്തിലൂടെയാണ് നിഹിലിസം നിർവ്വചിക്കപ്പെടുന്നത്. അതേസമയം, നിഹിലിസ്റ്റ് തത്വചിന്തയുടെ ആനുകാലിക പ്രവണതയുടെ സ്വാധീനത്തിൽനിന്നും ആഘാതത്തിൽനിന്നും വേറിട്ടു സ്വതന്ത്രമായി നിൽക്കാതെ ഒരിക്കലും ഒരു വലിയ സാമൂഹ്യ വ്യാവഹാരിക തലത്തിൽ അതിനെ നേരിടുവാൻ സൈക്കോതെറാപ്പിയ്ക്ക് കഴിയില്ല. അല്ലാത്തപക്ഷം അതിന് രോഗത്തിന്റെ സാധ്യമായ ശമനത്തിൽ പങ്കുവഹിക്കുന്നതിനുപകരം സമൂഹ മാനസികരോഗത്തിന്റെ ലക്ഷണത്തെ പ്രതിനിധീകരിക്കേണ്ടതായി വരും. സൈക്കോതെറാപ്പി നിഹിലിസ്റ്റിക് തത്വചിന്തയെ പ്രതിഫലിപ്പിക്കുന്നുവെന്ന് മാത്രമല്ല, അബോധപൂർവ്വമായും അതിലുപരി ബുദ്ധിഹീനമായും മനുഷ്യന്റെ യാഥാർത്ഥ ചിത്രത്തിനു പകരം ഒരു ഹാസ്യവർണ്ണന രോഗിയിലേയ്ക്ക് ആശയസംക്രമണം നടത്തുന്നു.

പ്രാഥമികമായി മനുഷ്യനെ ശൂന്യതാവാദം പഠിപ്പിക്കുന്നതിൽ പതിയിരിക്കുന്ന വലിയൊരു അപകടമുണ്ട്. മനുഷ്യൻ ജീവശാസ്ത്രപരവും മനഃശ്ശാസ്ത്രപരവും സാമൂഹ്യശാസ്ത്രപരവും ആയ സാഹചര്യങ്ങളുടെ, അഥവാ പാരമ്പര്യത്തിന്റെയും പരിസ്ഥിതിയുടെയും മാത്രം ഉൽപ്പന്നമാണെന്നാണ് ഈ തത്വം വാദിക്കുന്നത്.

---

18 ഈ ബോധ്യത്തെ പിന്തുണയ്ക്കുന്ന വിധം ആൾപോർട്ട് ഒരിക്കൽ ഇങ്ങനെ പറഞ്ഞു : "സംഘർഷങ്ങളിൽ നിന്ന് നിസ്വാർത്ഥ ലക്ഷ്യങ്ങളിലേയ്ക്കുള്ള തീവ്രശ്രമത്തിന്റെ ശ്രദ്ധ തിരിയുമ്പോൾ, ന്യൂറോസിസ് ഒരിക്കലും അപ്രത്യക്ഷമാകുന്നില്ലെങ്കിൽപ്പോലും ജീവിതം സമസ്തം കരുത്താർജ്ജിക്കുന്നു."

ഇത്തരമൊരു കാഴ്ചപ്പാട് മനോരോഗിയെക്കൊണ്ട് താൻ ആന്തരിക സാഹചര്യങ്ങളുടെയും ബാഹ്യസ്വാധീനങ്ങളുടെയും പണയവസ്തുവും ഇരയുമാണെന്ന് സ്വയം വിശ്വസിപ്പിക്കുവാൻ കാരണമാകുന്നു. മനോരോഗപരമായ ഈ വിധികൽപ്പിത സിദ്ധാന്തം പോഷിപ്പിച്ചും ദൃഢീകരിച്ചുംകൊണ്ട് മനുഷ്യൻ സ്വതന്ത്രനാണെന്ന കാര്യം സൈക്കോതെറാപ്പി നിഷേധിക്കുന്നു.

മനുഷ്യജീവിക്ക് പരിമിതികളുണ്ടെന്നും അവന്റെ സ്വാതന്ത്ര്യം പരിമിതമാണെന്നതും നിശ്ചയമുള്ള കാര്യമാണ്. അത് അവസ്ഥകളിൽ നിന്നുള്ള സ്വാതന്ത്ര്യമല്ല, പകരം അവസ്ഥകളോട് ഒരു നിലപാട് സ്വീകരിക്കുവാനുള്ളതാണ്. മുമ്പൊരിക്കൽ ഞാൻ പറഞ്ഞതുപോലെ, ജീവശാസ്ത്രപരവും മനഃശ്ശാസ്ത്രപരവും സാമൂഹ്യശാസ്ത്രപരവുമായ അവസ്ഥകളിൽ ഏതറ്റം വരെ വിധേയനാകുവാൻ മനുഷ്യന് കഴിയുമെന്ന് ന്യൂറോളജി, സൈക്യാട്രി എന്നീ രണ്ടു രംഗങ്ങളിൽ പ്രൊഫസറായ എനിക്കു പൂർണ്ണബോധ്യമുണ്ട്. എന്നാൽ, രണ്ടു രംഗങ്ങളിൽ പ്രൊഫസറായതിനുമപ്പുറം നാല് കോൺസെൻട്രേഷൻ ക്യാംപുകളെ അതിജീവിച്ചയാളാണ് ഞാൻ. അതിലുപരി, ഒരാൾക്ക് ഉൾക്കൊള്ളുവാൻ കഴിയുന്നതിൽ വച്ച് ഏറ്റവും മോശമായ അവസ്ഥയെ വെല്ലുവിളിക്കാനോ ധീരത പ്രകടിപ്പിക്കാനോ മനുഷ്യന് കഴിയുന്നതിന്റെ അങ്ങേയറ്റത്തിനും ഞാൻ സാക്ഷിയായിട്ടുണ്ട്.[19]

പാൻ-ഡിറ്റർമിനിസത്തിന്റെ വിമർശനം

സൈക്കോഅനാലിസിസ് പലപ്പോഴും അതിലെ സമസ്ത ലൈംഗികവാദത്തിന്റെ പേരിലുള്ള കുറ്റപ്പെടുത്തലിന് ഇരയായിട്ടുണ്ട്.

ആരെല്ലാം പറഞ്ഞാലും ഈ അധിക്ഷേപം യുക്തിഭദ്രമാണോ എന്ന കാര്യത്തിൽ സംശയമുണ്ട്. ഇതിൽ അബദ്ധജടിലവും അപകടകരവുമായ ഒന്നുണ്ട്. ഞാനതിനെ 'പാൻ ഡിറ്റർമിനിസം' എന്ന് വിളിക്കുന്നു. ഏതവസ്ഥയിലും ഒരു നിലപാടെടുക്കുവാനുള്ള മനുഷ്യന്റെ കഴിവിനെ അവഗണിക്കുന്നതിനെക്കുറിച്ചാണ് ഇതുകൊണ്ട് ഞാനുദ്ദേശിക്കുന്നത്. മനുഷ്യൻ പൂർണ്ണമായും മുൻകൂർ ശീലിക്കപ്പെട്ടതും നിശ്ചയിക്കപ്പെട്ടതുമല്ല. മറിച്ച് മനുഷ്യൻ ആത്യന്തികമായി സ്വയം നിർണ്ണയിക്കുന്നവനാണ്. തന്റെ അസ്തിത്വം എന്തായിരി

19 "Value Dimensions in Teaching", a color television film produced by Hollywood Animators, Inc., for the California Junior College Association.

ക്കണമെന്നും അടുത്ത നിമിഷം എന്താവണമെന്നും നിർണ്ണയിക്കു ന്നവനാണ് മനുഷ്യൻ.

ഏതു മനുഷ്യജീവിക്കും ഏതു നിമിഷവും മാറുവാനുള്ള സ്വാത ന്ത്ര്യമുണ്ട്. ആയതിനാൽ ഒരു വലിയ ഗണത്തെ പരാമർശിച്ചുകൊ ണ്ടുള്ള സ്ഥിതിവിവരക്കണക്കിന്റെ വലിയ ചട്ടക്കൂടിനുള്ളിൽ നിന്നു മാത്രമേ അവന്റെ ഭാവി നിർണ്ണയിക്കുവാൻ കഴിയൂ. വ്യക്തിഗതമായ സ്വത്വം അനിവാര്യമായും പ്രവചനാതീതമായും തുടരുന്നു. ഏതു പ്രവചനത്തിന്റെയും അടിസ്ഥാനം ജീവശാസ്ത്രപരവും, മനഃശ്ശാസ്ത്ര പരവും, സാമൂഹ്യശാസ്ത്രപരവുമായ അവസ്ഥകളെ പ്രതിനിധീകരിച്ചു മാത്രമേ സാധ്യമാകൂ. എന്നിരുന്നാലും സാഹചര്യങ്ങൾക്കതീതമായി ഉയരുവാനും അതിനുമപ്പുറത്തേയ്ക്ക് വളരുവാനുമുള്ള കഴിവാണ് മനു ഷ്യാസ്തിത്വത്തിന്റെ ഏറ്റവും പ്രധാനപ്പെട്ട സവിശേഷത. കഴിയുമെ ങ്കിൽ ലോകത്തെ കൂടുതൽ മെച്ചപ്പെട്ട ഒന്നാക്കി മാറ്റുവാനും മനുഷ്യൻ പ്രാപ്തനാണ്. അനിവാര്യമെങ്കിൽ സ്വയം മെച്ചപ്പെടുന്നതിനായി മാറുവാനും അവന് സാധിക്കും.

ഞാനിവിടെ ഡോക്ടർ ജെയുടെ കഥ പറയാം. എന്റെ ആയു സ്സിനിടയിൽ ഒരു സാത്താന്റെ രൂപം അഥവാ ഒരു മെഫിസ്റ്റോ ഫിലിസ് എന്നു ഞാൻ ആരെയെങ്കിലും വിശേഷിപ്പിക്കുമെങ്കിൽ അത് ഇയാളെ മാത്രമായിരിക്കും. ആ സമയത്ത് അയാൾ സ്റ്റീൻഹോ ഫിലെ (വിയന്നയിലെ ഏറ്റവും വലിയ മാനസികരോഗ ആശുപത്രി) കൂട്ടക്കൊലയാളി എന്നായിരുന്നു വിളിക്കപ്പെട്ടിരുന്നത്. നാത്സികൾ അവരുടെ ദയാവധം തുടങ്ങിയപ്പോൾ അയാൾ എല്ലാ ചരടുകളും തന്റെ കൈകളിൽത്തന്നെ സൂക്ഷിക്കുകയും തന്റെ തൊഴിലിൽ വെറി പൂണ്ട് ഒരൊറ്റ മനോരോഗി പോലും ഗ്യാസ് ചേമ്പറിൽ നിന്നു രക്ഷ പ്പെടാൻ അനുവദിക്കാതിരിക്കുകയും ചെയ്തു. യുദ്ധ ശേഷം ഡോക്ടർ ജെയ്ക്ക് എന്ത് സംഭവിച്ചുവെന്ന് ഞാൻ ചോദിച്ചപ്പോൾ, "അയാളെ റഷ്യൻ സൈന്യം സ്റ്റീൻഹോഫിൽ ഏകാന്ത തടവിലാക്കി" എന്നാ ണവർ പറഞ്ഞത്. പക്ഷെ അടുത്ത ദിവസം ഡോക്ടർ ജെയുടെ തട വറവാതിൽ തുറന്നു കിടന്നു. അയാളെ പിന്നീടൊരിക്കലും കണ്ടില്ല. താമസിയാതെ, തന്റെ സഹപ്രവർത്തകരുടെ സഹായത്തോടെ അയാൾ തെക്കൻ അമേരിക്കയിലേയ്ക്ക് കടന്നതായി മറ്റുള്ളവരെ പ്പോലെ എനിക്കും മനസ്സിലായി. പിന്നീടൊരിക്കൽ വർഷങ്ങ ളോളം സോവിയറ്റ് ഉരുക്കുമതിലിനുള്ളിൽ തടവിലായിരുന്ന ഒരു ഓസ്ട്രിയൻ നയതന്ത്ര പ്രതിനിധി എന്റെ പക്കൽ ചികിത്സയ്ക്കായി

വന്നു. കുറെക്കാലം സൈബീരിയയിലും പിന്നീട് മോസ്കോയിലെ പ്രശസ്തമായ ലംബിയാംക തടവറയിലുമായിരുന്നു അയാൾ തന്റെ ശിക്ഷ അനുഭവിച്ചത്. ഞാനയാളുടെ മാനസികനില പരിശോധിക്കുന്നതിനിടെ എനിക്ക് ഡോക്ടർ ജെയെ അറിയാമായിരുന്നോ എന്നയാൾ പൊടുന്നനെ ചോദിച്ചു. അറിയാമായിരുന്നുവെന്ന എന്റെ ഉത്തരം കിട്ടിയതോടെ അയാൾ തുടർന്നു, "ലാംബിയാംകയിൽ വച്ചു ഞാൻ അയാളുമായി പരിചയപ്പെട്ടിരുന്നു. അവിടെ വച്ച് ഏകദേശം നാല്പതാം വയസ്സിൽ അയാൾ മൂത്രാശയ ക്യാൻസർ ബാധിച്ച് മരിച്ചു. അയാൾ ആകെ മാറിയിരുന്നു, ആർക്കും സങ്കല്പിക്കുവാൻ കഴിയാത്ത വിധം നന്മയുള്ള ഒരു സഖാവായിരുന്നു അവസാനദിവസങ്ങളിൽ. എല്ലാവരെയും അയാൾ ആശ്വസിപ്പിച്ചിരുന്നു. ദീർഘമായ എന്റെ തടവുകാലജീവിതത്തിൽ ഞാൻ കണ്ടിട്ടുള്ളതിൽ വച്ച് ഏറ്റവും നല്ല സുഹൃത്തായിരുന്നു ഡോക്ടർ ജെ!"

സ്റ്റീൻഹോഫിലെ കൂട്ടക്കൊലയാളിയായ ഡോക്ടർ ജെയുടെ കഥയിതാണ്. ഒരു മനുഷ്യന്റെ സ്വഭാവവും പെരുമാറ്റവും നമുക്കെങ്ങനെ സധൈര്യം പ്രവചിക്കുവാൻ കഴിയും? ഒരു യന്ത്രത്തിന്റെ പ്രവർത്തനത്തെയോ ഒരു യന്ത്രപ്പാവയുടെ ചലനത്തെയോ നമുക്ക് പ്രവചിക്കാനായേക്കും. ഇതിനുമപ്പുറം മനുഷ്യമനസ്സിന്റെ ചലനശാസ്ത്രമോ യാന്ത്രികഘടനയോ നമുക്ക് പ്രവചിക്കുവാനാകും. എന്നാൽ, മനുഷ്യൻ എന്നത് മനസ്സിനുമപ്പുറം എന്തെല്ലാമോ ആണ്.

സ്വാതന്ത്ര്യം എന്നത് അവസാനവാക്കല്ല. സ്വാതന്ത്ര്യം പാതി കഥയും പാതി സത്യവുമാണ്. സ്വാതന്ത്ര്യമെന്നത് സകാരാത്മകമായ കർത്തവ്യബോധത്തിന്റെ നിഷേധാത്മക തലമാണ്. കർത്തവ്യബോധത്തോടെ ജീവിക്കാത്തപക്ഷം സ്വേച്ഛാധിപത്യം എന്ന അപകടകരമായ അവസ്ഥയിലേയ്ക്ക് തരംതാഴ്ന്ന പോകുന്ന ഒന്നാണ് സ്വാതന്ത്ര്യം. ഇതിനാലാണ് അമേരിക്കയുടെ കിഴക്ക് ഭാഗത്തുള്ള സ്വാതന്ത്ര്യ പ്രതിമയെ കർത്തവ്യബോധത്തിന്റെ മറ്റൊരു പ്രതിമ പടിഞ്ഞാറ് ഭാഗത്ത് പ്രതിഷ്ഠിച്ച് പൂരിപ്പിക്കേണ്ടതാണെന്ന് ഞാൻ പറയുന്നത്.

മനശ്ശാസ്ത്രത്തിന്റെ ധർമ്മ സിദ്ധാന്തം

മനുഷ്യന് തുച്ഛമായ സ്വാതന്ത്ര്യമെങ്കിലും അനുവദിക്കാത്ത ഒന്നിനെയും നമുക്ക് സങ്കല്പിക്കുവാൻ കഴിയില്ല. എത്ര തന്നെ പരി

മിതമായിരുന്നാലും മനോരോഗിയിൽപ്പോലും സ്വാതന്ത്ര്യത്തിന്റെ ചില ശേഷിപ്പുകൾ കണ്ടെത്തുവാൻ കഴിയും. ഒരു രോഗിയുടെ ആന്തരികമായ കാതലിൽ ചിത്തവിഭ്രാന്തിയെന്നത് സ്പർശിച്ചിട്ടുപോലുമുണ്ടായിരിക്കില്ലായെന്ന് അത്രത്തോളം ഉറപ്പോടെ പറയുവാൻ നമുക്കു സാധിക്കും.

അപരിഹാര്യമായ മനോരോഗമുള്ള ഒരു വ്യക്തി, മനുഷ്യനെന്ന നിലയിൽ തന്റെ ഉപയുക്തത നഷ്ടപ്പെടുത്തിയിട്ടുണ്ടാകാം. പക്ഷെ, അയാൾ മനുഷ്യജീവിയെന്ന അന്തസ്സ് നിലനിർത്താതിരിക്കില്ല. ഇതാണ് എന്റെ മനഃശ്ശാസ്ത്രപരമായ ധർമ്മസിദ്ധാന്തം. ഇതിന്റെ അഭാവത്തിൽ ഒരു മനഃശ്ശാസ്ത്ര ചികിത്സകനാകുവാൻ യോഗ്യനാണെന്ന് ഞാൻ ചിന്തിക്കുവാൻ പാടില്ല. ആർക്കുവേണ്ടി? നേരെയാക്കുവാൻ കഴിയാത്തവിധം കേടുവന്ന മസ്തിഷ്കത്തിനു വേണ്ടിയോ? ഏതെങ്കിലുമൊരു മാനസികരോഗി ഇതിനുമപ്പുറം ആയിരുന്നെങ്കിൽ ദയാവധം നീതികരിക്കപ്പെട്ടേനെ.

പുനർ മാനവീകരിക്കപ്പെട്ട മനഃശാസ്ത്ര ചികിത്സ

അര നൂറ്റാണ്ട് മുമ്പ് മനുഷ്യമനസ്സിനെ വെറുമൊരു യന്ത്രമായി വ്യാഖ്യാനിക്കുവൻ മനഃശ്ശാസ്ത്രം ശ്രമിച്ചിരുന്നു. അതേ തുടർന്ന് മനോരോഗ ചികിത്സ വെറും സാങ്കേതിക പ്രവൃത്തി മാത്രമായി. ഈ സ്വപ്നം അവസാനിച്ചിരിക്കുന്നുവെന്ന് ഞാൻ വിശ്വസിക്കുന്നു. ഇപ്പോൾ ആരംഭിച്ചിരിക്കുന്നത് മരുന്നുവൽക്കരണമല്ല, പകരം മാനവീകരിക്കപ്പെട്ട മനഃശ്ശാസ്ത്രമാണ്.

ചികിത്സയ്ക്കിടയിൽ മനോരോഗ ചികിത്സകൻ തന്റെ പങ്ക് ഒരു ടെക്നീഷ്യന്റേതാണെന്നു വ്യാഖ്യാനിക്കുന്നുണ്ടെങ്കിൽ, താൻ ചികിത്സിക്കുന്ന രോഗി അയാളിലെ രോഗത്തിനപ്പുറം ഒരു മനുഷ്യജീവിയല്ല, വെറുമൊരു യന്ത്രം മാത്രമാണെന്നയാൾ ഏറ്റു പറയേണ്ടതായിവരും!

ചില സാധനങ്ങൾക്കിടയിലെ ഒരു സാധനമല്ല മനുഷ്യജീവി. *സാധനങ്ങൾ* പരസ്പരം നിർണ്ണയിക്കുന്നുണ്ട്. പക്ഷെ, *മനുഷ്യൻ* സ്വയം നിർണ്ണയിക്കുകയാണ് ചെയ്യുന്നത്. പരിസ്ഥിതിയുടെയും വരദാനത്തിന്റെയും പരിമിതികൾക്കുള്ളിൽ അവൻ സ്വയം നിർമ്മിച്ചു കഴിഞ്ഞു. ഉദാഹരണത്തിന് കോൺസെൻട്രേഷൻ ക്യാംപിലെ ജീവികളുടെ പരീക്ഷണശാലയിൽ ചില സഖാക്കൾ പന്നിക്കൂട്ടം

പോലെയും ചിലർ വിശുദ്ധരെപ്പോലെയും പ്രതികരിച്ചതിന് നമ്മൾ സാക്ഷിയായല്ലോ. മനുഷ്യന്റെയുള്ളിൽ ഈ രണ്ടു സാധ്യതകളുമുണ്ട്. മനുഷ്യന്റെ അവസ്ഥകളല്ല, തിരഞ്ഞെടുപ്പാണ് ഇവയിൽ ഏതാണ് പ്രത്യക്ഷപ്പെടുത്തേണ്ടത് എന്നു തീരുമാനിക്കുന്നത്.

നമ്മുടെ തലമുറ യാഥാർത്ഥ്യബോധമുള്ള ഒന്നാണ്. അതിനാൽ മനുഷ്യൻ യഥാർത്ഥത്തിൽ എന്താണോ അതായിത്തന്നെ അവനെ മനസ്സിലാക്കുന്നുണ്ട്. ഔഷ്വിറ്റ്സിലെ ഗ്യാസ് ചേംബറുകൾ കണ്ടു പിടിച്ചത് മനുഷ്യനാണെന്നതു പോലെ, ചുണ്ടുകളിൽ ദൈവനാമം ഉരുവിട്ടു കൊണ്ടോ *ഷെമാ ഇസ്രയേൽ* എന്ന പ്രാർത്ഥനയുമായോ അതിനുള്ളിലേയ്ക്ക് കയറിയതും അതേ മനുഷ്യജീവി തന്നെ.

1984-ലെ പിൻകുറിപ്പ്

1955-ന്റെ ആരംഭത്തിൽത്തന്നെ
അമേരിക്കയിൽ ലോഗോതെറാപ്പിയുടെ
മാർഗ്ഗം തെളിച്ച എഡിത് വിസ്കോഫ് ജോൾസന്റെ
വിലമതിക്കാനാകാത്ത സംഭാവനകൾക്കു
മുന്നിൽ സമർപ്പിക്കുന്നു.

ദുരന്തസംബന്ധിയായ പ്രസാദാത്മകത

ആദ്യം എന്താണ് 'ദുരന്തസംബന്ധിയായ പ്രസാദാത്മകത' എന്ന് നമുക്ക് സ്വയം ചോദിക്കാം. വേദന, അപരാധബോധം, മരണം എന്നിവ (ലോഗോതെറാപ്പിയിൽ ഇതിനെ ദുരന്തത്രയം എന്നു വിശേഷിപ്പിക്കുന്നു) സംഭവിക്കുന്ന സാഹചര്യങ്ങളിൽപ്പോലും ഒരു മനുഷ്യൻ സ്ഥായിയായ പ്രസാദാത്മകത നിലനിർത്തുന്നതിനെയാണ് ലോഗോതെറാപ്പിയിൽ ദുരന്തസംബന്ധിയായ പ്രസാദാത്മകത എന്നു വിളിക്കുന്നത്. ഈ അവസ്ഥകൾക്കിടയിലും ജീവിതത്തോട് ഒരു മനുഷ്യൻ തന്റെ സമ്മതം അറിയിക്കുന്നതെങ്ങനെയെന്നാണ് ഈ അദ്ധ്യായം അന്വേഷിക്കുന്നത്.[20]

ഈ ചോദ്യം മറ്റൊരു രീതിയിലും ചോദിക്കാം. ഈ മൂന്നു ദുരന്തങ്ങൾക്കിടയിലും ജീവിതത്തിന് അതിന്റെ സാധ്യമായ പൊരുൾ നിലനിർത്താനാകുമോ? "ഏതവസ്ഥയിലും ജീവിതത്തോട് സമ്മതമറിയിക്കുക", ജർമ്മൻ ഭാഷയിലുള്ള എന്റെ പുസ്തകത്തിന്റെ പേരിലെ പദസമുച്ചയമാണ് ഇതിലെ ആശയം പ്രകാശിപ്പിക്കുന്നതിനായി ഞാൻ ഉപയോഗിച്ചിരിക്കുന്നത്. അങ്ങേയറ്റം യാതനകൾ നിറഞ്ഞ അവസ്ഥയിൽപ്പോലും ജീവിതപ്പൊരുളിന്റെ സാധ്യത മുൻകൂട്ടി നിശ്ചയിക്കുക എന്നതാണ് ഇതിലൂടെ ലക്ഷ്യമാക്കുന്നത്. ഇത് ജീവിതത്തിന്റെ നിഷേധാത്മക ഘടകങ്ങളെ സകാരാത്മകമോ സൃഷ്ടിപരമോ ആക്കിത്തീർത്ത് മനുഷ്യന്റെ ത്രാണിയെ മുൻകൂട്ടി നിശ്ചയിക്കുന്നു. മറ്റൊരു വിധത്തിൽ പറഞ്ഞാൽ ഏതു ദുരവസ്ഥയിൽ നിന്നും ഏറ്റവും മികച്ചത് സൃഷ്ടിച്ചെടുക്കുവാൻ പ്രാപ്തനാക്കുന്ന

20 1983 ജൂൺ മാസം പശ്ചിമ ജർമ്മനിയിലെ റീഗൻസ്ബർഗ് സർവ്വകലാശാലയിൽ ലോഗോ തെറാപ്പിയുടെ മൂന്നാം ലോക സമ്മേളനത്തിൽ ഞാൻ നടത്തിയ ഒരു ലെക്ചറിനെ അടിസ്ഥാനപ്പെടുത്തിയാണ് ഈ അദ്ധ്യായം രചിച്ചിരിക്കുന്നത്.

(മികച്ചത് എന്നതിനു ലത്തീൻ ഭാഷയിൽ Optimum എന്നാണ് – അതായത് ഏതവസ്ഥയിലും അനുയോജ്യമായത്). ദുരന്തങ്ങളോട് നേർക്കുനേരെ നിന്ന് പ്രകടിപ്പിക്കുന്ന പ്രസാദാത്മകത്വവും മനുഷ്യസാധ്യതയിലുള്ള അചഞ്ചല വിശ്വാസവും മൂന്നു വിധത്തിൽ അവന് സഹായകമാകുന്നുവെന്നതാണ് ദുരന്തസംബന്ധിയായ പ്രസാദാത്മകതയെക്കുറിച്ച് ഞാനിവിടെ പ്രതിപാദിക്കുവാനുള്ള കാരണം.

1. അത് സഹനത്തെ മനുഷ്യന്റെ നേട്ടമായി പരിവർത്തിപ്പിക്കുന്നു.
2. അപരാധബോധത്തിലൂടെ ഒരു മനുഷ്യന് കൂടുതൽ മികവു നേടാൻ കഴിയുന്നു.
3. ജീവിതത്തിന്റെ ക്ഷണഭംഗുരത അവന് കർത്തവ്യബോധത്തോടെ പ്രവർത്തിക്കുവാനുള്ള പ്രചോദനമായി മാറുന്നു.

എന്നിരുന്നാലും, ആജ്ഞയിലൂടെയോ ആവശ്യമുന്നയിച്ചോ നേടിയെടുക്കാവുന്ന ഒന്നല്ല പ്രസാദാത്മകതയെന്നത് പ്രത്യേകം ഓർമ്മയിൽ സൂക്ഷിക്കേണ്ടതാണ്. തരാതരം നോക്കാതെയും ഏതു പ്രതിബന്ധങ്ങളെയും തരണം ചെയ്ത്, യാതൊരു സാധ്യതയുമില്ലെങ്കിലും ഒരാൾക്ക് നിർബന്ധപൂർവ്വം മറ്റൊരാളിൽ പ്രസാദാത്മകത്വം അടിച്ചേൽപ്പിക്കുവാൻ കഴിയില്ല. വിശ്വാസവും സ്നേഹവും ആജ്ഞയിലൂടെയോ ആവശ്യമുന്നയിച്ചോ നേടിയെടുക്കുവാൻ കഴിയാത്തത്ര തന്നെ പ്രത്യാശയെ സംബന്ധിച്ച് സത്യമായതെന്താണോ അത് ദുരന്തത്രയത്തിലെ മറ്റു രണ്ട് ഘടകങ്ങൾക്കും സത്യമാണ്.

ആജ്ഞയിലൂടെയോ ആവശ്യമുന്നയിച്ചോ ഒരാൾ വീണ്ടും വീണ്ടും സന്തോഷം അനുഭവിക്കുന്നത് ഒരു യൂറോപ്യനെ സംബന്ധിച്ചിടത്തോളം അമേരിക്കൻ സംസ്കാരമാണ്. വാസ്തവത്തിൽ സന്തോഷമെന്നത് പിന്തുടർന്നു നേടുവാനുള്ളതല്ല, മറിച്ച് സ്വാഭാവികമായി സംഭവിക്കേണ്ടതാണ്. ഒരാൾക്ക് സന്തോഷം അനുഭവപ്പെടുവാൻ ഒരു കാരണം അനിവാര്യമാണ്. അത് കണ്ടെത്തുന്നതോടെ സ്വാഭാവികമായിത്തന്നെ മനുഷ്യർ സന്തോഷമനുഭവിക്കുന്നു. മനുഷ്യജീവി സന്തോഷമല്ല തിരയുന്നത്, പകരം സന്തോഷത്തിനുള്ള കാരണമാണ്. സർവ്വോപരി, ഒരു പ്രത്യേക സാഹചര്യത്തിൽ അന്തർലീനമായതും സുപ്തമായതുമായ പൊരുൾ സാധ്യതയെ പ്രത്യക്ഷപ്പെ

ടുത്തുന്നതിലൂടെ മാത്രമേ ഒരാൾ സന്തോഷം കൈവരിക്കുന്നുള്ളൂ. ഈ അനിവാര്യത മറ്റൊരു പ്രതിഭാസത്തിലും സമാനമാണ്, അത് ചിരിയല്ലാതെ മറ്റൊന്നുമല്ല. ഒരാളെ ചിരിപ്പിക്കണമെന്ന് നിങ്ങൾ ആഗ്രഹിക്കുന്നുവെങ്കിൽ, അതിനു കാരണമാകുന്ന ഒരു ഫലിതമോ കളിവാക്കോ അയാൾക്കു വേണ്ടി നിങ്ങൾ പറയേണ്ടതുണ്ട്.

ഉദാഹരണം : ഒരാളെ ക്യാമറയുടെ മുന്നിൽ നിർത്തി Smile എന്നു പറഞ്ഞാൽ ഒരു കൃത്രിമച്ചിരി മാത്രമേ ഫോട്ടോയിൽ പതിഞ്ഞു കാണുകയുള്ളൂ.

ലോഗോതെറാപ്പിയിൽ ഇത്തരം പെരുമാറ്റരീതിയെ 'അമിത ഇംഗിതം' എന്നാണ് വിളിക്കുന്നത്. ഇത് ലൈംഗികപരമായ മാനസിക വിഭ്രാന്തിയിൽ (ലൈംഗിക പ്രതികരണമില്ലായ്മയാകട്ടെ ഷണ്ഡത്വമാകട്ടെ) ഒരു സുപ്രധാന പങ്കുവഹിക്കുന്നുണ്ട്. ഒരു വ്യക്തി സ്വയം സർവ്വവും മറന്ന് ഇണയ്ക്കായി സമർപ്പിക്കുന്നതിനു പകരം, എത്രത്തോളം ലൈംഗിക സംതൃപ്തിക്കായി നേരിട്ട് ആയാസപ്പെടുന്നുവോ അത്രത്തോളം രതിമൂർച്ഛയെന്നത് അയാൾക്ക് സ്വയം പരാജയപ്പെടുത്തലായി മാറുന്നു. അങ്ങനെ, 'സുഖ സിദ്ധാന്തം' എന്നു വിളിക്കപ്പെടുന്നതെന്തോ അതൊരു രസം കൊല്ലിയായി മാറുന്നു.

പൊരുൾ തേടിയുള്ള ഒരു വ്യക്തിയുടെ പ്രയാണം വിജയകരമാകുമ്പോൾ അയാളെ അത് സന്തോഷത്തിലെത്തിക്കുക മാത്രമല്ല, സഹനത്തെ ധീരമായി അഭിമുഖീകരിക്കുന്നതിനുള്ള ത്രാണി നൽകുകയും ചെയ്യുന്നു. എന്നാൽ, ഇരുട്ടിൽ തപ്പിത്തടയുന്നതു പോലെ പൊരുൾ തേടുന്ന ഒരാളുടെ ശ്രമം പാഴായി തീർന്നാൽ എന്തു സംഭവിക്കും? എങ്കിലതു തികച്ചും വിനാശകരമായിത്തീരും. ഉദാഹരണത്തിനായി നമുക്ക് യുദ്ധത്തടവുകാരുടെ ക്യാംപുകളിലെയും കോൺസെൻട്രേഷൻ ക്യാംപുകളിലെയും അത്യന്തം ഭയാനകമായ സന്ദർഭങ്ങൾ പരിശോധിക്കാം. ചില അമേരിക്കൻ സൈനികർ എന്നോട് പറഞ്ഞതനുസരിച്ച് 'പരൽവൽക്കരണം' എന്നും *Give-up-itis* എന്നും വിശേഷിപ്പിക്കപ്പെടുന്ന, യാതൊന്നിനോടും പ്രതികരിക്കായ്ക എന്ന ഒരു തരം പെരുമാറ്റത്തിലെത്തിച്ചേർന്നിരുന്നു. അതിരാവിലെ അഞ്ചു മണിക്കെഴുന്നേറ്റ് പണിസ്ഥലത്തേയ്ക്ക് പോകുവാൻ തയ്യാറാകാതെ, കോൺസെൻട്രേഷൻ ക്യാംപുകളിലെ കുടിലുകൾക്കുള്ളിൽ മലവും മൂത്രവും കൊണ്ടു നിറഞ്ഞിരുന്ന വൈക്കോൽ കെട്ടുകൾക്കു മുകളിൽ അവർ കിടന്നിരുന്നു. താക്കീതോ

ഭീഷണിയോ അവരുടെ മനസ്സ് തിരുത്തിയില്ല. പിന്നീട് അവർ പോക്കറ്റിന്റെ അറ്റത്തെ മൂലയിൽ ഒളിപ്പിച്ചുവച്ചിരുന്ന സിഗററ്റെടുത്ത് കത്തിച്ച് വലിക്കുവാൻ തുടങ്ങി. അടുത്ത നാല്പത്തെട്ടു മണിക്കൂറിനുള്ളിൽ അവർ മരിക്കുന്നത് കാണേണ്ടി വരുമെന്ന് ആ നിമിഷം ഞങ്ങൾ മനസ്സിലാക്കി. പൊരുളിനായുള്ള അഭിവിന്യാസം താഴോട്ടു ചായുകയും അതേ സ്ഥാനത്ത് തൽക്ഷണം ലഭിക്കുന്ന സുഖം തേടൽ പ്രത്യക്ഷപ്പെടുകയും ചെയ്തു.

ഇത് മറ്റൊരു അക്ഷരേഖയുടെ സ്മൃതിപഥമല്ലേ, ദിനംപ്രതി നമ്മെ എതിരിടുന്ന അക്ഷരേഖ? സാർവ്വലൗകികമായ തുലാസിൽ ഇനി ഭാവിയില്ല എന്ന് സ്വയം പ്രഖ്യാപിക്കുന്ന ആ യുവാക്കളെയാണ് ഞാനിപ്പോൾ ഓർമ്മിക്കുന്നത്. അവർ പക്ഷെ വെറും സിഗററ്റിലല്ല അഭയം തേടുന്നത്, മയക്കുമരുന്നിലാണ്.

വാസ്തവത്തിൽ മയക്കുമരുന്ന് കൂടുതൽ പൊതുവായ ഒരു വലിയ പ്രതിഭാസത്തിന്റെ ചെറിയൊരു ഭാഗം മാത്രമാണ്. അസ്തിത്വപരമായ ആവശ്യങ്ങളുടെ മോഹഭംഗത്തിൽ നിന്നുരുവാകുന്ന ഈ വ്യർത്ഥതാ വികാരമാണിന്ന് വ്യാവസായിക സമൂഹങ്ങളിൽ ഒരു ആഗോള പ്രതിഭാസമായി തീർന്നിരിക്കുന്നത്. വ്യർത്ഥതാവികാരങ്ങൾ മാനസിക രോഗഹേതുക്കളിൽ നിത്യവർദ്ധിതമായ ഒരു പങ്കുവഹിക്കുന്നുണ്ടെന്ന് വാദിക്കുന്നത് ലോഗോതെറാപ്പിസ്റ്റുകൾ മാത്രമല്ല. സ്റ്റാൻഫോർഡ് സർവ്വകലാശാലയിലെ ഇർവിൻ ഡി. യാലോം അസ്തിത്വപരമായ മനഃശ്ശാസ്ത്രചികിത്സ എന്ന പ്രബന്ധത്തിൽ സമർത്ഥിക്കുന്നത് പ്രകാരം ഒ. പി. ക്ലിനിക്കിൽ തുടർച്ചയായി ചികിത്സിക്കപ്പെടുന്ന നാല്പത് രോഗികളിൽ 30% വരുന്ന പന്ത്രണ്ട് പേർക്ക് ജീവിതപ്പൊരുൾ സംബന്ധമായ ഗുരുതരമായ പ്രശ്നങ്ങളുണ്ട്. (ഇത് സ്വയം തരംതിരിച്ചവർ, ചികിത്സകർ അഥവാ സ്വതന്ത്ര വിധികർത്താക്കൾ എന്നിവർ നിർണ്ണയിച്ചതു പ്രകാരമാണ്.)[21] പാലോ ആൾട്ടോയുടെ കിഴക്കുനിന്ന് ആയിരക്കണക്കിന് മൈലുകൾക്കപ്പുറവും ഈ സ്ഥിതിയിൽ ഒരു ശതമാനത്തിന്റെ വ്യത്യാസമേ കണ്ടുവരുന്നുള്ളൂ. വിയന്നയിലെ ജനസംഖ്യയുടെ 29 ശതമാനവും തങ്ങളുടെ ജീവിതത്തിന് പൊരുൾ നഷ്ടപ്പെട്ടതായി പരാതിപ്പെടുന്നുണ്ടെന്നാണ് ഏറ്റവും അടുത്ത കാലത്തു നടന്ന പ്രസക്തമായ ഒരു കണക്കെടുപ്പ് സൂചിപ്പിക്കുന്നത്.

---

21 Basic Books, New York, 1980, p.448

അമിതമായി ലഘൂകരിച്ചു കൊണ്ടായാൽത്തന്നെയും, വ്യർത്ഥതാ വികാരത്തിന് കാര്യകാരണം തിരയുമ്പോൾ, മനുഷ്യർക്ക് ജീവിക്കുവാനാവശ്യമായ എല്ലാമുണ്ട് : എന്നാൽ ജീവിച്ചിരിക്കുവാൻ കാരണമൊന്നും അവശേഷിക്കുന്നില്ല എന്നു കണ്ടെത്തുവാനാകും. അവർക്ക് അർത്ഥമുണ്ട്, പക്ഷെ പൊരുളില്ല. ഇതിനിടയിൽ ജീവിതസാഹചര്യങ്ങൾ പോലുമില്ലാത്തവർ വേറെയുമുണ്ടെന്നത് മറ്റൊരു കാര്യം. തൊഴിൽരഹിതരായ വലിയൊരു സംഘം യുവാക്കളെ ഞാൻ പ്രത്യേകമോർക്കുന്നു. തൊഴിൽരാഹിത്യം സൃഷ്ടിക്കുന്ന മാനസികരോഗം എന്ന പേരിൽ യുവാക്കൾക്കിടയിലെ ഒരു പ്രത്യേകതരം വിഷാദാവസ്ഥയിൽ ഊന്നിക്കൊണ്ട് അമ്പതു വർഷം മുമ്പ് ഞാൻ ഒരു പഠനം[22] പ്രസിദ്ധീകരിച്ചിരുന്നു.

ഈ മാനസികരോഗം യുവാക്കളെ രണ്ടുവശങ്ങളുള്ളതും അബദ്ധങ്ങൾ നിറഞ്ഞതുമായ ഒരു താദാത്മ്യത്തിലേയ്ക്കെത്തിച്ചു. തൊഴിൽരഹിതനാവുക എന്നാൽ ജീവിതം പ്രയോജന ശൂന്യമാവുകയെന്നും, പ്രയോജനശൂന്യമാവുകയെന്നാൽ ജീവിതം പൊരുൾരഹിതമാവുകയെന്നുമാണ് സൂചിപ്പിക്കുന്നത്.

യുവാക്കളായ എന്റെ രോഗികളെ യുവജനസംഘടനകളിൽ സ്വയം പങ്കാളികളാകുവാനും മുതിർന്നവരെ പഠിപ്പിക്കുവാനും പബ്ലിക് ലൈബ്രറി പോലുള്ള ഇടങ്ങളിൽ അവരുടെ ഒഴിവു സമയത്തിന്റെ ധാരാളിത്തം പ്രയോജനപ്പെടുത്തുവാനും എപ്പോഴെല്ലാം ഞാൻ പ്രേരിപ്പിച്ചിട്ടുണ്ടോ, അപ്പോഴെല്ലാം അതിൽ ഞാൻ വിജയിച്ചിട്ടുണ്ട്. വേതനം ലഭിക്കാത്ത പ്രവൃത്തികളായിരുന്നിട്ടും അവരുടെ സാമ്പത്തികനിലയും വിശപ്പും മാറ്റമില്ലാതെ തുടർന്നിട്ടും ഈ സമയം അർത്ഥപൂർണ്ണമാവുകയും അവർ വിഷാദാവസ്ഥയിൽ നിന്ന് മോചിതരാവുകയും ചെയ്തു. മനുഷ്യൻ ക്ഷേമവും സുഖവും കൊണ്ടു മാത്രമല്ല ജീവിക്കുന്നത് എന്നതാണ് സത്യം.

സാമൂഹ്യ-സാമ്പത്തിക സാഹചര്യങ്ങളാൽ സൃഷ്ടിക്കപ്പെടുന്ന തൊഴിൽരാഹിത്യവും മനോരോഗത്തിനു കാരണമാകുന്നുണ്ട്. ഇതുകൂടാതെ സൈക്കോഡൈനാമിക് മൂലമോ, ജീവസന്ധാരണസംബന്ധിയായ സാഹചര്യങ്ങളാലോ സൃഷ്ടിക്കപ്പെടുന്ന മറ്റു ചില വിഷാദരോഗങ്ങളുമുണ്ട്. ഇവയ്ക്ക് സൈക്കോതെറാപ്പിയോ ഫാർമക്കോ

22 "Wirtschaftskrise und Seelenbelen vom Standpunkt des Jugendberaters", *Sozialarztliche Runschau*, Vol.4 [1933], pp.43-46.

തെറാപ്പിയോ ആവശ്യാനുസരണം പ്രയോഗിച്ചു വരുന്നു. വ്യർത്ഥതാവികാരമെന്നത് പ്രകൃത്യാ തന്നെ രോഗനിദാനസംബന്ധിയായ സംഗതിയല്ലെന്ന കാര്യം അവഗണിക്കുകയോ മറക്കുകയോ ചെയ്യരുത്. മാനസികരോഗത്തിന്റെ ലക്ഷണം എന്നതിലുപരി അത് ഒരാൾ മനുഷ്യനാണ് എന്നതിന്റെ തെളിവാണ്. രോഗനിദാനമായി സംഭവിച്ചതല്ലെങ്കിൽപ്പോലും തീർച്ചയായും അതൊരു രോഗലക്ഷണ പ്രത്യാഘാതമായിരിക്കും. മറ്റൊരു രീതിയിൽ പറഞ്ഞാൽ രോഗസാധ്യതയാണ് യുവതലമുറയ്ക്കിടയിലെ സാമൂഹ്യവും അധാർമ്മികപരവുമായ രോഗലക്ഷണങ്ങൾ മാത്രം പരിഗണിച്ചു നോക്കു. അതിൽ പ്രായോഗികമായ മൂന്നു തരം ലക്ഷണങ്ങളുടെ തെളിവുകൾ വേണ്ടുവോളം കാണാം - വിഷാദം, ആക്രമണോത്സുകത, ആസക്തി. ലോഗോതെറാപ്പിയിൽ ഇതിനെ അസ്തിത്വപരമായ ശൂന്യത അഥവാ ശൂന്യതയുടെയും വ്യർത്ഥതയുടെയും തൊട്ടറിവ് എന്നു വിശേഷിപ്പിക്കുന്നു.

വിഷാദരോഗം സംബന്ധിച്ച എല്ലാ കേസുകളും വ്യർത്ഥതാവികാരം മൂലം മാത്രമായിരിക്കില്ലെന്ന കാര്യം പ്രത്യേകം എടുത്തു പറയേണ്ടതില്ല : ആത്മഹത്യയും അങ്ങനെ തന്നെ. ചിലപ്പോഴെല്ലാം വിഷാദവും ആത്മഹത്യയ്ക്ക് കാരണമാകാറുണ്ടെങ്കിലും, അത് എല്ലായ്പ്പോഴും അസ്തിത്വപരമായ ശൂന്യതയുടെ ഫലമായാണ് സംഭവിക്കുന്നത്. അതിലുപരി എല്ലാ ആത്മഹത്യാ കേസുകളും വ്യർത്ഥതാവികാരം മൂലമാണെന്ന് പരിഗണിക്കപ്പെട്ടില്ലെങ്കിൽ പോലും സ്വന്തം ജീവിതം അവസാനിപ്പിക്കുവാനുള്ള ഒരു വ്യക്തിയുടെ ചിന്തകളെ തരണം ചെയ്യാൻ, ജീവിതത്തിന് ഒരു ഉദ്ദേശ്യമുണ്ടെന്നും അതിനൊരു പൊരുളുണ്ടെന്നുമുള്ള ബോധ്യം സഹായകമായേനെ.

പ്രബലമായ പൊരുളിന്റെ അഭിവിന്യാസം ആത്മഹത്യയെ തടയുന്നതിൽ നിർണ്ണായകമായ ഒരു പങ്കുവഹിക്കുന്നുണ്ടെങ്കിൽ ആത്മഹത്യാസാധ്യതയുള്ള ഒരു കേസിൽ ഇടപെടുന്നതിന്റെ പ്രാധാന്യമെന്ത്? എന്റെ യൗവനകാലത്ത് തുടർച്ചയായി നാലു വർഷം ഞാൻ ഓസ്ട്രിയയിലെ ഏറ്റവും വലിയ ആശുപത്രിയിൽ തീവ്രവിഷാദരോഗികളുടെ പവലിയന്റെ ഉത്തരവാദിത്വം വഹിച്ചിരുന്നു. അവരിൽ ഭൂരിപക്ഷവും ഒരു ആത്മഹത്യാശ്രമത്തിനു ശേഷം പ്രവേശിപ്പിക്കപ്പെട്ടവരായിരുന്നു. ആ നാലു വർഷത്തിനുള്ളിൽ ഞാൻ 12000 രോഗികളുടെ പ്രശ്നങ്ങളിലൂടെ കടന്നുപോയിരുന്നുവെന്ന് പിന്നീടൊരിക്കൽ കണക്കെടുത്തു. ആത്മഹത്യാപ്രവണതയുള്ള

ഏതൊരാളെയും കാണുമ്പോൾ അനുഭവങ്ങളുടെ ഈ വിശാല കലവറയിൽ നിന്നാണ് ചികിത്സ നിശ്ചയിക്കുന്നത്. അതിനു ശേഷം ആത്മഹത്യാപ്രവണത ശ്രദ്ധയിൽപെട്ട ഓരോരുത്തരോടും ആത്മഹത്യാശ്രമം പരാജയപ്പെട്ട പഴയകാല രോഗികൾ എത്രമാത്രം സന്തോഷിച്ചിരുന്നുവെന്ന് ഞാൻ വിശദീകരിച്ചു കൊടുത്തിരുന്നു. തങ്ങളുടെ പ്രശ്നങ്ങൾക്ക് പരിഹാരമുണ്ടായിരുന്നുവെന്നും ചോദ്യങ്ങൾക്ക് ഉത്തരമുണ്ടായിരുന്നുവെന്നും ജീവിതത്തിന് പൊരുൾ ഉണ്ടായിരുന്നുവെന്നും ആഴ്ചകൾക്കും മാസങ്ങൾക്കും വർഷങ്ങൾക്കും ശേഷം അവരെന്നോട് ആവർത്തിച്ചു. ആയിരത്തിൽ ഒന്നിലാണ് ഈ മാറ്റങ്ങൾ സംഭവിക്കുന്നതെങ്കിൽ പോലും ഇന്നല്ലെങ്കിൽ നാളെ അതു സംഭവിക്കില്ലെന്ന് ആർക്കാണ് ഉറപ്പോടെ പറയാനാവുക? എന്നാൽ, അതു സംഭവിച്ചേക്കാവുന്ന ആ ഒരു ദിവസം വരെ നിങ്ങൾ ജീവിച്ചിരിക്കുക തന്നെ വേണം. ആ പുലർകാലം കാണുന്നതിനായി ഇന്ന് പലതിനെയും നിങ്ങൾ അതിജീവിക്കേണ്ടതുണ്ട്. അതിജീവിക്കാനുള്ള ആ ബാധ്യത ഇന്നുമുതൽ നിങ്ങളെ വിടാതെ പിന്തുടരും.

ഇനി ഒരു വലിയ ജനസാമാന്യത്തെ ഒന്നാകെ ബാധിച്ച രണ്ടാമത്തെ മാനസികവിഭ്രാന്തിയായ ആക്രമണോത്സുകതയെക്കുറിച്ചു പഠിക്കുവാൻ കരോലിൻ വുഡ് ഷെരിഫ് നടത്തിയ പരീക്ഷണത്തെക്കുറിച്ച് പറയാം. ഇതിനായി അവർ രണ്ട് സ്കൗട്ട് ഗ്രൂപ്പുകളിലെ ബാലന്മാർക്കിടയിൽ കൃത്രിമമായി ആക്രമണോത്സുകത സൃഷ്ടിച്ചെടുക്കുന്നതിൽ വിജയിച്ചു. ഒരു പൊതു ആവശ്യത്തിനായി അവർ ഒരുമിച്ചു മുന്നോട്ടു വന്ന പ്രത്യേക ഘട്ടത്തിൽ അവരുടെ ആക്രമണോത്സുകത തീർത്തും അടങ്ങിയത് ശ്രദ്ധിക്കപ്പെട്ടു. അവർക്കുള്ള ഭക്ഷണം കൊണ്ടുവന്നിരുന്ന വാഹനം ചെളിയിൽ പൂണ്ടുപോയപ്പോൾ, പരസ്പരം പോരടിച്ചിരുന്ന ഇരുകൂട്ടരും ആ വാഹനം തള്ളിക്കയറ്റുന്നതിനായി ഒത്തൊരുമയോടെ പ്രവർത്തിച്ചത് ഈ തത്വമാണ് തെളിയിക്കുന്നത്. വെല്ലുവിളിച്ചിരുന്നവർ പൊടുന്നനെ ഒരു പൊരുൾ നേടുന്നതിനുവേണ്ടിയായിരുന്നു ഒരുമിച്ചത്.[23]

മൂന്നാമത്തെ വിഷയമായ ആസക്തി എന്നെ ആൻമേരി വോൺ ഫോസ്റ്റ്മേയറുടെ നിരീക്ഷണങ്ങൾ ഓർമ്മപ്പെടുത്തി. പരീക്ഷണങ്ങളും

23 ഈ പരീക്ഷണത്തെക്കുറിച്ചുള്ള കൂടുതൽ വിവരങ്ങൾക്ക് Viktor E. Frankl, *The Unconscious God*, New York, Simon and Schuster, 1978, p.140; and Viktor E. Frankl, *The Unheard Cry of Meaning*, New York, Simon and Schuster, 1978, p.36-ൽ തിരയുക.

സ്ഥിതിവിവരക്കണക്കുകളും പ്രകാരം അവരുടെ രോഗികളിൽ 90 ശതമാനം മദ്യാസക്തരും ആഴത്തിലുള്ള വ്യർത്ഥതാവികാരം അനുഭവിക്കുന്നതായി കണ്ടെത്തി. സ്റ്റാൻലീ ക്രിപ്പ്നറുടെ പഠനത്തിൽ പങ്കെടുത്ത 100 ശതമാനം രോഗികളും ജീവിതം വ്യർത്ഥമാണെന്ന് വിശ്വസിച്ചിരുന്നു.[24]

ഇനി നമുക്ക് പൊരുൾ എന്നാലെന്താണ് എന്നു നോക്കാം. അവന്റെയോ അവളുടെയോ ജീവിതത്തിലുടനീളം ഓരോരോ സന്ദർഭങ്ങളിലും അന്തർലീനവും സുപ്തവുമായി വസിക്കുന്ന പൊരുൾ സാധ്യതയിലാണ് ലോഗോതെറാപ്പിസ്റ്റിന്റെ താല്പര്യമെന്ന് ഞാൻ ആദ്യമേ പറയട്ടെ. ആയതിനാൽ, ജീവിതപ്പൊരുളിന് അത്രയും വ്യാപ്തിയുണ്ടെന്ന കാര്യം ഞാൻ നിഷേധിക്കുന്നില്ലെങ്കിലും ഒരാളുടെ ജീവിതപ്പൊരുളിനെക്കുറിച്ച് പൂർണ്ണമായും ഞാനിവിടെ പ്രതിപാദിക്കുകയില്ല. ഇതിന്റെ പരസ്പരബന്ധം മനസ്സിലാകണമെങ്കിൽ ഓരോന്നും വ്യത്യസ്ത അർത്ഥങ്ങളുള്ള ആയിരക്കണക്കിന് സ്വതന്ത്ര ഷോട്ടുകളുള്ള ഒരു സിനിമ കാണുന്നതായി സങ്കല്പിക്കുക. പക്ഷെ, ആ സിനിമയുടെ അവസാന സീക്വൻസ് കാണാതെ സിനിമയെ മൊത്തമായി മനസ്സിലാക്കുവാൻ കഴിയില്ല. എന്നാൽപോലും സിനിമയുടെ ഓരോ ഘടകങ്ങളും മനസ്സിലാക്കാതെ സിനിമയെ പൂർണ്ണമായും മനസ്സിലാക്കുവാൻ കഴിയില്ല. ജീവിതവും ഇതിനു സമാനമല്ലേ?

ജീവിതത്തിന്റെ അന്തിമപ്പൊരുൾ പോലും, ഒടുവിൽ മരണസമയത്തെങ്കിലും സ്വയം വെളിപ്പെടുത്തുന്നില്ലേ?

അതാത് വ്യക്തിയുടെ അറിവിലും വിശ്വാസത്തിലും സാധ്യമായ പൊരുൾ ഓരോ സാഹചര്യത്തിലും സാക്ഷാൽക്കരിക്കപ്പെട്ടിട്ടുണ്ടോ ഇല്ലയോ എന്നതിനെ ആശ്രയിച്ചല്ലേ ഈ അന്തിമപ്പൊരുളും പ്രത്യക്ഷപ്പെടുന്നത്?

പൊരുളും അതിന്റെ പരിപ്രേക്ഷ്യവും വായുവിൽ ഒഴുകിനടക്കുന്നയാളെയോ ഒരു ദന്തഗോപുരവാസിയെപ്പോലെയോ അല്ല. ലോഗോതെറാപ്പിയുടെ കാഴ്ചപ്പാടിൽ അത് പൂർണ്ണമായും വിനീതയാഥാർത്ഥ്യബോധമുള്ള ഒന്നാണ്. 'ആഹാ' എന്നു വിസ്മയിപ്പിക്കുന്ന കാൾ ബുഹ്ലെറുടെ ആശയങ്ങളും മാക്സ് വെർതീമെറുടെ ഗെസ്റ്റാൾട്ട്

---

24 കൂടുതൽ വിവരങ്ങൾക്ക് *The Unconscious God*, pp.97-100; and *The Unheard Cry for Meaning*, pp.26-28 തിരയുക.

പരിപ്രേക്ഷ്യ സിദ്ധാന്തത്തിന്റെ പൂർണ്ണരൂപത്തിനുമിടയിൽ ജീവിതപ്പൊരുളിന്റെ അഥവാ വ്യക്ത്യാധിഷ്ഠിതപ്പൊരുളിന്റെ മൂർത്തമായ അന്തർദർശനം ഞാൻ കണ്ടെത്തിയേക്കും. ഗെസ്റ്റാൾട്ട് പരിപ്രേക്ഷ്യത്തിന്റെ ക്ലാസ്സിക്കൽ ആശയത്തിൽ നിന്നു അങ്ങേയറ്റം വ്യത്യസ്തമാണ് പൊരുളിന്റെ പരിപ്രേക്ഷ്യം. രണ്ടാമത്തേത് ഒരു രൂപം തറയിൽ ഇരിക്കുന്നുവെന്ന പൊട്ടുന്നനെയുണ്ടായ അറിവ് ധ്വനിപ്പിക്കുന്നു. അതേസമയം, പൊരുളിന്റെ പരിപ്രേക്ഷ്യം, നിലവിലുള്ള അവസ്ഥയ്ക്ക് എന്തു പരിഹാരമാണ് സാധ്യമായത് എന്നതിനുള്ള ബോധ്യമാണ്.

ഏതു വിധമാണ് ഒരു മനുഷ്യജീവിക്ക് പൊരുൾ കണ്ടെത്താനാവുക? ഷാർലറ്റ് ബൂഹ്ലർ പ്രസ്താവിച്ചിരിക്കുന്നത് നോക്കാം : എന്താണ് ആത്യന്തികമായി മനുഷ്യജീവിതം എന്ന ചോദ്യത്തിന് ഉത്തരം കണ്ടെത്തിയവരെന്ന് തോന്നുന്നവരുടെ ജീവിതത്തെ അതു കണ്ടെത്താത്തവരുടെ ജീവിതവുമായി താരതമ്യം ചെയ്തു പഠിക്കുക മാത്രമാണ് നമുക്ക് കഴിയുക.[25] എന്നിരുന്നാലും ഇത്തരം ജീവചരിത്രപരമായ സമീപനത്തിനുമപ്പുറം ജീവശാസ്ത്രപരമായ സമീപനവും ആരംഭിക്കേണ്ടതാകുന്നു.

ലോഗോതെറാപ്പിയുടെ ആശയമനുസരിച്ച്, ഒരു പ്രത്യേക ജീവിത സാഹചര്യത്തിൽ ഏതു ദിശയിലേയ്ക്ക് നീങ്ങണമെന്ന് പ്രബോധനം ആവശ്യമുള്ളവർക്ക് അത് ചൂണ്ടിക്കാണിക്കുന്ന ഒന്നാണ് മനസ്സാക്ഷി. ഈ ഉദ്യമം നടപ്പിലാക്കുന്നതിന് മുഖാമുഖം നിൽക്കേണ്ടിവന്ന സാഹചര്യത്തിന് അനുയോജ്യമായ ഒരു അളവുകോൽ ആവശ്യമാണ്. ഈ സാഹചര്യം ചില മാനദണ്ഡങ്ങളുടെ, അഥവാ മൂല്യങ്ങളുടെ അധികാരക്രമത്തിന്റെ വെളിച്ചത്തിലായിരിക്കണം വിലയിരുത്തപ്പെടേണ്ടത്. അതേസമയം തന്നെ ഈ മൂല്യങ്ങളെ ബോധതലത്തിൽ വരിക്കുകയോ സ്വീകരിക്കുകയോ ചെയ്യുവാൻ നമുക്കാവുകയില്ല. നാമെന്താണോ അതു തന്നെയാണ് ഈ മൂല്യങ്ങൾ. മനുഷ്യവർഗ്ഗ പരിണാമദിശയിൽ അവ പരൽവൽക്കരിക്കപ്പെട്ടു കഴിഞ്ഞു. അവ നമ്മുടെ ജീവശാസ്ത്ര ഭൂതകാലത്ത് രൂപീകരിക്കപ്പെട്ടതും ജീവശാസ്ത്രപരമായ ആഴങ്ങളിൽ വേരൂന്നിയവയുമാണ്. ജീവശാസ്ത്രപരമായ കാരണത്തിൽ നിന്ന് കാര്യത്തെ വെളിച്ചത്തു

25 "Basic Theoretical Concepts of Humanistic Psychology", *American Psychologist* XXVI, (April 1971), p.378.

കൊണ്ടുവരുന്ന ആശയം (biological a priori) അവതരിപ്പിക്കുമ്പോൾ കോൺറാഡ് ലോറൻസ് ഇതിനു സമാനമായ എന്തോ ഒന്ന് മനസ്സിൽ സൂക്ഷിച്ചിരുന്നിട്ടുണ്ടാകണം. മാത്രമല്ല, മൂല്യനിർണ്ണയ പ്രക്രിയയുടെ ജീവശാസ്ത്രപരമായ അസ്തിവാരത്തെക്കുറിച്ചുള്ള എന്റെ സ്വന്തം കാഴ്ചപ്പാട് ഞങ്ങൾ ചർച്ച ചെയ്യുമ്പോൾ ഈ വിഷയത്തിൽ അദ്ദേഹത്തിന്റെ യോജിപ്പ് ആവേശപൂർവ്വം പ്രകടിപ്പിച്ചിരുന്നു. ഏതെങ്കിലും വിധത്തിൽ ആദിപ്രതിഫലിത മൂല്യസംബന്ധ സ്വയം ഗ്രഹിക്കൽ നിലനിൽക്കുന്നുണ്ട്. അത് നമ്മുടെ ജീവശാസ്ത്രപരമായ പാരമ്പര്യത്തിൽ വേരുറച്ചു കഴിഞ്ഞതായി അനുമാനിക്കാവുന്നതാണ്.

ലോഗോതെറാപ്പിയുടെ അനുശാസനപ്രകാരം പൊരുളിലേക്ക് എത്തിച്ചേരുവാൻ മൂന്ന് മനോഹരമായ തെരുവീഥികളുണ്ട്. ആദ്യത്തേത് ഒരു കർമ്മം സൃഷ്ടിച്ചെടുക്കുക എന്നതാണ്. രണ്ടാമത്തേത് വ്യക്തിബന്ധം അനുഭവിക്കുക അഥവാ ഒരാളെ സ്നേഹിക്കുക. മറ്റൊരർത്ഥത്തിൽ കർമ്മത്തിലൂടെ മാത്രമല്ല സ്നേഹത്തിലൂടെയും പൊരുൾ കണ്ടെത്താവുന്നതാണ് എന്നർത്ഥം. അനുഭവം സമ്പാദിക്കുന്നത് ചികിത്സ നേടുന്നതു പോലെ വിലപ്പെട്ടതാണെന്നു കാണാം. ആന്തരിക ലോകത്തിന്റെ അനുഭവത്താൽ നമ്മുടെ ബാഹ്യലോക അനുഭവത്തിന്റെ ഏകപക്ഷീയമായ ഊന്നിപ്പറയലിലെ നഷ്ടം നികത്തുന്നു എന്ന് ഈ സന്ദർഭത്തിൽ എഡിത് വൈസ്കഫ് ജോൽസൺ വ്യക്തമാക്കുന്നു.[26]

ജീവിതപ്പൊരുളിലെ മനോഹരമായ മൂന്നാമത്തെ തെരുവീഥിയാണ് ഏറ്റവും പ്രധാനം : തരണം ചെയ്യുവാൻ കഴിയാത്ത വിധിയെ നേരിടുന്ന, തികച്ചും ആശയറ്റ സാഹചര്യത്തിലെ നിസ്സഹായനായ ഒരു ഇരപോലും, അവനെക്കാൾ ഉയർന്നിട്ടോ അവനെക്കാൾ വളർന്നിട്ടോ സ്വയം മാറിയെന്നിരിക്കും. അവൻ വ്യക്തിപരമായ ഒരു ദുരന്തത്തെ വിജയമായി പരിവർത്തിപ്പിച്ചേക്കാം. 143, 144 എന്നീ പേജുകളിലായി എഡിത് വൈസ്കഫ് ജോൽസൺ ലോഗോതെറാപ്പിയെക്കുറിച്ച് പ്രത്യാശ പ്രകടിപ്പിച്ചു കൊണ്ടു പറഞ്ഞ വാക്കുകൾ ഇവിടെ ഒരിക്കൽക്കൂടി ഉദ്ധരിക്കാം "രോഗശമനം അസാധ്യമായ രോഗികൾക്ക് അവരുടെ സഹനത്തിൽ അഭിമാനിക്കുവാൻ വളരെ കുറച്ച് സാധ്യത മാത്രമേ

---

26 "The Place of Logotherapy in the World Today", *The International Forum for Logotherapy*, Vol.1, No.3 [1980], pp. 3-7.

അമേരിക്ക നൽകുന്നുള്ളൂ. ഈ പ്രവണതയെ അപലപിക്കുന്നതിനു പകരം മഹത്വപ്പെടുത്തുന്നതായാണ് പൊതുവെ കണ്ടുവരുന്നത്". ഇതുമൂലം "അസന്തുഷ്ടനായിരിക്കുന്നതിൽ അവൻ ലജ്ജിക്കുക കൂടി ചെയ്യുന്നു" എന്നതാണ് ദുഃഖകരം. ഇത്തരം ചില അനാരോഗ്യകരമായ ശീലങ്ങളെ തിരുത്തുവാൻ ലോഗോതെറാപ്പിക്കു കഴിയും.

കാൽ നൂറ്റാണ്ടോളം ഒരു ജനറൽ ആശുപത്രിയിലെ മനോരോഗവിഭാഗത്തിന്റെ മേൽനോട്ടം വഹിച്ചിരുന്ന കാലത്ത് എന്റെ രോഗികൾ അവരുടെ വിധിയെ മനുഷ്യന്റെ നേട്ടങ്ങളാക്കി പരിവർത്തിപ്പിക്കുന്നതിനുള്ള കരുത്ത് പ്രകടിപ്പിച്ചതിനു ഞാൻ സാക്ഷിയായിട്ടുണ്ട്. ഇത്തരം പ്രായോഗിക അനുഭവങ്ങൾക്കപ്പുറം സഹനത്തിലൂടെ പൊരുൾ കണ്ടെത്തുവാൻ കഴിയുമെന്നതിന് ഭൗതികമായ തെളിവുകളും ലഭ്യമാണ്. വിവരണാതീതമായ മനഃക്ലേശവും ശാരീരിക-മാനസിക പീഡനങ്ങളും പോഷകക്കുറവും ഏകാന്തവാസവും രോഗപീഡകളും സഹിച്ചിട്ടുപോലും വിയറ്റ്നാം യുദ്ധത്തടവുകാർക്കു തങ്ങളുടെ തടവുജീവിതം പ്രയോജനം ചെയ്തുവെന്നും അവ അവരുടെ ജീവിത വളർച്ചയ്ക്കു സഹായകമായിട്ടുണ്ടെന്നും യേൽ യൂണിവേഴ്സിറ്റി ഓഫ് മെഡിസിനിലെ ഗവേഷകരോട് പറഞ്ഞിട്ടുണ്ട്.[27]

ദുരന്തസംബന്ധിയായ പ്രസാദാത്മകതയ്ക്ക് അനുകൂലമായി ലഭിച്ചിട്ടുള്ള ഏറ്റവും കരുത്തുറ്റ വാദങ്ങൾ ലത്തീൻ ഭാഷയിലെ 'Argumenta Adhominem' ഈ വാക്കുകളാണ്. 'മനുഷ്യചൈതന്യത്തിന്റെ അപരാജിത ശക്തി'[28] എന്ന് ലോഗോതെറാപ്പിയിൽ വിശേഷിപ്പിക്കുന്ന ജീവനുള്ള തെളിവായി ജെറി ലോംഗിന്റെ ജീവിതം ഇവിടെ ചുരുക്കി വിവരിക്കാം. ടെക്സാർകാനാ ഗസറ്റ് ഉദ്ധരിക്കുകയാണെങ്കിൽ മൂന്നു വർഷം മുമ്പ് നടന്ന ഒരു ഡ്രൈവിംഗ് അപകടത്തോടെ കഴുത്തു മുതൽ താഴേയ്ക്ക് ശരീരമാകെ തളർന്നിരുന്നു. ഈ അപകടം നടക്കുമ്പോൾ അദ്ദേഹത്തിന് 17 വയസ്സായിരുന്നു. ഇന്നാവട്ടെ വായിൽ ഘടിപ്പിച്ച ഒരു സ്റ്റീൽ കമ്പ് കൊണ്ട് ജെറിയ്ക്ക് ടൈപ്പ് ചെയ്യുവാൻ കഴിയും. പ്രത്യേകം നിർമ്മിച്ചിട്ടുള്ള ഒരു ടെലഫോൺ ഉപയോഗിച്ച് അദ്ദേഹം കമ്മ്യൂണിറ്റി കോളേജിൽ രണ്ടു വ്യത്യസ്ത കോഴ്സുകൾ പഠി

27 W.H. Sledge, J.A. Boydstun and A.J. Rabe, "Self-Concept Changes Related to War Captivity", *Arch. Gen. Psychiatry,* 37 [1980], pp.430-443.

28 യഥാർത്ഥത്തിൽ, "The Defiant Power of Human Spirit" എന്നത് 1983 ജൂൺ മാസം ലോഗോതെറാപ്പിയുടെ മൂന്നാം ലോക സമ്മേളനത്തിൽ ലോംഗ് അവതരിപ്പിച്ച ഒരു പ്രബന്ധത്തിന്റെ പേരായിരുന്നു.

ക്കുന്നു. ഇന്റർകോമിലൂടെ ക്ലാസ്സിലെ ചർച്ചകളിൽ പങ്കെടുക്കുവാൻ ജെറിയ്ക്ക് കഴിയുന്നുണ്ട്. ബാക്കി സമയം അദ്ദേഹം വായിക്കുവാനും എഴുതുവാനും ടി.വി. കാണുവാനുമായി നീക്കി വയ്ക്കുന്നു. എനിക്കയച്ച ഒരു കത്തിൽ ജെറി ഇങ്ങനെ എഴുതിയിരിക്കുന്നു, "എന്റെ ജീവിതത്തിൽ നിറയെ ഉദ്ദേശ്യങ്ങളുടെയും പൊരുളുകളുടെയും ധാരാളിത്തമാണ്. അപകടം നടന്ന ആ ദിവസം ജീവിതത്തെക്കുറിച്ച് ഞാൻ കൈക്കൊണ്ട നിലപാട് എന്റെ വ്യക്തിപരമായ ധർമ്മസിദ്ധാന്തമായി തീർന്നു. എന്റെ കഴുത്തു തകർന്നു, പക്ഷെ അതിനെന്നെ അന്തരികമായി തകർക്കുവാൻ കഴിഞ്ഞില്ല. ഞാൻ കോളേജിൽ ആദ്യത്തെ സൈക്കോളജി കോഴ്സിൽ ചേർന്നു. അംഗഭംഗം മറ്റുള്ളവരെ സഹായിക്കുവാനുള്ള എന്റെ കഴിവു വർദ്ധിപ്പിക്കുകയേയുള്ളൂ. ഈ സഹനമില്ലായിരുന്നെങ്കിൽ ഇതുവരെ ഞാൻ നേടിയതെല്ലാം അസാധ്യമായേനെ".

ജീവിതപ്പൊരുൾ കണ്ടെത്തുന്നതിന് സഹനം അനിവാര്യമാണെന്നാണോ ഇത് സൂചിപ്പിക്കുന്നത്? ഒരിക്കലുമല്ല. സഹനമില്ലെങ്കിലും, സഹനത്തിലൂടെയായാലും പൊരുൾ തേടുന്നത് സാധ്യമാണെന്നാണ് ഞാൻ വാദിക്കുന്നത്. എന്നിരുന്നാലും, ഈ പുസ്തകത്തിന്റെ രണ്ടാം ഭാഗത്തിൽ പറഞ്ഞിരിക്കുന്നതുപോലെ - സഹനം അനിവാര്യമാണ്. അത് ഒഴിവാക്കാവുന്നതുമാണ്. അർത്ഥവത്തായ ഒരു കാര്യം ചെയ്യാവുന്നത് അതിന്റെ കാരണം എടുത്തുകളയുക എന്നതാണ്. അനാവശ്യസഹനം ഹീറോയിസമല്ല, ആത്മപീഡന ത്വരയാണ്. മറ്റൊരർത്ഥത്തിൽ പറഞ്ഞാൽ, ഒരാൾക്ക് തന്റെ സഹനത്തിന് കാരണമായ സാഹചര്യം മാറ്റുവാൻ കഴിയില്ല, എന്നാൽ അയാൾക്കപ്പോഴും തന്റെ മനോഭാവം തിരഞ്ഞെടുക്കുവാൻ കഴിയും.[29] ജെറിയുടെ അപകടമോ കഴുത്തെല്ല് തകർന്നതോ അദ്ദേഹത്തിന്റെ തിരഞ്ഞെടുപ്പല്ല, എന്നാൽ അതുമൂലം സ്വന്തം ജീവിതം തകർക്കുവാൻ അദ്ദേഹം തയ്യാറായില്ല.

---

29 രണ്ടാം ലോകമഹായുദ്ധകാലത്ത് വാർസ്ലോ ഗെറ്റോ ആക്രമണം സംഘടിപ്പിക്കുന്നതിനു വഴിമരുന്നിട്ട ഒരു ഹൃദ്രോഗ ചികിത്സകൻ നൽകിയ അഭിമുഖം ഓസ്ട്രിയൻ ടെലിവിഷനിൽ കേട്ടത് എനിക്കു മറക്കാൻ കഴിയില്ല. "എത്ര ധീരമായ പ്രവൃത്തിയായിരുന്നു അത്!" - അന്നത്തെ വാർത്താ അവതാരകൻ ആശ്ചര്യപ്പെട്ടു. ഡോക്ടർ ശാന്തനായി തുടർന്നു, "ശ്രദ്ധിക്കൂ, ഒരു തോക്കെടുത്തു വെടിവയ്ക്കുന്നത് അത്ര മഹത്തായ ഒരു കാര്യമല്ല; എന്നാൽ ഒരു എസ് എസ് ഗാർഡ് നിങ്ങളെ ഗ്യാസ് ചേംബറിലേയ്ക്കോ കൂട്ടത്തോടെ ചുട്ടുകൊല്ലുന്ന ചുടലപ്പറമ്പിലേയ്ക്കോ കൊണ്ടുപോയി ഉടനടി കൊല്ലാനൊരുങ്ങുമ്പോൾ ആത്മാഭിമാനത്തോടെയും ധീരതയോടെയും മുന്നോട്ടു നടക്കുകയല്ലാതെ നിങ്ങൾക്കപ്പോൾ യാതൊന്നും ചെയ്യുവാൻ കഴിയില്ല. ഇതിനെയാണു ഞാൻ ഹീറോയിസം എന്നു വിളിക്കുക." അതെ അതിനെ നിലപാടുകളുടെ ഹീറോയിസം എന്നു വിളിക്കാം.

നമ്മുടെ സഹനത്തിനു കാരണമാകുന്നതെന്തോ അത് സർഗ്ഗാത്മകമായി ഒഴിവാക്കുന്നതിലാണ് ചിലർ മുൻഗണന നൽകുന്നത്. എന്നാൽ, ആവശ്യാനുസരണം സഹനത്തിനുള്ള കഴിവു പ്രകടിപ്പിക്കുന്നതിനാണ് പ്രാമുഖ്യം. പക്ഷെ, തെരുവിലെ മനുഷ്യനും അക്ഷരാർത്ഥത്തിൽ ഇതേ അഭിപ്രായമാണെന്നതിന് തെളിവുണ്ട്. ഓസ്ട്രിയയിൽ ഈയിടെ നടത്തിയ ഹിതപരിശോധനയിൽ കണ്ടെത്തിയതുപ്രകാരം ഉന്നതപദവികളിൽ എത്തിയവർ വലിയ കലാകാരന്മാരോ വലിയ ശാസ്ത്രജ്ഞരോ വലിയ രാജ്യതന്ത്രജ്ഞരോ വലിയ കായികതാരങ്ങളോ ആയിരുന്നില്ല. അവരെല്ലാം വളരെയധികം അദ്ധ്വാനിച്ച് തല ഉയർത്തിപ്പിടിച്ചവരായിരുന്നു.

ദുരന്തത്രയത്തിലെ രണ്ടാമത്തെ ഘടകമായ അപരാധബോധം പരിശോധിക്കുമ്പോൾ, എന്നെ എക്കാലവും മോഹിപ്പിച്ചിരുന്ന ദൈവശാസ്ത്രപരമായ ആശയഗതിയിൽനിന്ന് മാറിനിൽക്കുവാൻ ഞാൻ ആഗ്രഹിക്കുന്നു. അവസാന വിശകലനത്തിൽ, ഞാൻ മനസ്സിലാക്കുന്നതു പ്രകാരം ജീവശാസ്ത്രപരമെന്നോ മനഃശ്ശാസ്ത്രപരമെന്നോ സാമൂഹ്യശാസ്ത്രപരമെന്നോ വസ്തുതാപരമായി അത്രത്തോളം വ്യാഖ്യാനത്തിനതീതമായി നിൽക്കുന്ന ഒരു കുറ്റകൃത്യം എന്നർത്ഥമാക്കുന്ന *mystereum iniquitatis* (തിന്മയുടെ നിഗൂഢത) എന്ന സംജ്ഞയാണ് ഞാനിവിടെ പരാമർശിക്കുന്നത്. കുറ്റം ആരോപിക്കുന്നതിനായി അവന്റെയോ, അവളുടെയോ കുറ്റകൃത്യത്തെ ഒരേ വിധത്തിൽ വ്യാഖ്യാനിച്ച് അവനിൽ അഥവാ അവളിൽ സ്വാതന്ത്ര്യവും ഉത്തരവാദിത്വബോധവുമുള്ള മനുഷ്യജീവിയെ കാണാതെ, കേടുപാടു തീർക്കാൻ കൊണ്ടുവന്ന യന്ത്രമെന്നതുപോലെ പരിഗണിക്കുകയും ചെയ്യുന്നു.

ഇങ്ങനെ ചെയ്യുന്നതിനെ കുറ്റവാളികൾ പോലും വെറുക്കുകയും കുറ്റങ്ങളുടെ പേരിൽ ശിക്ഷിക്കപ്പെടുവാൻ ആഗ്രഹിക്കയും ചെയ്യുന്നു. ഇലിനോയ്സ് പെനിറ്റെൻഷ്യറിയിൽ ശിക്ഷയനുഭവിക്കുന്ന ഒരു കുറ്റവാളിയിൽ നിന്ന് ഒരിക്കൽ എനിക്കൊരു കത്തു കിട്ടി. അതിൽ അയാൾ ആ സംവിധാനത്തെ പഴി പറഞ്ഞുകൊണ്ട് ഇങ്ങനെയെഴുതിയിരുന്നു, "കുറ്റവാളിക്ക് സ്വന്തം ഭാഗം വിവരിക്കുവാൻ ഒരിക്കലും അവസരം കിട്ടാറില്ല. അവന് കുറെ ഒഴിവുകഴിവുകളിൽ നിന്ന് ഒരെണ്ണം തിരഞ്ഞെടുക്കാൻ മാത്രമേ അനുവാദമുള്ളൂ. സമൂഹത്തിന്റെ എല്ലാ കുറ്റങ്ങളും മിക്കപ്പോഴും ഇരയുടെ ചുമലിൽ ചാരി അവർ

രക്ഷപ്പെട്ടും". സാൻ ക്വെന്റനിലെ കുറ്റവാളികളെ അഭിസംബോധന ചെയ്യുമ്പോൾ ഞാൻ അവരോട് പറഞ്ഞു, "നിങ്ങളിൽ ഓരോരുത്തരും എന്നെപ്പോലെ മനുഷ്യജീവി തന്നെയാണ്. ഒരു കുറ്റകൃത്യം ചെയ്യുവാനുള്ള സ്വാതന്ത്ര്യം നിങ്ങൾക്കുണ്ടായിരുന്നു. എന്നിരുന്നാലും, അതിനുമുകളിലേക്കു യരുവാനും ഇന്നത്തെ നിങ്ങളെക്കാൾ സ്വയം വളരുവാനും നല്ലതിനായി സ്വയം മാറുവാനും നിങ്ങൾക്ക് ഉത്തരവാദിത്വമുണ്ട്." അവർ എന്റെ വാക്കുകൾ മനസ്സിലാക്കിയെന്ന് തോന്നി.[30] പിന്നീട് ഫ്രാങ്ക് ഇ. ഡബ്ള്യൂ. എന്ന മുൻ തടവുകാരനിൽ നിന്ന് ഒരു കുറിപ്പ് ലഭിച്ചു. "മുൻകാലത്ത് മഹാപാതകികളായിരുന്ന ഒരു കൂട്ടം കുറ്റവാളികളെച്ചേർത്ത് ഒരു ലോഗോതെറാപ്പി ഗ്രൂപ്പ് രൂപീകരിച്ചിട്ടുണ്ട്. ഞങ്ങൾ കരുത്തരായ 27 പേരുണ്ട്. പുതിയ അംഗങ്ങൾ ജയിലിനു പുറത്ത് ചങ്ങാതികളുടെ യഥാർത്ഥ ഗ്രൂപ്പിലുണ്ട്. ഒരാൾ മാത്രം തിരിച്ചു വന്നു. അവനിപ്പോൾ സ്വതന്ത്രനായി.[31]

സംഘം ചേർന്ന് കുറ്റം ചെയ്യുന്നതിനെക്കുറിച്ച് ഇതാണ് ഞാൻ വ്യക്തിപരമായി ചിന്തിക്കുന്നത്. മറ്റൊരു വ്യക്തിയോ ഒരു സംഘം ആളുകളോ ചെയ്ത കുറ്റത്തിന് ഒരാളെ മാത്രം ശിക്ഷിക്കുന്നത് അനീതിയാണ്. രണ്ടാം ലോകമഹായുദ്ധത്തിൽ കുറ്റവാളി സംഘത്തിനെതിരായി സംസാരിച്ച് ഒരിക്കലും ഞാൻ തളർന്നിട്ടില്ല.[32] ചിലപ്പോഴെങ്കിലും അന്ധവിശ്വാസങ്ങളിൽ നിന്ന് ആളുകളെ മാറ്റി നിർത്തുവാൻ ധാരാളം ഉപദേശതന്ത്രങ്ങൾ പ്രയോഗിക്കേണ്ടി വന്നിരുന്നു. ഒരിക്കൽ ഒരു അമേരിക്കക്കാരി സ്ത്രീ എന്നെ ശകാരവാക്കുകൾ കൊണ്ടു പൊതിഞ്ഞു, "ഇപ്പോഴും നിങ്ങൾക്ക് ഹിറ്റ്ലറുടെ ഭാഷയായ ജർമ്മനിൽ എഴുതാൻ എങ്ങനെ കഴിയുന്നു?" ഇതിനു മറുപടിയായി നിങ്ങളുടെ അടുക്കളയിൽ കത്തിയുണ്ടോ എന്നു ഞാനവരോട് ചോദിച്ചു. അവർ ഉണ്ടെന്നു തന്നെ മറുപടി പറഞ്ഞു. "എണ്ണമറ്റ മനുഷ്യരെ കുത്തിക്കൊല്ലാൻ ഉപയോഗിച്ച സാധനം ഉപയോഗിക്കുവാൻ നിങ്ങൾക്കെങ്ങനെ കഴിയുന്നു?" അതോടെ ജർമ്മൻ ഭാഷയിൽ എഴുതുന്നതിന്റെ പേരിലുള്ള ശകാരം അവർ നിർത്തി.

---

30 Joseph B. Fabry, *The Pursuit of Meaning*, New York, Harper and Row, 1980 കൂടി കാണുക.

31 Cf. Viktor E. Frankl, *The Unheard Cry for Meaning*, New York, Simon and Schuster, 1978, pp.42-43.

32 Viktor E. Frankl, *Psychotherapy and Existentialism*, New York, Simon and Schuster, 1967കൂടി കാണുക.

ദുരന്തത്രയത്തിന്റെ മൂന്നാമത്തെ ഘടകമാണ് മരണം. പക്ഷെ ഇതിൽ ജീവിതവുമുണ്ട്. ജീവിതത്തിന്റെ ഏതു നിമിഷവും മരണം കൂടി ഉൾപ്പെടുന്നതാണ്. ആ നിമിഷം പക്ഷെ ഒരിക്കലും ആവർത്തിക്കുകയുമില്ല. ഈ ക്ഷണഭംഗുരതയല്ലേ ജീവിതത്തിലെ ഓരോ നിമിഷവും ഏറ്റവും മികച്ചവയാക്കി മാറ്റുവാൻ നമ്മെ വെല്ലുവിളിയോടെ പ്രേരിപ്പിക്കുന്നത്? തീർച്ചയായും അതെ. അതിനാൽ, നിങ്ങൾക്കുള്ള എന്റെ അടിയന്തിര സന്ദേശം ഇതാകുന്നു, "നിങ്ങൾ ഇതിനകം തന്നെ രണ്ടാമതൊരു ജീവിതം ജീവിക്കുകയാണെന്ന രീതിയിൽ ജീവിക്കുക. ആദ്യ ജീവിതത്തിൽ നിങ്ങൾ തെറ്റായി പെരുമാറിയെങ്കിൽ, ഇനിയെങ്ങനെയാണോ ജീവിക്കുവാൻ ആഗ്രഹിക്കുന്നത് അതേപടി തന്നെ ജീവിക്കുക!"

വാസ്തവത്തിൽ, യഥോചിതമായി പ്രവർത്തിക്കുവാനുള്ള അവസരവും പൊരുൾ സാക്ഷാൽക്കരിക്കുവാനുള്ള സാധ്യതയും ജീവിതത്തിന്റെ ഗതി തിരിച്ചുവിടാനാകാത്തതിനാൽ തടസ്സപ്പെടുന്നു. എത്രയും വേഗത്തിൽ ഒരവസരം നമ്മൾ ഉപയോഗപ്പെടുത്തുകയും പൊരുൾ സാധ്യത സാക്ഷാൽക്കരിക്കുകയും ചെയ്യുന്നതോടെ നമ്മുടെ ഉത്തരവാദിത്വം തീരുന്നു. നമ്മളതിനെ ഭൂതകാലത്തേക്കെത്തിച്ച് നിക്ഷേപിക്കുകയും ചെയ്യുന്നതോടെ അതിന്റെ രക്ഷ ഉറപ്പിച്ചു കഴിഞ്ഞു. ഭൂതകാലത്തിൽ യാതൊന്നും തന്നെ വീണ്ടെടുക്കുവാനാകാത്ത വിധം നഷ്ടപ്പെടുന്നില്ല. അതിലുപരി എല്ലാം തന്നെ ഗതി തിരിച്ചുവിടാനാകാത്ത വിധം സംരക്ഷിക്കപ്പെടുകയും നിധിയായി പരിവർത്തനം ചെയ്യപ്പെടുകയും ചെയ്യു. മനുഷ്യർ ചെയ്തുതീർത്ത കർമ്മങ്ങളും സ്നേഹിച്ചുതീർത്ത സ്നേഹങ്ങളും സർവ്വോപരി ധീരതയോടെ, പ്രതാപപൂർവ്വം സഹിച്ചുതീർത്ത സഹനങ്ങളുമായി ജീവിതത്തിന്റെ വിളവെടുത്തു. എങ്കിലും അവർ തീർച്ചയായും ധാന്യങ്ങൾ സമൃദ്ധമായി വിളഞ്ഞിരുന്ന പ്രദേശത്തെ പരിഗണിക്കാതെയോ മറന്നുകൊണ്ടോ ക്ഷണഭംഗുരമായ, കൊയ്തു കരിഞ്ഞ പാടത്തേയ്ക്കു മാത്രം നോക്കി.

ഇതിൽ നിന്നും വൃദ്ധജനങ്ങളോട് ദയ കാണിക്കേണ്ട ആവശ്യമില്ലെന്ന് ചിലർ കരുതിയേക്കാനിടയുണ്ട്. അതിലുപരി യുവജനത അവരോട് അസൂയാലുക്കളാകേണ്ടതാണ്. വൃദ്ധർക്ക് അവസരങ്ങളില്ലായെന്നതും ഭാവിയിൽ സാധ്യതകളില്ലെന്നതും സത്യമാണ്. പക്ഷെ അവർക്ക് അതിനെക്കാൾ ഏറെയുണ്ട്. ഭാവിയിലെ സാധ്യതകൾക്കു പകരം അവർക്ക് ഭൂതകാല യാഥാർത്ഥ്യങ്ങളുണ്ട്. അവർ

സാക്ഷാൽക്കരിച്ച സാധ്യതകളുണ്ട്, പൊരുളുണ്ട്. അവർ നേടിയെടുത്ത മൂല്യങ്ങളുണ്ട്. ഒരാൾക്കും ഭൂതകാലത്തിന്റെ ഈ നിധികൾ അവരിൽ നിന്ന് നീക്കം ചെയ്യുവാൻ ഒരിക്കലും കഴിയില്ല.

സഹനത്തിലൂടെ പൊരുൾ കണ്ടെത്തുവാനുള്ള സാധ്യതയോടെ ജീവിതത്തിന്റെ പൊരുൾ അഥവാ അതിന്റെ സാധ്യതയെങ്കിലും തികച്ചും നിരുപാധികമായ ഒന്നായി മാറുന്നു. എന്നിരുന്നാലും ഈ നിരുപാധിക പൊരുൾ, ഓരോ വ്യക്തിയുടെയും നിരുപാധിക മൂല്യത്തിനു സമാന്തരമായിരിക്കും. സ്ഥായിയായ അന്തസ്സിന്റെ ഉൽകൃഷ്ടതയെ പ്രമാണീകരിക്കുന്നതും ഇതു തന്നെയാണ്. അങ്ങേയറ്റം യാതനയനുഭവിക്കുന്നവർ ഉൾപ്പെടെ ഏതവസ്ഥയിലും ജീവിതത്തിൽ പൊരുളിന്റെ സാധ്യത അവശേഷിക്കുന്നതിനാൽ അവന്റെയോ അവളുടെയോ ഒപ്പം ജീവിക്കുന്ന ഓരോ വ്യക്തിയുടെയും മൂല്യം കാത്തുസൂക്ഷിക്കപ്പെടുന്നു. അവർ തങ്ങളുടെ ഭൂതകാല ജീവിതത്തിൽ സാക്ഷാൽക്കരിച്ച മൂല്യങ്ങളുടെ അടിസ്ഥാനമാണ് ഇതിനു കാരണം. ആകസ്മികമായ ഈ ഉപയുക്തത അവനോ അവളോ വർത്തമാനകാലത്ത് കൈവശം വയ്ക്കുകയോ വയ്ക്കാതിരിക്കുകയോ ചെയ്തേക്കാം.

കൂടുതൽ വ്യക്തമായി പറയുകയാണെങ്കിൽ, ഈ ഉപയുക്തത പൊതുവെ സമൂഹനന്മയ്ക്കായുള്ള അതിന്റെ പ്രവർത്തനത്തിനനുസരണമായി നിർവ്വചിക്കപ്പെടുന്നു. പക്ഷെ, ഇന്നത്തെ സമൂഹം നേട്ടങ്ങളുടെ പിന്നാലെ പായുന്നതിനാൽ വിജയം കൈവരിച്ചവരോടും സന്തോഷമുള്ളവരോടും പ്രത്യേകിച്ച് യുവജനങ്ങളോട് ആരാധന വച്ചുപുലർത്തുന്നു. ഫലത്തിൽ മറ്റെല്ലാവരുടെയും മൂല്യം അവഗണിക്കപ്പെടുകയും ചെയ്യുന്നു. ഇങ്ങനെ ചെയ്യുക വഴി ശ്രേഷ്ഠതയാൽ മൂല്യമുള്ളവരും ഉപയുക്തതയാൽ മൂല്യമുള്ളവരും തമ്മിലുള്ള നിശ്ചയകാരിയായ വ്യത്യാസം മങ്ങിപ്പോകുന്നു. ഒരാൾ ഈ വ്യത്യാസം വേർതിരിച്ചറിയുവാൻ പ്രാപ്തനല്ലാതിരിക്കുകയും ഒരു വ്യക്തിയുടെ മൂല്യം അയാളുടെ നിലവിലെ ഉപയുക്തതയനുസരിച്ച് മാത്രം വിലയിരുത്തുകയും ചെയ്യുന്ന മനോഭാവമാണെങ്കിൽ സ്ഥിരതയില്ലായ്മ കൊണ്ടു മാത്രമേ ഹിറ്റ്ലറുടെ ദയാവധത്തിന് യാചിക്കാതിരിക്കുകയുള്ളൂ. ഉപയുക്തത നഷ്ടപ്പെട്ട, പ്രായാധിക്യമായാലും സുഖപ്പെടുത്തുവാൻ കഴിയാത്ത രോഗമുള്ളവരായാലും മാനസികമായ അധഃപതനം എന്നിങ്ങനെ ഏതുതരം അംഗഭംഗം സഹിക്കുന്നവരും ദയാവധത്തിന് വിധേയരാകേണ്ടതായി വരും.

വിദ്യാഭ്യാസ - അപഗ്രഥന കേന്ദ്രങ്ങളിൽ പടർന്നുപിടിച്ച സമകാലിക ശൂന്യതാവാദത്തിന്റെ ആശയപരമായ വിഭ്രാന്തിയിൽ നിന്നായിരിക്കാം വെറും ഉപയുക്തതയുടെ പേരിൽ മനുഷ്യന്റെ അന്തസ്സിനെ നിരർത്ഥകമാക്കുന്ന ഇതിന്റെ ഉറവിടം. പരിശീലനം ഒരുക്കുന്നിടത്ത് പോലും ശൂന്യതാവാദത്തിന്റെ സിദ്ധാന്തോപദേശം സംഭവിക്കുന്നുണ്ടാകാം. സർവ്വവും ശൂന്യമെന്നു മാത്രമല്ല വാദിക്കുന്നത്, പകരം സകലതും നിരർത്ഥകമാണെന്നാണ് പഠിപ്പിക്കുന്നത്. ജോർജ്ജ് എ. സാർജന്റ് പ്രഖ്യാപിച്ച 'പഠിച്ചവരുടെ നിരർത്ഥകത' എന്ന ആശയം ഇവിടെ തീർത്തും പ്രസക്തമാണ്. ലോകം തന്നെ ഒരു തമാശയാണെന്ന് പറഞ്ഞ ഒരു ചികിത്സകനെ അദ്ദേഹം തന്നെ ഓർക്കുന്നു. നീതി എന്നൊന്നില്ല, എല്ലാം വെറും യാദൃച്ഛികതയാണ്. ഒരാൾ സ്വയം ഗൗരവത്തിലെടുക്കുന്നത് എത്രത്തോളം ഭോഷത്തമാണെന്നറിയണമെങ്കിൽ ഇത് തിരിച്ചറിയേണ്ടതുണ്ട്. ഈ പ്രപഞ്ചത്തിന് മഹത്തായ ഒരു ഉദ്ദേശ്യമില്ല. എന്തു ചെയ്യണം എന്നതിനെക്കുറിച്ച് നിങ്ങളെടുക്കുന്ന തീരുമാനത്തിനു പിന്നിൽ പ്രത്യേകമായി ഒരു പൊരുളില്ല.[33]

ഈ വിമർശനത്തെ ആരും സാമാന്യവൽക്കരിക്കുവാൻ പാടുള്ളതല്ല. അടിസ്ഥാനപരമായി പരിശീലനം ഒഴിച്ചുകൂടാനാവാത്തതാണ്. പക്ഷെ, തന്റെ വിദ്യാർത്ഥിക്ക് ശൂന്യതാവാദത്തെ പ്രതിരോധിക്കുവാനുള്ള കരുത്തു നൽകുന്നതിനു പകരം തന്റെ സ്വന്തം പ്രതിരോധത്തിനായി ഉപയോഗിക്കുന്ന സിനിസിസ്റ്റിക് പരിഹാസം വിദ്യാർത്ഥിയിൽ ശൂന്യതാവാദം കുത്തിവയ്ക്കൽ ആകരുത്. സൈക്കോതെറാപ്പിയിലെ മറ്റു വിഭാഗങ്ങൾ നിർദ്ദേശിച്ചിട്ടുള്ള ചില പരിശീലന/അധികാരപ്പെടുത്തൽ ഘടകങ്ങൾ ലോഗോതെറാപ്പിസ്റ്റുകൾക്ക് സമീകരിക്കാവുന്നതാണ്.

മറ്റൊരു വിധത്തിൽ പറഞ്ഞാൽ, ആവശ്യമെന്നു തോന്നുന്നവെങ്കിൽ നമുക്ക് ചെന്നായ്ക്കളോടൊപ്പം ഓരിയിടാവുന്നതാണ്. എന്നാൽ, ചെന്നായയുടെ വേഷം ധരിച്ച ആടുകളായിരിക്കണം നമ്മളെന്ന് ഞാൻ നിഷ്കർഷിക്കുന്നു. ലോഗോതെറാപ്പിയിൽ ദൃഢമൂലമായിരിക്കുന്ന മനുഷ്യന്റെ അടിസ്ഥാന മൂല്യങ്ങളുടെ ജീവിത തത്വസാരത്തോട് നാം മുഖം തിരിഞ്ഞു നിൽക്കേണ്ടതില്ല. എലിസബത്ത്

33 "Transference and Countertransference in Logotherapy", *The International Forum for Logotherapy*, Vol.5, No.2 (Fall/Winter 1982), pp.115-18.

എസ്. ലൂക്കാസ് ഒരിക്കൽ ചൂണ്ടിക്കാണിച്ചതുപോലെ, "സൈക്കോ തെറാപ്പിയുടെ ചരിത്രാരംഭം മുതൽ ഇന്നുവരെ പരിശോധിച്ചാൽ ലോഗോതെറാപ്പി പോലെ സ്വതന്ത്രചിന്ത അടിസ്ഥാനമാക്കിയുള്ള മറ്റൊരു വിഭാഗം കണ്ടെത്തുവാൻ കഴിയില്ല."[34] ഇതനുസരിച്ച് ഇങ്ങനെയൊരു ദൃഢവിശ്വാസം മുറുകെപ്പിടിക്കുകയെന്നത് അത്ര ശ്രമകരമല്ല. ലോഗോതെറാപ്പിയുടെ ആദ്യത്തെ ലോകസമ്മേളനം 1980 നവംബർ 6 മുതൽ 8 വരെ കാലിഫോർണിയയിലെ സാൻ ഡിയേഗോയിൽ നടന്നു. അവിടെ വച്ച് സൈക്കോതെറാപ്പിയുടെ പുനർനവീകരണത്തിനായി മാത്രമല്ല ഞാൻ വാദിച്ചത്, ലോഗോ തെറാപ്പിയുടെ 'നിർഗുരുവൽക്കരണം' എന്ന ആവശ്യത്തിനും വേണ്ടിയായിരുന്നു. യജമാനൻമാരുടെ ശബ്ദം അനുകരിക്കുന്ന തത്തകളെ സൃഷ്ടിച്ചെടുക്കുന്നതിലോ പഴയത് പുതിയ രൂപത്തിൽ അവതരിപ്പിക്കുക എന്ന രീതിയോടോ എനിക്ക് താല്പര്യമില്ല, പകരം സ്വതന്ത്രർക്കും നവീകരണകുതുകികൾക്കും, സൃഷ്ടിപരതയുള്ള വർക്കും സർഗ്ഗവൈഭവമുള്ളവർക്കും ഞാൻ പന്തം കൈമാറുന്നതിനാണ് താല്പര്യം.

സിഗ്മണ്ട് ഫ്രായിഡ് ഒരിക്കൽ ഇങ്ങനെ സമർത്ഥിച്ചു, "സ്വഭാവത്തിൽ അങ്ങേയറ്റത്തെ വൈരുദ്ധ്യമുള്ള കുറെയധികം പേരെ ഒരേ രീതിയിൽ പട്ടിണിക്കിടുക. പകർച്ചവ്യാധിയായിത്തുടങ്ങിയ വിശപ്പ് വർദ്ധിച്ചുവരുന്നതനുസരിച്ച് അവർക്കിടയിലെ വ്യത്യാസങ്ങളും അലിഞ്ഞില്ലാതായിത്തുടങ്ങും. അവർക്കിടയിൽ ശമനമില്ലാത്ത വിശപ്പിന്റെ സമാനമായ ഭാവം പ്രത്യക്ഷപ്പെടും. "കോൺസെൻട്രേഷൻ ക്യാംപിനെ അകത്തുനിന്നു കാണുവാൻ സിഗ്മണ്ട് ഫ്രായിഡിന് അവസരം നൽകാതിരുന്നതിന് ദൈവത്തിനു സ്തുതി. അദ്ദേഹത്തിന്റെ പഠനത്തിലെ മനുഷ്യർ വിക്ടോറിയൻ സംസ്കാരമനുസരിച്ച് പട്ടുപോലെ മൃദുവായ കിടക്കകളിൽ കിടക്കുന്നത് ഔഷ്വിറ്റ്സിലായിരുന്നില്ല. അവിടെ വ്യക്തികൾ തമ്മിലുള്ള വ്യത്യാസം അലിഞ്ഞില്ലാതായില്ല, അതിനുവിരുദ്ധമായി ആളുകൾ കൂടുതൽ വ്യത്യസ്തരായിത്തീർന്നു. അവരിലെ പന്നികളും പരിശുദ്ധരും

---

34 സൈക്കോതെറാപ്പിയിൽ താല്പര്യമുള്ളവരെ ലോഗോ തെറാപ്പി അടിച്ചേല്പിക്കുന്നില്ല. ഒരു കിഴക്കൻ ബസാറിനെ സൂപ്പർ മാർക്കറ്റുമായി താരതമ്യം ചെയ്യുവാനാകില്ല. ആദ്യത്തേതിൽ വാചകക്കസർത്തിലൂടെ ഇടപാടുകാരനെക്കൊണ്ട് സാധനം വാങ്ങിപ്പിക്കുന്നു. രണ്ടാമത്തേതിൽ അയാൾക്ക് ആവശ്യമായ നിരവധി സാധനങ്ങൾ മുന്നിൽ നിരത്തി ഉപയുക്തമായതും മൂല്യമുള്ളതും തിരഞ്ഞെടുക്കുവാൻ അയാൾക്ക് അവസരമൊരുക്കുന്നു.

പുറത്തു വന്നു. ഇനി നിങ്ങൾ 'വിശുദ്ധർ' എന്ന വാക്ക് ഉച്ചരിക്കുവാൻ മടിക്കേണ്ടതില്ല. ഔഷ്വിറ്റ്സിലെ ക്യാംപിൽ വച്ച് പട്ടിണിക്കിട്ട ശേഷം ഒരു കാർബോളിക് ആസിഡ് ഇൻജെക്ഷൻ കൊടുത്തു കൊന്ന ഫാദർ മാക്സ്മില്ലൻ കോബ്ളേയെക്കുറിച്ച് ഓർക്കുക. 1983-ൽ ആ പുരോഹിതനെ വിശുദ്ധനായി പ്രഖ്യാപിച്ചു.

നിയമങ്ങൾക്ക് അപവാദമായ ഉദാഹരണങ്ങൾ കൊണ്ടുവരുന്നതിൽ നിങ്ങളെന്നെ കുറ്റപ്പെടുത്തിയേക്കാം. "*Sed omnia praeclara tam difficilia quam rara sunt*" (മഹത്തായവയെല്ലാം അപൂർവ്വമായതിനാൽ, അവ സഫലീകരിക്കുകയെന്നത് അങ്ങേയറ്റം ക്ലേശകരമായിരിക്കും.) ഇത് സ്പിനോസയുടെ 'എത്തിക്സ്' എന്ന ഗ്രന്ഥത്തിലെ വാക്കുകളാണ്. യഥാർത്ഥത്തിൽ നമുക്ക് വിശുദ്ധരെ ഇടയ്ക്കിടെ പരാമർശിക്കേണ്ടതുണ്ടോ എന്ന് നിങ്ങൾ ചോദിച്ചേക്കാം. മാന്യന്മാർ ന്യൂനപക്ഷമാണെന്നത് സത്യമാണ്. മാത്രമല്ല, ഇനിയുമെക്കാലവും അവർ ന്യൂനപക്ഷമായിത്തന്നെയിരിക്കും. എന്തെന്നാൽ ലോകം വളരെ മോശമാണ്, പക്ഷെ നാം നമുക്കാകുംവിധം ഏറ്റവും നല്ലതു ചെയ്തില്ലെങ്കിൽ ഈ ലോകം ഇതിലേറെ മോശമായി തീരും.

അതിനാൽ നമുക്ക് ജാഗ്രത പാലിക്കാം, രണ്ടു മടങ്ങ് ജാഗ്രത എന്നർത്ഥം :

ഔഷ്വിറ്റ്സ് സംഭവത്തിനുശേഷം മനുഷ്യന് എന്തെല്ലാം സാധ്യമാകുമെന്ന് നാം തിരിച്ചറിഞ്ഞു.

ഹിരോഷിമയ്ക്കു ശേഷം എത്ര വലിയ ആപത്ഘട്ടത്തിലാണു നാമെന്ന് മനുഷ്യർ ഇന്നു തിരിച്ചറിയുന്നു.

ഉപസംഹാരം

പതിനഞ്ചു ലക്ഷം മനുഷ്യജീവികൾ കൊലചെയ്യപ്പെട്ട ഔഷ്വിറ്റ്സ് മരണക്കൂടാരത്തിൽ നിന്ന് തടവുകാരെ മോചിപ്പിച്ചതിന്റെ 61-ാം വാർഷികദിനമായിരുന്നു 2006 ജനുവരി 27. ലോകമൊന്നാകെ ഈ ദിവസം ഒന്നാം അന്താരാഷ്ട്ര ഹോളോകോസ്റ്റ് ഓർമ്മദിനമായി ആചരിച്ചു. ഏതാനും മാസങ്ങൾക്കു ശേഷം ആ ഭയാനകദിനങ്ങളെ അതിജീവിച്ചെഴുതിയ, എക്കാലവും നിലനിൽക്കുന്ന ഒരു പുസ്തകത്തിന്റെ വാർഷികവും ആഘോഷിച്ചു കഴിഞ്ഞു. 1946-ൽ *A Psychologist Experiences the Concentration Camp* എന്ന പേരിലും, പിന്നീട് *Say Yes to Life Inspite of Everything* എന്ന പേരിലും, തുടർന്നുള്ള പതിപ്പുകളിൽ An Introduction to Logotherapy, *How to Remain Optimistic in the Face of Pain*, ദുരന്ത പ്രസാദാത്മകത്വത്തെ കുറിച്ചൊരു പിൻകുറിപ്പ് അപരാധബോധം, മരണം എന്നിവയെല്ലാം ചേർത്തുള്ള പതിപ്പുകളും ഇറങ്ങി. ആദ്യ ഇംഗ്ലീഷ് പരിഭാഷ 1959-ൽ *Man's Search for Meaning* എന്ന പേരിൽ പ്രസിദ്ധീകരിക്കപ്പെട്ടു.

വിക്ടർ ഫ്രാങ്ക്ൾ എഴുതിയ ഈ പുസ്തകം 24 ഭാഷകളിലായി 1 കോടി 20 ലക്ഷം കോപ്പികൾ വിറ്റു കഴിഞ്ഞു. 1991-ൽ Library of Congress/Book-of-the-Month-Club നടത്തിയ സർവ്വേയിൽ, അമേരിക്കയിലെ വായനക്കാരുടെ ജീവിതത്തെ മാറ്റിത്തീർത്ത പത്തു പുസ്തകങ്ങൾ ഏതെന്ന ചോദ്യത്തിനുള്ള ഉത്തരത്തിൽ *Man's Search for Meaning* മുന്നിൽ തന്നെയുണ്ടായിരുന്നു. ദൈവശാസ്ത്ര ചിന്തകരെയും തത്വശാസ്ത്രജ്ഞരെയും മാനസികാരോഗ്യ വിദഗ്ദ്ധരെയും അദ്ധ്യാപകരെയും മാത്രമല്ല, എല്ലാ മേഖലകളിലുമുള്ള വായനക്കാരെയും ഈ പുസ്തകം ഒരുപോലെ സ്വാധീനിച്ചിരുന്നു. മനഃശ്ശാസ്ത്ര, തത്വശാസ്ത്ര, ചരിത്ര, മതപഠന, ദൈവശാസ്ത്ര, ഹോളോകോസ്റ്റ് എന്നീ പഠനമേഖലകളിൽ ഇതൊരു സ്ഥിരം റെഫറൻസ് ഗ്രന്ഥമായിരുന്നു.

1905-ൽ ജനിച്ച് 1997-ൽ മരിക്കുന്നതുവരെയുള്ള വിക്ടർ ഫ്രാങ്ക്ളിന്റെ ജീവിതം ഇരുപതാം നൂറ്റാണ്ടിലെ ഏറെക്കുറെ എല്ലാ കാലഘട്ടങ്ങളിലൂടെയും കടന്നുപോയിരുന്നു. വിക്ടർ തന്റെ മൂന്നാം വയസ്സിൽ തന്നെ ഒരു ഡോക്ടർ ആകണമെന്ന് ആഗ്രഹിച്ചു. യുവാവായിരിക്കെത്തന്നെ ഏതാനും മിനിട്ടുകൾ അദ്ദേഹത്തിന്റെ അടുത്ത ദിവസത്തെ ജീവിതപ്പൊരുളിനെക്കുറിച്ച് ആത്മകഥയിൽ ഓർമ്മിച്ചെടുക്കുന്നുണ്ട്.

ഒരു കൗമാരക്കാരൻ എന്ന നിലയിൽ ഫ്രാങ്ക്ൾ തത്വശാസ്ത്രത്തിലും, പരീക്ഷണാത്മക മനഃശ്ശാസ്ത്രത്തിലും, മനഃശ്ശാസ്ത്രവികസനത്തിലും വശീകരിക്കപ്പെട്ടു. ഇതിനു പരിപൂരകമെന്ന നിലയിൽ, ഹൈസ്കൂൾ പഠനത്തിനിടെ വിക്ടർ മുതിർന്നവരുടെ ക്ലാസുകളിൽ പങ്കെടുക്കുകയും സിഗ്മണ്ട് ഫ്രായിഡുമായി കത്തിടപാടുകൾ നടത്തുകയും ചെയ്തിരുന്നു. ഇതിന്റെ ഫലമായി *ഇന്റർനാഷണൽ ജേർണൽ ഓഫ് സൈക്കോ* അനാലിസിസിൽ ഫ്രായിഡ് വിക്ടർ ഫ്രാങ്ക്ളിന്റെ ഒരു ലേഖനത്തിന്റെ കൈയ്യെഴുത്തുപ്രതി ഏല്പിച്ചു. ഈ ലേഖനം ജേർണലിൽ സ്വീകരിക്കുകയും താമസിയാതെ പ്രസിദ്ധീകരിക്കപ്പെടുകയും ചെയ്തു. അതേവർഷം, ഫ്രാങ്ക്ൾ തന്റെ പതിനാറാമത്തെ വയസ്സിൽ മുതിർന്നവർക്കായി നടത്തിയിരുന്ന ഒരു തത്വചിന്താ ശില്പശാലയിൽ പങ്കെടുത്തു. ഫ്രാങ്ക്ളിന്റെ പ്രായാതീതബുദ്ധി തിരിച്ചറിഞ്ഞ അദ്ധ്യാപകൻ ആ കൗമാരക്കാരനെ ജീവിതപ്പൊരുളിനെക്കുറിച്ച് മുതിർന്നവർക്ക് ക്ലാസ്സെടുക്കുവാൻ ക്ഷണിച്ചു. "ജീവിതം നമ്മോടു ചോദിക്കുന്ന ചോദ്യങ്ങൾക്ക് നാം തന്നെയാണ് സ്വയം ഉത്തരം നൽകേണ്ടത്. നമ്മുടെ അസ്തിത്വത്തോടുള്ള ഉത്തരവാദിത്വം പാലിച്ചുകൊണ്ടു മാത്രമേ ഈ ചോദ്യങ്ങളോട് നമുക്ക് പ്രതികരിക്കാനാകൂ". വിക്ടർ സദസ്സിനോട് പറഞ്ഞു. ഈ വിശ്വാസം വിക്ടറുടെ വ്യക്തിജീവിതത്തിന്റെയും കർമ്മസ്വത്വത്തിന്റെയും ആണിക്കല്ലായി മാറി.

ഫ്രായിഡിന്റെ സ്വാധീനത്താൽ ഹൈസ്കൂൾ കാലത്ത് തന്നെ വിക്ടർ ഒരു മനോരോഗചികിത്സകനാകുവാൻ തീരുമാനിച്ചു. "സഹജീവികളെ സഹായിക്കുവാനുള്ള നിന്റെ കഴിവ് ഒരു അനുഗ്രഹമാണ്" എന്ന ഒരു സഹപാഠിയുടെ വാക്കുകളാൽ പ്രചോദിതനായ ഫ്രാങ്ക്ൾ, തനിക്ക് മനഃശ്ശാസ്ത്രപരമായ പ്രശ്നങ്ങൾ നിർണ്ണയിക്കുവാൻ മാത്രമല്ല, മനുഷ്യർക്ക് ഉദ്ബോധനമേകുന്ന കാര്യങ്ങൾ കണ്ടെത്തുവാനുള്ള കഴിവുമുണ്ടെന്ന് തിരിച്ചറിഞ്ഞു.

ഫ്രാങ്ക്ളിന്റെ ആദ്യത്തെ കൗൺസിലിംഗ് ഉദ്യമം പൂർണ്ണമായും സ്വന്തം സൃഷ്ടിയായിരുന്നു. വിയന്നയിൽ അസ്വസ്ഥരായ യുവാക്കൾക്കും യുവതികൾക്കുമായി ഫ്രാങ്ക്ൾ ആരംഭിച്ച ആദ്യത്തെ സ്വകാര്യ കൗൺസിലിംഗ് പരിപാടിയായിരുന്നു അത്. 1930 മുതൽ 1937 വരെ വിയന്നയിൽ യൂണിവേഴ്സിറ്റി ക്ലിനിക്കിലെ മനോരോഗവിദഗ്ധനായി, ആത്മഹത്യാപ്രവണതയുള്ള രോഗികളെ ചികിത്സിച്ചു. വിഷാദത്തിന്റെയും മാനസികവിഭ്രാന്തിയുടെയും സാഹചര്യങ്ങളിൽപോലും അവരുടെ ജീവിതം അർത്ഥപൂർണ്ണമാക്കുവാൻ ഒരു മാർഗ്ഗം കണ്ടെത്തണമെന്നതിന് വിക്ടർ വഴി തേടി. 1939-ൽ അദ്ദേഹം വിയന്നയിലെ ഒരേയൊരു ജൂത ആശുപത്രിയായ റോത്ഷീൽഡ് ഹോസ്പിറ്റലിലെ ന്യൂറോളജി വിഭാഗത്തിന്റെ തലവനായി.

യുദ്ധത്തിന്റെ ആദ്യവർഷങ്ങളിൽ റോത്ഷീൽഡ് ഹോസ്പിറ്റലിലെ ഫ്രാങ്ക്ളിന്റെ തൊഴിൽ അദ്ദേഹത്തിനും കുടുംബത്തിനും നാടുകടത്തലിൽ നിന്ന് ഒരു പരിധിവരെ സംരക്ഷണം നൽകിയിരുന്നു. എന്നാൽ, നാഷണൽ സോഷ്യലിസ്റ്റ് പാർട്ടി ആശുപത്രി അടപ്പിച്ചപ്പോൾ തന്നെ തങ്ങളെ കോൺസെൻട്രേഷൻ ക്യാംപിലേയ്ക്കയക്കുവാനുള്ള ഭയാനകമായ സാധ്യത ഫ്രാങ്ക്ൾ തിരിച്ചറിഞ്ഞു. 1942-ൽ വിയന്നയിലെ അമേരിക്കൻ കോൺസുലേറ്റിന്റെ വിസയ്ക്ക് അദ്ദേഹം അർഹനാണെന്നുള്ള അറിയിപ്പു ലഭിച്ചു. ഓസ്ട്രിയയിൽ നിന്നു രക്ഷപ്പെട്ടാൽ ലോഗോതെറാപ്പിയെക്കുറിച്ചുള്ള തന്റെ പുസ്തകം എഴുതിത്തീർക്കാൻ കഴിയുമായിരുന്നുവെങ്കിലും വൃദ്ധരായ തന്റെ മാതാപിതാക്കളെയോർത്തപ്പോൾ വിലമതിക്കാനാകാത്ത അമേരിക്കൻ വിസ പാഴായിപ്പോകുന്നതിൽ അദ്ദേഹത്തിന് നിരാശയുണ്ടായില്ല. 1942 സെപ്റ്റംബറിൽ ഫ്രാങ്ക്ളും കുടുംബവും അറസ്റ്റിലാവുകയും നാടുകടത്തപ്പെടുകയും ചെയ്തു. അടുത്ത മൂന്നു വർഷങ്ങളിൽ ഫ്രാങ്ക്ൾ തെരേസീൻസ്റ്റാഡ്റ്റ്, ഔഷ്വിറ്റ്സ്, ബിർക്കെനാവ്, ക്വാവ്ഫെറിംഗ്, ഡെച്ചാവ് കോംപ്ലെക്സിൽ ഉൾപ്പെട്ടിരുന്ന ടർഖീം എന്നീ കോൺസെൻട്രേഷൻ ക്യാംപുകളിലായി തടവിൽക്കഴിഞ്ഞു.

തടവുജീവിതം മാത്രമായിരുന്നില്ല *Man's Search for Meaning* എന്ന പുസ്തകമെഴുതുവാൻ ഫ്രാങ്ക്ളിനു പ്രചോദനമായത് എന്ന കാര്യം പ്രത്യേകം ശ്രദ്ധിക്കേണ്ടതാണ്. നാടുകടത്തപ്പെടുന്നതിനു മുമ്പ് തന്നെ, ജീവിതപ്പൊരുൾ തേടുന്നത് മാനസികാരോഗ്യത്തിന്റെയും മനുഷ്യപുരോഗതിയുടെയും കേന്ദ്രബിന്ദുവാണെന്ന തത്വം വികസിപ്പി

ച്ചെടുക്കുവാനുള്ള പ്രേരണ അദ്ദേഹത്തിനുള്ളിൽ കുടികൊണ്ടിരുന്നു. നാത്സികളുടെ തടവുകാരനായപ്പോൾ, തന്റെ സ്വന്തം ജീവിതത്തിന് ഇപ്പോഴും അർത്ഥമുണ്ടോ എന്ന് ചിന്തിക്കുവാൻ പൊടുന്നനെ അദ്ദേഹം നിർബന്ധിതനായി. ജീവിച്ചിരിക്കുവാനുള്ള മോഹം, സ്വയം സംരക്ഷിക്കുവാനുള്ള ജന്മവാസന, ഔചിത്യപൂർണ്ണമായ ഉദാരത - തീർച്ചയായും ഇതിൽ കൗശലവും ഉൾപ്പെട്ടിരുന്നു. ഇവ കൂടാതെ അന്ധമായ യാദൃശ്ചികത, ഏതു തരം ക്യാംപിൽ തടവിലാക്കപ്പെട്ടു, ഗാർഡുകളുടെ ചാപല്യങ്ങൾ, മാർച്ച് നടക്കുമ്പോൾ വരിയുടെ ഏതു ഭാഗത്ത് നിൽക്കണമെന്ന വസ്തുനിഷ്ഠമല്ലാത്ത തീരുമാനം, ആരെ ആശ്രയിക്കണം, ആരെ വിശ്വസിക്കണം എന്നിവയുടെ ആകെത്തുകയാണ് അദ്ദേഹത്തിന്റെ അതിജീവനത്തെ നിർണ്ണയിച്ചത്. എന്നിരുന്നാലും ക്യാംപിലെ ദാരിദ്ര്യവും ജീർണ്ണതയും തരണം ചെയ്യുവാൻ മറ്റു ചിലതു കൂടി ആവശ്യമായിരുന്നു.

ഇതിനായി ഫ്രാങ്ക്ൾ ചില അസാധാരണ കരുത്തിന്റെ ലക്ഷണങ്ങൾ കൂടി തന്റെയുള്ളിൽ സൂക്ഷിച്ചിരുന്നു. സഹജമായ പ്രത്യാശാബോധം, നർമ്മബോധം, മാനസികമായ സ്വയം വേർപെടുത്തൽ, ഹ്രസ്വമായ ഏകാന്ത നിമിഷങ്ങൾ, ആന്തരിക സ്വാതന്ത്ര്യം പരിത്യജിക്കുകയില്ലെന്നോ ആത്മഹത്യ ചെയ്യില്ലെന്നോ ഉള്ള, ഉരുക്കിനു സമാനമായ നിശ്ചയദാർഢ്യം എന്നിവയായിരുന്നു അവ. സ്വന്തം ഭാവി പദ്ധതികൾക്കായി ജീവിച്ചിരിക്കാൻ ശ്രമിക്കണമെന്ന് അദ്ദേഹം തിരിച്ചറിഞ്ഞു. ഭാര്യയെക്കുറിച്ചുള്ള സ്നേഹനിർഭരങ്ങളായ ചിന്തകൾ ലോഗോതെറാപ്പിയെക്കുറിച്ചുള്ള തന്റെ പുസ്തകം പൂർത്തിയാക്കുവാനുള്ള ഗാഢമായ അഭിലാഷം എന്നിവയിലൂടെ അദ്ദേഹം ക്യാംപ് ജീവിതത്തിലും ജീവൻ നിലനിർത്തി. കലയിലും പ്രകൃതിയിലുമുള്ള സൗന്ദര്യത്തിന്റെ മിന്നായങ്ങൾ ഫ്രാങ്ക്ൾ ആസ്വദിച്ചു. സർവ്വോപരി, തന്റെ യാതനകളോട് എങ്ങനെയാണ് പ്രതികരിക്കേണ്ടത് എന്ന സ്വാതന്ത്ര്യം അദ്ദേഹം എപ്പോഴും നിലനിർത്തി. ഇത് വെറുമൊരു തിരഞ്ഞെടുപ്പു മാത്രമായി വിക്ടർ കരുതിയില്ല. തന്റെ സഹനത്തിന്റെ മാറാപ്പ് ഏതു വിധത്തിൽ വഹിക്കണമെന്നത് സ്വാതന്ത്ര്യം മാത്രമല്ല, തന്റെയും ഓരോ വ്യക്തിയുടെയും ഉത്തരവാദിത്വമാണെന്നു കൂടി ഫ്രാങ്ക്ൾ തിരിച്ചറിഞ്ഞിരുന്നു.

ഇരു കൈകാലുകളും തളർന്നവരും മരണശയ്യയിൽ കിടക്കുന്നവരും തങ്ങളുടെ വിധിയുമായി രമ്യതയിലെത്തുന്നതു വിവരിക്കു

മ്പോൾ വിക്ടറുടെ ആശയങ്ങൾ പ്രചോദനാത്മകമാണ്. ഒരു വ്യക്തി മൂല്യവത്തായ ഒരു ലക്ഷ്യത്തിനും സ്വതന്ത്രമായ ഉദ്യമത്തിനും വേണ്ടി തീവ്രമായി സഹിച്ചും ആയാസപ്പെട്ടും ജീവിതപ്പൊരുൾ നേടുവാൻ ശ്രമിക്കുന്നത് വിവരിക്കുമ്പോൾ ഫ്രാങ്ക്ൾ നമ്മിൽ ഉത്കടമായ ജീവിതാഭിലാഷം ജനിപ്പിക്കുന്നു. തീർത്തും അസംതൃപ്തനായ ഒരു നയതന്ത്ര പ്രതിനിധിയെ, അയാളുടെ അസ്തിത്വപരമായ മോഹഭംഗം തന്നെ ഉപയോഗിച്ച് പ്രചോദിപ്പിച്ചും പ്രകോപിപ്പിച്ചും പുതിയ ഒരു തൊഴിലിലെത്തിച്ച് സംതൃപ്തനാക്കുന്നതെങ്ങനെയെന്ന് ഫ്രാങ്ക്ൾ ഇതിൽ വിവരിച്ചിട്ടുണ്ട്. ഒരാൾ എന്താണെന്നതും, എന്തായിത്തീരേണ്ടതാണെന്നതും തമ്മിലുള്ള വിടവിലേയ്ക്ക് ശ്രദ്ധ ക്ഷണിക്കുന്നതിനായി വിക്ടർ ഇവിടെ ധാർമ്മിക ഉദ്ബോധനവും ഉപയോഗിക്കുന്നുണ്ട്.

സ്വന്തം ജീവിതപ്പൊരുൾ സാക്ഷാൽക്കരിക്കുവാനുള്ള കർത്തവ്യബോധം ഓരോ വ്യക്തിക്കും ഉണ്ടെന്നും അത് അത്യന്താപേക്ഷിതമാണെന്നും ഫ്രാങ്ക്ൾ നിഷ്കർഷിക്കുന്നു. സ്വാതന്ത്ര്യവും കർത്തവ്യബോധവും ഒരു നാണയത്തിന്റെ രണ്ടു വശങ്ങളായാണ് അദ്ദേഹം പരിഗണിക്കുന്നത്. "കിഴക്കുഭാഗത്തുള്ള സ്വാതന്ത്ര്യത്തിന്റെ പ്രതിമയെ പടിഞ്ഞാറു ഭാഗത്ത് ഒരു കർത്തവ്യത്തിന്റെ പ്രതിമകൊണ്ട് പരിപൂരകം ചെയ്യേണ്ടതാണെന്ന് ഞാൻ ശുപാർശ ചെയ്യുന്നു" അമേരിക്കക്കാരായ തന്റെ ശ്രോതാക്കളോട് പറയുവാൻ ഏറെ ഇഷ്ടപ്പെട്ടിരുന്ന വാക്കുകൾ ഇങ്ങനെയായിരുന്നു. വ്യക്തിപരമായ പൊരുൾ സാക്ഷാൽക്കരിക്കുവാൻ ഒരാൾ വ്യക്തിനിഷ്ഠമായ സുഖങ്ങളെ അതിജീവിക്കേണ്ടതുണ്ട്. ഇത് സ്വന്തം അഹത്തിൽ നിന്ന് സ്വതന്ത്രനായി മറ്റൊരാളുടെ സേവകനാവുകയോ ഒരാളെ അകമഴിഞ്ഞു സ്നേഹിക്കുക വഴിയോ ആകാം. തനിക്ക് സുരക്ഷിതമായി അമേരിക്കയിലേയ്ക്ക് രക്ഷപ്പെടുവാൻ അവസരം ലഭിച്ചപ്പോഴും മാതാപിതാക്കളോടൊപ്പം വിയന്നയിൽ തുടരുവാനായിരുന്നു ഫ്രാങ്ക്ളിന്റെ തീരുമാനം. തുടർന്ന്, ഫ്രാങ്ക്ളിന്റെ അതേ കോൺസെൻട്രേഷൻ ക്യാംപിലുണ്ടായിരുന്ന പിതാവിന്റെ കഠിനമായ വേദന ശമിപ്പിക്കുവാൻ മോർഫിൻ എത്തിക്കുവാനും മരണസമയത്ത് പിതാവിന്റെ അരികിലുണ്ടാകുവാനും ഫ്രാങ്ക്ളിന് കഴിഞ്ഞിരുന്നു.

നഷ്ടങ്ങളും ദുഃഖങ്ങളും അഭിമുഖീകരിക്കേണ്ടിവന്ന സന്ദർഭങ്ങളിൽപ്പോലും പ്രത്യാശയും, നിത്യമായ സ്വയം ദൃഢീകരണവും നൽകുന്ന ജീവിതചൈതന്യത്തിന് ഏതു വെല്ലുവിളിയെയും വി

ജയമാക്കി പരിവർത്തനം ചെയ്യുവാൻ കഴിയുമെന്ന് ഫ്രാങ്ക്ൾ ഊന്നിപ്പറഞ്ഞു. പൊരുൾ കണ്ടെത്തുന്നതിന് സഹനം അനിവാര്യമല്ലെന്നും, അതിലുപരിയായി സഹനത്തിനിടയിലും പൊരുൾ തേടൽ സാധ്യമാണെന്ന് *പൊരുൾ തേടിയുള്ള മനുഷ്യപ്രയാണം* എന്ന ഈ കൃതിയിലൂടെ കൂട്ടിച്ചേർക്കുവാൻ അദ്ദേഹത്തിന് തിടുക്കമുണ്ട്. “അനാവശ്യമായി സഹനം ഏറ്റെടുക്കുന്നത് വീരഭാവമല്ല, അത് ആത്മപീഡനത്വരയാണ്”, എന്നദ്ദേഹം തുടർന്നു പറയുന്നു.

1960-കളുടെ മദ്ധ്യത്തിൽ, ഒരു തത്വചിന്ത പ്രഫസറെന്ന നിലയിലാണ് *പൊരുൾ തേടിയുള്ള മനുഷ്യപ്രയാണം* ആദ്യമായി ഞാൻ വായിച്ചത്. ഒരു നോർവീജിയൻ തത്വചിന്തകനായിരുന്നു ഈ പുസ്തകം എന്റെ ശ്രദ്ധയിൽപ്പെടുത്തിയത്. അദ്ദേഹവും നാത്സി ക്യാംപിലെ തടവുകാരനായിരുന്നു. ആന്തരിക സ്വാതന്ത്ര്യം പുഷ്ടിപ്പെടുത്തുന്നതും പ്രകൃതി, കല, കവിത എന്നിവയെ പുണരുന്നതും കുടുംബത്തോടും സുഹൃത്തുക്കളോടുമുള്ള സ്നേഹം കാത്തുസൂക്ഷിച്ചു ജീവിക്കുന്നതും അങ്ങേയറ്റം പ്രാധാന്യമുള്ള കാര്യമാണെന്ന കാര്യത്തിൽ എന്റെ സുഹൃത്ത് ഫ്രാങ്ക്ളിനോട് തികച്ചും യോജിപ്പു പ്രകടിപ്പിച്ചു. സ്വകാര്യമായ തിരഞ്ഞെടുപ്പുകൾ, പ്രവർത്തനങ്ങൾ, ബന്ധങ്ങൾ, വിനോദങ്ങൾ, കൊച്ചു കൊച്ചു സന്തോഷങ്ങൾ എന്നിവയും ജീവിതത്തിനു പൊരുളേകും. എന്നിട്ടും എന്തുകൊണ്ടാണ് ചില മനുഷ്യർക്ക് ആന്തരികമായി ശൂന്യത അനുഭവപ്പെടുന്നത്? ഇവിടെയാണ് ഫ്രാങ്ക്ളിന്റെ ജ്ഞാനത്തെ എടുത്തുപറയേണ്ടതായി വരുന്നത്. ഒരു വ്യക്തിയുടെ ജീവിതത്തിലെ ചെറുതും വലുതുമായ വെല്ലുവിളികളെയും അവസരങ്ങളെയും കുറിച്ചുള്ള അയാളുടെ മനോഭാവമാണിത്. സകാരാത്മകമായ മനോഭാവം ഒരാളെ നിരാശയും സഹനവും ലോകയാഥാർത്ഥ്യങ്ങളായി സ്വീകരിക്കുവാൻ പ്രേരിപ്പിക്കുന്നു. അതിലുപരി അത് സന്തോഷവും സംതൃപ്തിയും വർദ്ധിപ്പിക്കുന്നതിനും സഹായകമാകും. എന്നാൽ, ഒരു നിഷേധാത്മക മനോഭാവമാകട്ടെ, വേദനകളുടെയും നിരാശയുടെയും തീവ്രത വർദ്ധിപ്പിക്കുന്നു. അത് സുഖം, സന്തോഷം, സംതൃപ്തി എന്നിവയെ ക്ഷയിപ്പിക്കുകയും ഇല്ലാതാക്കുകയും ചെയ്യും. ഇത് വിഷാദത്തിലേയ്ക്കും ശാരീരിക പ്രശ്നങ്ങളിലേയ്ക്കും നയിച്ചേക്കാം.

എന്റെ സുഹൃത്തും സഹപ്രവർത്തകനുമായ നോർമൻ കസിൻ, ആരോഗ്യപരിപാലനത്തിൽ സകാരാത്മക വികാരങ്ങൾക്കുള്ള

പങ്കിനെക്കുറിച്ച് അക്ഷീണം വാദിച്ചിരുന്ന വ്യക്തിയായിരുന്നു. അതോടൊപ്പം അദ്ദേഹം നിഷേധാത്മകത ആരോഗ്യത്തെ അപായപ്പെടുത്തുമെന്നും താക്കീത് ചെയ്തിരുന്നു. നോർമന്റെ വാദങ്ങൾ കഴമ്പില്ലാത്തവയാണെന്ന് പറഞ്ഞ് ചില വിമർശകർ എതിർത്തിരുന്നു. എന്നാൽ, ഇതേ തുടർന്ന് സൈക്കോ-ന്യൂറോ-ഇമ്മ്യൂണോളജിയെ അടിസ്ഥാനപ്പെടുത്തി നടത്തിയ ഗവേഷണങ്ങളിൽ സകാരാത്മക വികാരങ്ങൾ, പ്രതീക്ഷകൾ, മനഃസ്ഥിതി എന്നിവ മനുഷ്യന്റെ പ്രതിരോധ സംവിധാനങ്ങളെ ഉത്തേജിപ്പിക്കുന്നുണ്ടെന്ന് തെളിഞ്ഞു. ജീവിതത്തെയും ജീവനെത്തന്നെയും അപകടത്തിലാക്കുന്ന ദൈനംദിന സാഹചര്യങ്ങളോടുള്ള ചില സമീപനങ്ങൾ ജീവിതപ്പൊരുൾ സാക്ഷാൽക്കരിക്കുവാൻ സഹായിക്കുന്നുണ്ടെന്ന ഫ്രാങ്ക്ളിന്റെ നിലപാടുകളെയും ഈ പഠനങ്ങൾ ദൃഢീകരിക്കുന്നുണ്ട്. ഫ്രാങ്ക്ൾ ഉത്സാഹപൂർവ്വം അവതരിപ്പിച്ച അത്യന്തം സരളമായ സത്യം ശ്രദ്ധയോടെ കേൾക്കുന്നയാൾക്ക് അതിന്റെ ഗാഢമായ പൊരുൾ ഗ്രഹിക്കുവാനാകും.

മനുഷ്യരുടെ തിരഞ്ഞെടുപ്പുകൾ ക്രിയാത്മകമായിരിക്കേണ്ടതാണ് - ഒരിക്കലുമത് ക്രിയാശൂന്യമാകരുത്. വ്യക്തിപരമായ തിരഞ്ഞെടുപ്പുകൾ നമ്മുടെ സ്വയം ഭരണാവകാശം ഉറപ്പാക്കുന്നുണ്ട്. “മനുഷ്യൻ മറ്റുള്ള അനേകം വസ്തുക്കളിൽ ഒന്നല്ല; വസ്തുക്കൾ പരസ്പരം നിർണ്ണയിക്കുന്നുണ്ട്,” ഫ്രാങ്ക്ൾ തുടരുന്നു, “എന്നാൽ മനുഷ്യൻ ആത്യന്തികമായി സ്വയം നിർണ്ണയിക്കുന്ന ജീവിയാണ്. അവൻ ഭൗതികമായ വരദാനങ്ങളുടെയും പരിസ്ഥിതിയുടെയും പരിമിതികൾക്കുള്ളിൽ നിന്ന് എന്തായിത്തീർന്നുവോ അത് അവനിൽ നിന്നു സ്വയം കണ്ടെടുത്തതാണ്”. ഉദാഹരണമായി, യോം കിപ്പൂർ യുദ്ധത്തിൽ ഇരുകാലുകളും നഷ്ടപ്പെട്ട യുവ സൈനികനെ സംഭ്രമിപ്പിക്കുന്ന നിരാശയുടെ അന്ധകാരം പരിഗണിക്കാം. അവൻ വിഷാദത്തിൽ മുങ്ങിച്ചാവുകയും ആത്മഹത്യയെക്കുറിച്ച് ചിന്തിക്കുകയുമായിരുന്നു. എന്നാൽ, ഒരു ദിവസം ജീവിതത്തോടുള്ള അവന്റെ കാഴ്ചപ്പാട് തന്നെ മാറിയെന്നും മുഖം പ്രസന്നവും പ്രത്യാശാ നിർഭരവുമായെന്നും അവന്റെ സുഹൃത്തിനു തോന്നി. ആ സൈനികൻ തന്റെ പരിവർത്തനത്തിന് കാരണമായി ചൂണ്ടിക്കാണിച്ചത് *Man's Search for Meaning* ആയിരുന്നു. അതിൽ വായനയിലൂടെ സുഖപ്പെടുക (autobibliotherapy) എന്നൊരു ചികിത്സാരീതിയുണ്ടോ എന്ന് ഫ്രാങ്ക്ൾ അത്ഭുതപ്പെട്ടു.

Man's Search for Meaning എന്ന പുസ്തകത്തിന് വായനക്കാരുടെയിടയിൽ ഇത്ര ശക്തമായ ചലനങ്ങൾ സൃഷ്ടിക്കുവാൻ കഴിഞ്ഞതെങ്ങനെ എന്നതിന് ഫ്രാങ്ക്ൾന്റെ ഈ അഭിപ്രായ പ്രകടനം ചില സൂചനകൾ നല്കുന്നുണ്ട്. അസ്തിത്വപരമായ പ്രതിസന്ധികളോ പ്രശ്നങ്ങളോ നേരിടുന്ന വ്യക്തികൾ കുടുംബാംഗങ്ങളിൽ നിന്നോ സുഹൃത്തുക്കളിൽ നിന്നോ ഡോക്ടരിൽ നിന്നോ മതബോധകരിൽ നിന്നോ ഉപദേശം തേടേണ്ടതാണ്. ചിലപ്പോൾ ഇത്തരം ഉപദേശങ്ങൾ ഫലം ചെയ്തേക്കാം, ചിലപ്പോൾ നിഷ്ഫലമാകുമെന്നും വരാം. പ്രയാസകരമായ തീരുമാനങ്ങൾ നടപ്പിലാക്കുവാൻ ശ്രമിക്കുന്നവർക്ക് അവരുടെതന്നെ സ്വന്തം മനോഭാവം ആ തീരുമാനത്തിൽ ഇടപെടുന്നത് ചിലപ്പോൾ സ്വീകാര്യമായിരിക്കില്ല. ജീവിതത്തിലെ നിർണ്ണായക ഘട്ടങ്ങളിൽ ആശയക്കുഴപ്പത്തിൽപ്പെടുന്നവരോട് എന്തുചെയ്യണം എന്നല്ല, എന്തുകൊണ്ട് ചെയ്യണം എന്നായിരുന്നു ഫ്രാങ്ക്ൾ ഉപദേശിച്ചിരുന്നത്.

ടൈഫസ് ബാധിച്ച് മരണം അരികിലെത്തി എന്ന അവസ്ഥയിലിരിക്കെ, 1945-ൽ തുർഖീം ക്യാംപിൽ നിന്ന് മോചിപ്പിക്കപ്പെട്ട ശേഷം താൻ തീവ്രമായ ഏകാന്തതയിലാണെന്ന് ഫ്രാങ്ക്ളിനു തോന്നി. അതേ വർഷം ആഗസ്റ്റിൽ, വിയന്നയിലെത്തിയ ആദ്യ ദിവസം തന്നെ ഗർഭിണിയായിരുന്ന ഭാര്യ ടില്ലി മരിച്ച വിവരം ഫ്രാങ്ക്ൾ അറിഞ്ഞു. രോഗത്താലോ പട്ടിണി മൂലമോ ബെർഗെൺ-ബെൽസെൻ കോൺസെൻട്രേഷൻ ക്യാംപിൽ വച്ചായിരുന്നു ടില്ലിയുടെ മരണം. മാതാപിതാക്കളെയും സഹോദരനെയും അവരുടെ ക്യാംപുകളിൽവച്ച് വിക്ടർക്ക് നഷ്ടപ്പെട്ടിരുന്നു.

പ്രിയപ്പെട്ടവരുടെ നഷ്ടങ്ങളെത്തുടർന്ന്, അനിവാര്യമായിരുന്ന വിഷാദരോഗത്തെ തരണം ചെയ്യുവാനുള്ള ശ്രമമായിരുന്നു അടുത്തത്. അതിനായി മനോരോഗ ചികിത്സാ വിദഗ്ധന്റെ തൊഴിൽ തുടരുകയായിരുന്നു വിക്ടർ. സൈക്കോഅനലിസ്റ്റുകളും സൈക്യാട്രിസ്റ്റുകളും മറ്റു രാജ്യങ്ങളിലേയ്ക്ക് കുടിയേറിക്കൊണ്ടിരുന്ന കാലത്തായിരുന്നു ഈ അസാധാരണ തീരുമാനം. ഇങ്ങനെയൊരു തീരുമാനത്തിന് നിരവധി സാഹചര്യങ്ങൾ കാരണമായിട്ടുണ്ടാകാം. ഫ്രാങ്ക്ളിന് വിയന്നയുമായി, പ്രത്യേകിച്ച് യുദ്ധാനന്തരകാലത്ത് അദ്ദേഹത്തിന്റെ സഹായം ആവശ്യമായിരുന്ന മാനസികരോഗികളുമായി ഒരു ഗാഢബന്ധമുണ്ടായിരുന്നു. പ്രതികാരത്തെക്കാൾ അനുരഞ്ജന

ത്തിലായിരുന്നു അദ്ദേഹത്തിന്റെ വിശ്വാസം. ഫ്രാങ്ക്ൾ ഒരിക്കൽ ഇങ്ങനെ കുറിച്ചു, "എനിക്കു വേണ്ടി ചെയ്ത നന്മകളൊന്നും ഞാൻ ഒരിക്കലും മറക്കുകയില്ല. എന്നാൽ, എന്നോട് ചെയ്ത ഒരു ദ്രോഹത്തെയോർത്ത് പകയും സൂക്ഷിക്കുകയില്ല" സംഘടിത കുറ്റകൃത്യം ചെയ്യുന്നതിനെ ഫ്രാങ്ക്ൾ നിഷേധിച്ചു എന്നതാണ് ശ്രദ്ധേയമായ വസ്തുത. തന്നെ പീഡിപ്പിക്കുവാൻ തന്റെ സ്വന്തം നാട്ടുകാർ അവസരമൊരുക്കിയാലും അദ്ദേഹം കുറ്റപ്പെടുത്തുകയില്ല, പ്രതിരോധത്തിൽ ചേരാതിരുന്നതിനോ മരണത്തെ നേരിടാതിരുന്നതിനോ അദ്ദേഹം അവരെ അപലപിച്ചില്ല. പകരം അപകടകാരിയായ ഒരു നാത്സി ക്രിമിനലോ ചികിത്സിച്ചു ഭേദമാക്കുവാൻ കഴിയാത്ത ഭ്രാന്തനോ ആയാലും, തിന്മയെയോ ഭ്രാന്തിനെയോ കർത്തവ്യ ബോധംകൊണ്ട് അതിജീവിക്കുവാനുള്ള സാധ്യത അവശേഷിക്കുന്നുണ്ടാകുമെന്ന ആശയത്തോട് അദ്ദേഹം പ്രതിബദ്ധത പുലർത്തിയിരുന്നു.

അദ്ദേഹം അത്യധികം ആവേശത്തോടെ, സ്വയം മറന്ന് തന്റെ തൊഴിലിൽ ഏർപ്പെട്ടു. ആദ്യം നാടുകടത്തപ്പെട്ടപ്പോൾ നാത്സികൾ നശിപ്പിച്ച *Doctor and the Soul* എന്ന തന്റെ കൃതി വെറും ഒമ്പതു ദിവസങ്ങൾ കൊണ്ട് നവീകരിച്ചു പുനർ രചിച്ചു. അതേവർഷം തന്നെ *Man's Search for Meaning* എഴുതിത്തീർക്കുകയും ചെയ്തു. അന്തരിക ശൂന്യതയും വ്യക്തിപരമായ അന്യവല്ക്കരണവും മൂലം സാംസ്കാരികമായ പതനം ബാധിച്ച നിരവധി വ്യക്തികളെ തന്റെ പുസ്തകങ്ങളിലൂടെ ചികിത്സിക്കാമെന്ന പ്രതീക്ഷ അദ്ദേഹം മനസ്സിൽ സൂക്ഷിച്ചിരുന്നു. ഒരുപക്ഷെ ഈ പ്രവർത്തനങ്ങളുടെ നീർച്ചുഴിയായിരിക്കാം സ്വന്തം ജീവിതപ്പൊരുൾ തിരിച്ചുപിടിക്കുവാൻ ഫ്രാങ്ക്ളിനെ സഹായിച്ചത്.

രണ്ടു വർഷത്തിനുശേഷം അദ്ദേഹം ആദ്യഭാര്യയെപ്പോലെ ഒരു നഴ്സായിരുന്ന എലിയനോർ ഷ്വിന്ഡ്നെ വിവാഹം കഴിച്ചു. ടില്ലി ജൂതയായിരുന്ന എലിയനോർ കത്തോലിക്കാ സഭാംഗമായിരുന്നു. ഇത് തികച്ചും ആകസ്മികമായിരുന്നുവെങ്കിലും, ഏതു വ്യക്തിയെയും അയാളുടെ മതവിശ്വാസത്തിനതീതമായി സ്വീകരിക്കുകയെന്നത് വിക്ടർ ഫ്രാങ്ക്ളിന്റെ സ്വഭാവ സവിശേഷതയായിരുന്നു. ഫ്രായിഡുമായും അഡ്ലറുമായും തത്വചിന്താപരവും മനഃശ്ശാസ്ത്ര സിദ്ധാന്തപരവുമായ വിയോജിപ്പുകളുണ്ടായിരുന്നു. എന്നിരുന്നാലും ഇരുവരുടെയും അദ്വിതീയവും ധൈഷണികവുമായ പ്രഭാവത്തോട് ഫ്രാങ്ക്ൾ കാത്തു

സൂക്ഷിച്ച പ്രതിബദ്ധത അനുപമമായിരുന്നു. ആശയപരമായി പല ധ്രുവങ്ങളിൽ നില്ക്കുന്നവരുമായും ഫ്രാങ്ക്ളിന് ദൃഢമായ വ്യക്തിബന്ധങ്ങളുണ്ടായിരുന്നു. നാത്സി പുനഃസ്ഥാപനവാദിയായിരുന്ന മാർട്ടിൻ ഹൈഡഗർ, സംഘടിത കുറ്റകൃത്യത്തിന്റെ വക്താവായിരുന്ന കാൾ ജാസ്പേഴ്സ്, കത്തോലിക്കൻ ചിന്തകനും എഴുത്തുകാരനുമായിരുന്ന ഗബ്രിയേൽ മാർസൽ എന്നിവരും വിക്ടറുടെ സുഹൃത്തുക്കളായിരുന്നു. ഒരു മനഃശ്ശാസ്ത്രജ്ഞൻ എന്ന നിലയിൽ ആരോടും തന്റെ മതപരമായ വിശ്വാസങ്ങൾ വെളിപ്പെടുത്താതിരിക്കുന്നതിൽ ഫ്രാങ്ക്ൾ ശ്രദ്ധാലുവായിരുന്നു. "ആത്മാവിനെ സുഖപ്പെടുത്തുകയാണ് ഒരു മനോരോഗ വിദഗ്ധന്റെ ലക്ഷ്യം, ആത്മാവിന്റെ മോക്ഷപ്രാപ്തി മതത്തിന്റേയും" എന്ന് ആവർത്തിക്കുന്നതിൽ അദ്ദേഹം പ്രത്യേക ആനന്ദം അനുഭവിച്ചിരുന്നു.

വിയന്ന പോളിക്ലിനിക് ഹോസ്പിറ്റലിൽ ന്യൂറോളജി വിഭാഗത്തിന്റെ തലവനായി അദ്ദേഹം ഇരുപത്തിയഞ്ചു വർഷം സേവനമനുഷ്ഠിച്ചു, മനഃശ്ശാസ്ത്രസംബന്ധിയായും സാധാരണ വായനക്കാർക്കുമായി അദ്ദേഹം മുപ്പതോളം പുസ്തകങ്ങൾ രചിച്ചു. യൂറോപ്പിലും അമേരിക്കൻ ഉപഭൂഖണ്ഡത്തിലും, ഏഷ്യ, ഓസ്ട്രേലിയ, ആഫ്രിക്ക എന്നീ ഭൂഖണ്ഡങ്ങളിലും അനേകം പ്രഭാഷണങ്ങൾ നടത്തി. ഹാർവാർഡ്, സ്റ്റാൻഫോർഡ്, പിറ്റ്സ്ബെർഗ് സർവ്വകലാശാലകളിൽ പ്രൊഫസ്സറായും സാൻ ഡിയേഗോയിലെ യു. എസ്. അന്താരാഷ്ട്ര സർവ്വകലാശാലയിൽ ഡിസ്റ്റിംഗ്വിഷ്ഡ് പ്രൊഫസ്സർ ഓഫ് ലോഗോതെറാപ്പി ആയി പ്രവർത്തിച്ചു. അദ്ദേഹം പോപ് പോൾ ആറാമനുമായി കൂടിക്കാഴ്ച നടത്തി. രാഷ്ട്രീയ നേതാക്കൾ, വിദ്യാർത്ഥികൾ, തത്വചിന്തകർ, അദ്ധ്യാപകർ, കൂടാതെ പ്രമുഖരായ അസംഖ്യം വ്യക്തിത്വങ്ങളും അദ്ദേഹത്തിന്റെ പുസ്തകങ്ങൾ വായിച്ച് പ്രചോദിതരായി. തന്റെ തൊണ്ണൂറുകളിൽ പോലും, ലോകത്തിന്റെ നാനാഭാഗത്തുനിന്നുമുള്ള സന്ദർശകരുമായി ഫ്രാങ്ക്ൾ സംവദിക്കുകയും ആഴ്ചതോറും ലഭിക്കുന്ന നൂറുകണക്കിന് കത്തുകൾക്ക് അദ്ദേഹം നേരിട്ട് തന്നെ മറുപടി എഴുതുകയും ചെയ്തിരുന്നു. 29 സർവ്വകലാശാലകൾ അദ്ദേഹത്തിന് ഓണററി ബിരുദങ്ങൾ സമ്മാനിക്കുകയും അമേരിക്കൻ സൈക്യാട്രിക് അസോസിയേഷൻ അദ്ദേഹത്തിന് ഓസ്കർ ഫിസ്റ്റർ പുരസ്കാരം സമ്മാനിക്കുകയും ചെയ്തു.

ലോഗോതെറാപ്പിയെന്ന മനഃശ്ശാസ്ത്ര സങ്കേതം സ്ഥാപിച്ച്, രോഗികളെ അസ്തിത്വപരമായി വിശകലനം ചെയ്ത് അവരുടെ വൈകാരിക സംഘർഷങ്ങൾക്ക് ആശ്വാസമേകുന്ന വിധം ഈ മനഃശ്ശാസ്ത്രശാഖയെ ഉപയോഗിച്ചതിനുള്ള അംഗീകാരം ഫ്രാങ്ക്ളിന് മാത്രം അവകാശപ്പെട്ടതാണ്. രോഗികളുടെ ഭൂതകാലത്തിനും വർത്തമാനകാല പ്രശ്നങ്ങൾക്കും അതീതമായി, വ്യക്തിപരമായ തിരഞ്ഞെടുപ്പുകളോടെ ക്രിയാത്മകമായ ഭാവി നിശ്ചയിക്കുന്നതിനും അവ സാക്ഷാൽക്കരിക്കുന്നത് ഉത്തരവാദിത്തമായി കാണുവാൻ പ്രേരിപ്പിക്കുന്നതിനും അനവധി മനഃശ്ശാസ്ത്രവിദഗ്ധരെ ഉത്തേജിപ്പിച്ചിട്ടുണ്ട് വിക്ടർ ഫ്രാങ്ക്ൾ. മനോരോഗ ചികിത്സകരുടെ നിരവധി തലമുറകൾ അദ്ദേഹത്തിന്റെ ഗഹനങ്ങളായ കൃതികളിലും ചിന്തോദ്ദീപകമായ പ്രഭാഷണങ്ങളിലും ഹൃദയാകർഷകമായ വ്യക്തിത്വത്തിലും നിറഞ്ഞുനിന്ന മാനവീകമായ ഉൾക്കാഴ്ചയാൽ പ്രചോദിതരായിത്തീർന്നു. അസ്തിത്വാപഗ്രഥനത്തെ സിദ്ധാന്തവൽക്കരിക്കുന്നതിനു പകരം സർഗ്ഗാത്മകമായി ഉപയോഗിക്കുവാൻ അദ്ദേഹം ചികിത്സകരെ പ്രേരിപ്പിച്ചു. സിദ്ധാന്തങ്ങളിൽ നിന്നുള്ള അനുമാനങ്ങളിൽ കുടുങ്ങിപ്പോകാതെ രോഗികളെ വ്യക്തികളായി കണ്ട് ഒരോരുത്തരുടെയും പ്രത്യേക ആവശ്യങ്ങളിൽ ശ്രദ്ധ കേന്ദ്രീകരിക്കണമെന്ന് അദ്ദേഹം ശക്തമായി വാദിച്ചു.

തിരക്കേറിയ സമയക്രമീകരണത്തിനിടയിൽ ഫ്ലൈയിംഗ് പഠനത്തിനും തന്റെ ആജീവനാന്ത അഭിനിവേശമായിരുന്ന പർവ്വതാരോഹണത്തിനും വിക്ടർ സമയം കണ്ടെത്തിയിരുന്നു. ഒരു വ്യക്തിയുടെ ഭൂതകാലത്തിന്റെയും അബോധതലത്തിന്റെയും ആഴങ്ങളിലേയ്ക്ക് മുങ്ങിത്താണു ചെന്ന് അയാളുടെ ജന്മവാസനകളെയും ആഗ്രഹങ്ങളെയും തിരയുന്ന ഫ്രായ്ഡിന്റെയും ആൽഡറുടെയും ഡെപ്ത് സൈക്കോളജിയെ തന്റെ സിദ്ധാന്തവുമായി വിരുദ്ധവൽക്കരിച്ച്, വ്യക്തിയുടെ ഭാവിയിലും ബോധപൂർവ്വമുള്ള തീരുമാനങ്ങളിലും പ്രവൃത്തികളിലും കേന്ദ്രീകരിക്കുന്നതു കൊണ്ട് നർമ്മരൂപേണ അദ്ദേഹം ഹൈറ്റ് സൈക്കോളജി എന്നു വിളിച്ചിരുന്നു. തന്റെ വ്യക്ത്യാതീതതത്വത്തിലൂടെ ജീവിതപ്പൊരുൾ കൈവരിക്കുവാൻ രോഗികളെ സഹായിക്കുന്ന സമീപനമായിരുന്നു അദ്ദേഹം സൈക്കോതെറാപ്പിയിൽ പ്രയോഗിച്ചത്. സകാരാത്മകപ്രയത്നം, ചികിത്സാസങ്കേതം,

പരിമിതികളെ അംഗീകരിക്കൽ വിവേകപൂർവ്വമുള്ള തീരുമാനങ്ങൾ എന്നിവയിലൂടെയായിരുന്നു ഇതിന്റെ പ്രയോഗവൽകരണം.

മനുഷ്യർക്ക് തങ്ങളുടെ ലക്ഷ്യത്തിലെത്തുവാൻ കഴിയുമെന്നും, ലക്ഷ്യത്തിലെത്തിയേ മതിയാകൂ എന്നും, തങ്ങൾക്കതിനുള്ള കഴിവുണ്ടെന്നുമുള്ള തിരിച്ചറിവുണ്ടാകുംവിധം അവരെ പ്രകോപിപ്പിക്കലായിരുന്നു അദ്ദേഹത്തിന്റെ ഉദ്ദേശ്യം. ദുരന്തസംബന്ധിയായ പ്രസാദാത്മകതയെക്കുറിച്ച് എഴുതുക വഴി ഈ ലോകത്ത് മാന്യന്മാർ ഒരു ന്യൂനപക്ഷമാണെന്ന സത്യം ഫ്രാങ്ക്ൾ തെളിയിച്ചു : ന്യൂനപക്ഷമാണെന്നു മാത്രമല്ല, ഇനിയുമെക്കാലവും അവർ ന്യൂനപക്ഷമായിത്തന്നെയിരിക്കുമെന്നതും വ്യക്തമാണ്. എന്തെന്നാൽ ലോകം വളരെ മോശമാണ്, പക്ഷെ നാം നമുക്കാകുംവിധം ഏറ്റവും നല്ലതു ചെയ്തില്ലെങ്കിൽ ഈ ലോകം ഇനിയുമിതിലേറെ മോശമായിത്തീരും.

ഒരിക്കൽ അദ്ദേഹത്തിന്റെ ജീവിതത്തിന്റെ പൊരുളെന്തെന്ന് ഒറ്റവാചകത്തിൽ വെളിപ്പെടുത്തുവാൻ വിദ്യാർത്ഥികൾ ആവശ്യപ്പെട്ടു. ഇതിനുള്ള ഉത്തരം ഒരു കടലാസിൽ എഴുതുകയും താനെഴുതിയത് എന്താണെന്ന് ഊഹിക്കുവാൻ വിദ്യാർത്ഥികളോട് ആവശ്യപ്പെടുകയും ചെയ്തു. ഏതാനും നിമിഷങ്ങൾക്കു ശേഷം ഫ്രാങ്ക്ളിനെ വിസ്മയിപ്പിക്കുന്ന മറുപടി വന്നു, “പൊരുൾ തേടുന്നതിൽ മനുഷ്യരെ സഹായിക്കുകയെന്നതാണ് അങ്ങയുടെ ജീവിതപ്പൊരുൾ”.

വില്യം ജെ. വിൻസ്ലേഡ്

തത്വചിന്തകനും അഭിഭാഷകനും മനഃശ്ശാസ്ത്ര അപഗ്രഥകനുമായ വില്യം ജെ. വിൻസ്ലേഡ് ടെക്സസ് യൂണിവേഴ്സിറ്റി, മെഡിക്കൽ ബ്രാഞ്ച് ഇൻ ഗാൽവെസ്റ്റൺ ആന്റ് ദ യൂണിവേഴ്സിറ്റി ഓഫ് ഹ്യൂസ്റ്റൺ ലോ സെന്റർ എന്നിവിടങ്ങളിലെ ചികിത്സാ നീതിശാസ്ത്രം, ചികിത്സാ നിയമശാസ്ത്രം എന്നീ വിഷയങ്ങളിൽ അദ്ധ്യാപകനാണ്.

രചയിതാവിനെക്കുറിച്ച്

വിക്ടർ ഇ. ഫ്രാങ്ക്ൾ

വിക്ടർ ഫ്രാങ്ക്ൾ 1905-ൽ വിയന്നയിൽ ജനിച്ചു. മനഃശ്ശാസ്ത്രജ്ഞനും നാഡീരോഗ ചികിത്സകനുമായിരുന്ന അദ്ദേഹം മനഃശ്ശാസ്ത്ര ചികിത്സാരംഗത്ത് ഏറെ ശ്രദ്ധേയമായ ലോഗോതെറാപ്പി എന്ന സങ്കേതം ആവിഷ്കരിച്ചു.

അസ്തിത്വ വിശകലനത്തെ അടിസ്ഥാനമാക്കിയുള്ള ഒരു മനോരോഗ ചികിത്സാരീതിയാണ് ലോഗോതെറാപ്പി.

വിഷാദരോഗം, ആത്മഹത്യ എന്നീ വിഷയങ്ങൾ കേന്ദ്രീകരിച്ചായിരുന്നു വിക്ടർ വിയന്ന സർവ്വകലാശാലയിൽ നിന്നും മെഡിക്കൽ ബിരുദങ്ങൾ കരസ്ഥമാക്കിയത്. അൽഫ്രെഡ് അഡ്ലർ, സിഗ്മണ്ട് ഫ്രായ്ഡ് എന്നിവരുടെ സ്വാധീനത്തിലായിരുന്നുവെങ്കിലും വിക്ടറുടെ മനഃശ്ശാസ്ത്ര ചികിത്സാ സമ്പ്രദായം അവരുടേതിൽ നിന്നും തികച്ചും വ്യത്യസ്തമായിരുന്നു.

മനഃശ്ശാസ്ത്ര ചികിത്സാരംഗത്തെ വിശിഷ്ട സംഭാവനകളുടെ പേരിൽ നിരവധി പുരസ്കാരങ്ങൾക്ക് അർഹനായിട്ടുണ്ട്. 1997 സെപ്റ്റംബർ 2-ന് ഹൃദയാഘാതം മൂലം വിയന്നയിൽ മരിച്ചു.